शाओलिन

शाओलिन

न लढता विजयी होण्याचा मंत्र

मनःशक्तीद्वारा शांती, आत्मबल आणि
जीवनात सुस्पष्टता मिळवण्याचा मंत्र

बर्नहार्ड मोस्टल

अनुवाद : प्रसन्न पेठे

MANJUL

मंजुल पब्लिशिंग हाउस

First published in India by

MANJUL

Manjul Publishing House

Corporate and Editorial Office

•2nd Floor, Usha Preet Complex, 42 Malviya Nagar,
Bhopal 462 003 – India

Sales and Marketing Office

•C-16, Sector 3, Noida, Uttar Pradesh 201301, India
Website: www.manjulindia.com

Distribution Centres

Ahmedabad, Bengaluru, Bhopal, Kolkata, Chennai,
Hyderabad, Mumbai, New Delhi, Pune

Marathi translation of *Shaolin: How to win Without Fighting* by Bernhard Moestl

Originally published in German in 2008 as *Shaolin: Du musst nicht kämpfen um zu siegen* by Knaur Verlag, an imprint of Verlagsgruppe Droemer Knaur GmbH & Co. KG, Munich

Marathi edition first published in 2023 by
Manjul Publishing House Pvt Ltd.

English edition first published in 2022 by Amaryllis:
An imprint of Manjul Publishing House Pvt Ltd.
English translation by Anya Malhotra

ISBN: 978-93-5543-325-1

Marathi translation: Prasanna Pethe

Printed and bound in India by Thomson Press (India) Ltd.

अनुक्रमणिका

प्रस्तावना

प्रिय वाचकहो,

चीनच्या अगदी मध्यभागी आणि जेंगजोसारख्या महत्त्वाच्या प्रांतिक राजधानीजवळच वसलंय एक असं गाव- शाओलिन! ते भले आकारानं चिमुकलं गाव असेल; परंतु त्याची ख्याती जगातल्या भल्याभल्या शहरांच्या बरोबरीनं पसरलेली आहे.

सुमारे १५०० वर्षांपूर्वी जेव्हा बुद्धीधर्म नावाच्या एका भारतीय साधूनं इथे बौद्ध मठाची स्थापना केली, तेव्हापासून इथल्या मंदिराविषयी आणि इथे राहणाऱ्या साधूंविषयी अनेक वदंता प्रसिद्ध झालेल्या आहेत. विशेषतः ती सारी मंडळी निःशस्त्रावस्थेतही समोर लढणाऱ्यांना कसे अजेय ठरतात त्याविषयी! इथल्या साधूंजवळ नक्कीच काहीतरी विलक्षण अचाट अमानवी शक्ती आहे, असाही अनेकांचा विश्वास आहे. जवळपास १५०० वर्षांपासून ती मंडळी 'शाओलिन कुंग फू' प्रकाराचा अभ्यास करून त्याचा विकास करताहेत आणि त्यात उत्तरोत्तर प्रावीण्य मिळवताहेत.

पण तुमची जर का अशी कल्पना असेल की, शाओलिनमध्ये फक्त झुंज देण्याचं तंत्रच शिकवलं जातं, तर तुम्ही चुकत आहात. शाओलिनमधून प्रशिक्षण घेऊन बाहेर पडणारे 'शाओलिन मास्टर्स' त्या लढाई आणि मारामारीच्या कल्पनांच्याही पल्याड खूप काही विद्यांमध्ये पारंगत झालेले असतात. ती मंडळी आपल्या शरीराचं यथार्थ आदरयुक्त भान राखून, त्याचा सर्वांगाने उपयोग करायला शिकलेली असतात.

त्यांनी हे आत्मसात केलेलं असतं की, आपलं मन हेच आपल्या शरीराला ऊर्जा देऊन शक्तिशाली बनवतं अथवा कमजोर बनवतं! ते हे शिकलेले असतात की, आपल्या मनाचा आपल्या सर्वांगावर आणि

आपल्या भोवतालावर ताबा असतो आणि केवळ आपलं मनच आपल्याला अजेय बनवत असतं. अगदी थोड्याशा क्रोधानेही आपण शरीरातली ऊर्जा वायफळ खर्च करत असतो की, जी खरं पाहता अन्य ठिकाणी विधायक कामासाठी वापरता येऊ शकत असते.

आपल्या या पुस्तकामधून बर्नहार्ड मोस्टलनं शाओलिन साधूंच्या विचारसरणीचा थांग उलगडण्याचा यत्न केलेला दिसतो. यामध्ये दिलेल्या १३ तत्त्वांमधून तो आपल्याला दाखवून देतो की, आपण न लढताही विजयी होऊ शकतो, तसंच आपण आपल्या रोजच्या व्यावसायिक आणि व्यक्तिगत आयुष्यातली धावपळ, तणाव आणि मागण्यांना यशस्वीपणं तोंड देत आपलं आयुष्य उत्साहानं आणि जोमदार चैतन्यानं भरू शकतो!

आणि हो, हे सर्व साध्य करण्यासाठी तुम्हाला साधू बनून कुठल्या मठाबिठात जाऊन राहायची गरज नाही बरं! तुम्ही जिथे कुठे असाल तिथूनच हे सर्व शिकून अमलात आणू शकाल. इतकंच करायला हवं की – तुम्ही स्वतःमध्ये बदल घडवून आणण्यासाठी तुमच्यामधल्या अंगभूत क्षमता आणि तुमची स्वभाववैशिष्ट्यं यांना घासूनपुसून लख्ख करण्यासाठी तयार असायला हवं! आणि आवश्यक तिथे त्यात बदल घडवून आणण्यासाठी सज्ज असायला हवं!

आपल्या विचारसरणीत बदल घडवणं हे काही अगदी आठ-पंधरा दिवसांत होणारं काम नोहे! प्रत्येक बदलासाठी काहीएक काळ जावाच लागतो. स्वतःकडून चमत्काराची अपेक्षा बाळगू नका; पण अर्थातच निराश होत्साते धीरही सोडू नका.

''शाओलिन साधूंच्या मार्गावरून चला आणि शांती, आत्मबल आणि जीवनात सुस्पष्टता मिळवा.''

गेरहार्ड कॉंन्झेलमान

अध्यक्ष, इंटरनॅशनल शाओलिन इन्स्टिट्यूट (रजि.)

"तुम्हाला जेव्हा स्वत:लाच नव्याने घडवायचं असेल, तर ते काम दररोज नित्यनेमानं करायला हवं!"

- कन्फ्यूशिअस

ओळख

''युद्धकला आपल्याला शिकवते की, शत्रूचा हल्ला होण्याची वाट बघण्यावर बिसंबून राहू नका, तर उलटपक्षी त्याच्या स्वागतासाठी, त्याला तोंड देण्यासाठी सज्ज असा. शत्रू कदाचित आक्रमण करणारही नाही, असा विचार डोक्यात आणण्यापेक्षा आपण आपला बचाव कसा अभेद्य ठेवू शकतो, त्यावर जोर द्या.''

– सन त्झू, द आर्ट ऑफ वार

या पुस्तकाचा वापर कसा कराल आणि याचा जास्तीत जास्त लाभ कसा मिळवता येईल?

सर्वप्रथम, तुमचं अगदी मनःपूर्वक हार्दिक स्वागत! किती छान वाटतंय तुम्ही इथे आहात! आणि हो, तुम्हाला स्वतःमध्ये बदल घडवायचाय हेही किती छान! तुम्हाला कितपत कल्पना आहे मला माहीत नाही; पण माझ्यासाठी मात्र शाओलिन म्हणजे कायम एक स्वप्नपूर्तीच! जवळपास १५०० वर्षांहूनही अधिक काळ या मताचं नातं हे हाती शस्त्र न घेता शत्रूशी झुंज करण्याशी आणि अजेय, अपराजित राहण्याच्या आख्यायिकेशी जोडलं गेलं आहे.

मला लहानपणापासूनच या दंतकथा ठरलेल्या मार्शल आर्ट्स प्रकारात प्रावीण्य मिळवण्याच्या ध्यासानं पछाडलं होतं. सुरुवातीला एवढ्याचकरता की, आयुष्यात कुणाला घाबरायला म्हणून नको! परंतु नंतर मात्र हे मार्शल आर्ट शिकणाऱ्यांना जे अलौकिक ज्ञान प्राप्त होतं, त्याची मला भुरळ पडली

होती. त्यांतल्या अनेकांनी वेळोवेळी सांगितलेली काही मौलिक वाक्यं तर मला जन्मभर साथ देत आलीयेत. तिथल्या प्रकांडपंडित साधूंशी झालेल्या अगणित चर्चांमधून मला एक गोष्ट आकळली ती म्हणजे एखाद्याला त्या निःशस्त्र लढाईमध्ये इतकं प्रावीण्य मिळवता यायला हवं की, अमूक एका टप्प्यानंतर तर लढण्याचीच गरज पडू नये! तीच ती वेळ जेव्हा तुम्हाला आयुष्यातल्या सर्वांत मोठ्या प्रतिस्पर्ध्याशी सामना करावा लागेल : खुद्द तुमच्या स्वतःशी!

बदल घडण्यासाठी वेळ द्यावा लागतो

या पुस्तकामध्ये तेरा स्वतंत्र प्रकरणं आहेत. प्रत्येक प्रकरण हे स्वयंपूर्ण आणि स्वतंत्रपणे शिकण्याजोगं; परंतु सर्व प्रकरणांच्या रचनेमध्ये कुठेतरी एक सूत्रमय पुढे जाणारा धागा नक्कीच आहे, त्यामुळे वाचकांनीसुद्धा एकानंतर दुसरे... नंतर तिसरे प्रकरण असं क्रमवार वाचत गेल्यास बरं पडेल. ही शाओलिनची तत्त्वं ही केवळ वाचनापुरती मर्यादित न ठेवता त्याचा स्वाध्यायासाठी उपयोग करावा. कुंग फू ही कला जशी आपल्याला काही एका रात्रीत शिकता येत नाही, तसंच आपल्याला स्वतःमध्ये बदल घडवणं हेही काही मोजक्या दिवसांतच होईल असं नाही. ही तेरा तत्त्व हाडामांसात इतकी भिनायला हवीत की, जणू ती तुमच्या अंगभूत सहज-स्वभावाचंच वैशिष्ट्य असल्यागत प्रकट व्हावीत, एखादा झुंजार योद्धा ज्याप्रमाणे युद्धकलेची विविध तंत्रं अंगी बाणवतो तशीच! तुम्हाला यातलं एखादं तत्त्वं नीटसं समजलं नाही, तर त्याकडे तात्पुरतं दुर्लक्ष करून पुढे जाऊ नका उलट ते पुनःपुन्हा लक्षपूर्वक वाचा!

> या पुस्तकाचा जास्तीतजास्त फायदा उठवायचा असेल, तर त्यासाठी तुमच्या हाताशी एक कोरी वही असणंही गरजेचं आहे. एखादी छानशी, मुखपृष्ठावर सुरेख चित्रं असलेली वही विकत घ्या आणि त्यावर तुमचं नाव मोठ्या सुबक अक्षरात लिहा. ही वही आता तुमची साथीदार बनेल आणि शेवटाकडे जाल, तेव्हा तिला तुमच्याबद्दल खूपच माहिती झालेली असेल. या वहीमध्ये तुम्ही वेळोवेळी उतरवलेल्या काही नोंदी असतील आणि त्या तशा तेवढ्या मात्र राहू द्या. या पुस्तकामध्ये आणि प्रत्येक प्रकरणाअखेरीस तुम्हाला बरेच प्रश्न आणि स्वाध्याय दिलेले आढळतील. त्यांची उत्तरं

तुम्हाला तुमच्या वहीत लिहायची आहेत. वहीमध्ये कुठेही भलतीकडे काही लिहिण्यापेक्षा मी तुम्हाला ज्या वेळी जिथे लिहायला सांगेन तिथेच ती उत्तरं लिहिलीत तर चांगलं! आपण जसजसं एकेक प्रकरण पुढे पुढे जाऊ तसतशी त्या उत्तरांची गरज पडेल. विचारलेल्या प्रश्नांची तुम्ही अत्यंत प्रामाणिकपणे उत्तरं देणं महत्त्वाचं आहे! ज्या गोष्टी जशा आहेत तशाच तंतोतंत तिथे येऊ द्या. तुमच्याखेरीज कुणीही ते सगळं वाचणार नाहीयेत!

टर्कीश जनरल मुस्तफा केमाल अटाटर्क (अतातुर्क) एकदा म्हणाला होता की, एखाद्या परिस्थितीचा गांभीर्याने विचार करताना आणि त्या संबंधीच्या उपायांवर सर्वांगीण विचारविमर्श करत असताना कधीही, अगदी क्षणभरही सत्याकडे दुर्लक्ष करू नका ते कितीही कटू असलं, तरीही. तुम्ही या पुस्तकात दिलेल्या तत्त्वांकडे नंतर पुन्हा कधीतरी वळलात आणि त्यावर विचार करायला लागलात, तर तुमच्या लक्षात येईल की, त्या वेळी तुमची उत्तरं बदललेली आढळतील. हे पुस्तक काही तुम्हाला ठरावीक साच्यातली बिनचूक उत्तरं देणार नाही. जसं की – तुमचं उत्तर अमुक असेल, तर तुम्ही तमुक करा किंवा ढमुक करा. मी स्वतःसुद्धा तुमची उत्तरं जोखणार नाही. तुम्हाला तुमच्याच उत्तरांमधून तुमचंच अंतरंग नव्यानं उलगडेल, नवीन दृष्टिकोन मिळेल. त्याकरिता काही ठोस नियम नसतील. जो बदल अपेक्षित आहे, तो तुमच्यामधूनच उमलून समोर येईल.

पाल गोगाँनं म्हटल्यानुसार – सरतेशेवटी, जीवनात सर्वांत
आव्हानात्मक काही असेल, तर ते आपल्या मर्यादांवर
विजय मिळवून, आपण स्वतः जितकी कल्पना केली असेल,
तिच्याहीपुढे अनेक योजनं निघून जाणं!

हे पुस्तक म्हणजे तुमच्यासाठी एक असा प्रवास ठरो, ज्यामधून तुम्हाला स्वतःत खोलवर दडी मारून बसलेलं तुमचं स्वत्वं आणि त्याचबरोबर तुमचे मित्र आणि शत्रू, तुमची कर्तृत्वशक्ती, तुमच्या मर्यादा आणि बरंच... बरंच काही मिळो. तुमच्या या आत्मशोधाच्या सफरीवर मला तुमचा सहप्रवासी होण्यात आनंदच आहे. चला तर मग, निघू या!

भाग पहिला

पाय रोवून उभं राहायला शिका

''ज्याला कधी ना कधी उडणं शिकायचंय, त्याला आधी पायावर उभं राहायला शिकावं लागतं.''

- चिनी म्हण

“वेळेचं गणित जमेस्तोवर कधीही थांबू नका.”

- चिनी म्हण

१. वर्तमानकाळाचं तत्त्व

'गतकाळात हरवून जात बसू नका भविष्याच्या मागे धावत बसू नका कारण भूतकाळाचा अस्त केव्हाच झालाय आणि भविष्यकाळ अजून उगवायचाय त्यामुळे आत्ता चालू वर्तमानात जगा!'

–बुद्ध

आत्ता हाती असलेल्या चालू वर्तमानामध्ये जगायला शिका; पण हो, क्षणभंगुरतेची जाणीवही असू द्या!

'मी ना, एकदा का निवृत्त झालो की, आयुष्यात जे जे करायचं राहिलंय, ते ते सगळं करणारेय. ही एवढी बारा वर्षं जाऊ द्या... तेवढी कळ काढली की बस्स!' – ही वाक्यं ओळखीची वाटतायेत? आत्ताचं चालू काळातलं आयुष्य काही आदर्श म्हणता येणार नाही; पण नजीकच्या भविष्यकाळात ते उत्तम असेल की नाही ते बघाच! आठवडाभर तुम्ही आठवडाअखेरच्या सुट्टीकडे डोळे लावून कामाचा व्याप उरकत बसता आणि प्रत्यक्षात त्या सुट्टीच्या दिवशी मात्र नंतर येणाऱ्या आठवडाभराच्या कामाचे डोंगर डोळ्यांसमोर आणत धास्तावता? आणि अशाच प्रकारे वर्षभरातले इतर आठवडेसुद्धा तुम्ही वार्षिक सुट्टीकडे किंवा निवृत्तिकाळाकडे डोळे लावत ढकलता, तोपर्यंत जी काय मजा करायची राहून जाणारेय, त्याचा आनंद निवृत्त झाल्यावर हाताशी असणाऱ्या वेळेत लुटू म्हणून?

एक गोष्ट प्रांजळपणे स्वीकारू : तुमच्या आवडीच्या करायच्या अशा गोष्टी तुम्ही किती वेळा लांबणीवर टाकल्यायत? कदाचित, कधी इतरांचा

विचार करून... किंवा कदाचित त्या वेळी ती गोष्ट करण्याजोगी परिस्थिती नव्हती म्हणून... किंवा कारण म्हणजे... खरं सांगा, खरंच नक्की काही कारण होतं त्या वेळी? आणि खरोखर एके काळी फार महत्त्वाच्या अशा वाटलेल्या गोष्टी तुम्ही पुढे काही काळानंतर केल्यात असं तरी किती वेळा केलंय तुम्ही?... ''नाही बुवा... क्वचितच कधी केलं असेल तसं...'' हं, हे उत्तर आलंय बरं ऐकू मला तुमच्या पुटपुटण्यातून...! तुम्ही स्वतःशी किती वेळा असं म्हणालायेत की- मी आत्ता जिथं आहे तिथं असण्याचं काय भारी वाटतंय मला. मी जे काम करतोय त्यावर प्रचंड प्रेम आहे माझं. हे माझ्या आयुष्यात असणं हेच किती मस्त गोष्ट आहे. काल काय घडलं ते मरो. उद्याचा दिवस, पुढचा तास, पुढचं मिनिट काय घेऊन येणारे समोर त्याचीही मला फिकीर नाही; पण आत्ता हा जो काही क्षण आहे, आयुष्यात तो भारी आहे आणि मी तो उपभोगू शकतोय हे झकास आहे!... आता काय ऐकू येतंय- तुमच्याकडून अशी वाक्यं तुम्ही उच्चारल्याबद्दल मला? – फार वेळा नाही... खरं सांगायचं तर अगदीच क्वचित!

जीवन म्हणजे वर्तमानातला चालू अमूल्य क्षण.

शाओलिनच्या वर्तमानाच्या तत्त्वाची हीच तर सुरुवात. याची सुरुवात इथेच होतीये या क्षणी! अगदी याच सेकंदाला आणि आत्ता तुम्ही जिथे आहात त्याच ठिकाणी.

शाओलिनचं हे तत्त्वं आपल्याला आहे तो क्षण, आहे ते वर्तमान स्वीकारण्याची शिकवण देतं. त्या क्षणाशी जे जे संलग्न ते ते स्वीकारणं. ते सारं जिथे घेऊन जाईल ते स्वीकारणं. आपण त्या क्षणी समोर असलेला क्षण कुठल्याही पूर्वग्रहाशिवाय, कुठलाही निवाडा न करता स्वीकारणं. वर्तमानातल्या त्या क्षणाची तुलना ना भूतकाळाशी करायची ना भविष्याशी. शाओलिनचं हे तत्त्व म्हणजे वर्तमानातल्या चालू क्षणामध्ये जगणं आणि त्या क्षणाला आपल्या आयुष्यातला एक अत्यंत सुरेख, अद्‌भुत, अमूल्य मानत असतानाच त्याच्या भंगूरतेचं, अल्पजीवित्वाचं भानही ठेवणं.

ज्यू धर्मग्रंथांपैकी एका अतिमहत्त्वाच्या असणाऱ्या *टेलमडमध्ये* लिहिलंय – ''अगदी एखादा 'जगलेला' तास म्हणजेसुद्धा जीवन होय.'' ते तर निखालस, निःसंशय सत्यच! पण शाओलिन मठातले साधू त्याच्याही

पुढे जात म्हणतात, ''केवळ एखादा जगलेला तासच नव्हे, तर जगलेला प्रत्येक क्षण म्हणजे जीवन होय! 'इथेच, आत्ता, या क्षणात जगा' याचा अर्थ क्षणाला पुरेपूर पकडा, त्याला कृतज्ञ भावनेनं आपलं म्हणा आणि निमिषार्धात सोडून द्या म्हणजे याची जाणीव असू द्या की, आयुष्यातला एकही क्षण हा फिरून पुन्हा येणार नसतो – मग तुम्ही त्याला कितीही आंजारागोंजारा, महत्त्व द्या अथवा त्याची अजिबात दखल न घेता त्याला तसाच जाऊ द्या.''

'इथेच, आत्ता, या क्षणात जगा' याचा अर्थ क्षणाच्या अस्तित्वाचीही जाणीव ठेवा अन् त्याच्या भंगुरतेचीही.

याचा अर्थ हे समजून घ्यायचं की, प्रत्येक क्षण, मग तो आपल्याला आनंद देऊन जावो अथवा दुःख आपल्याला समाधानी बनवतो किंवा आणखी जगण्यासाठी हावरं बनवतो. त्याने आपल्याला प्रसन्न बनवलं काय किंवा 'चिडका बिब्बा' बनवलं काय– आपण त्याला योग्य तो सन्मान द्यायलाच हवा. कारण, तो आपल्या आयुष्याचाच भाग असतो.

विद्वान मनुष्य आणि वाघ

मठात येणाऱ्या प्रत्येक नवशिक्याला डोंगरात भटकणाऱ्या त्या विद्वान मनुष्याची गोष्ट ठाऊक असते. अचानक त्याला दूरवरून त्याच्या दिशेनं येणाऱ्या वाघाची गुरगुर कानी पडते. तो मनुष्य जीव वाचवण्यासाठी शक्य तितक्या वेगानं धावत सुटतो आणि एका कड्यापाशी येतो. वाघ डरकाळ्या फोडत त्याच्या मागावर येतो. आता दुसरं कुठे जायला मार्गच न उरल्यानं तो मनुष्य त्या कड्याला पकडून लोंबकळायला लागतो आणि घसरतो. घसरत जाताना नशिबाने त्याच्या हाताला कड्याच्या सरळसोट उतारावरची झाडाची फांदी लागते आणि तो ती कशीबशी पकडतो; पण आता वर जिभा चाटत गुरगुरणारा वाघ आणि खालती खोल खोल दरी. जीव वाचवण्याचे सर्व मार्गच बंद झालेले. इतक्यात त्याच क्षणी त्याची नजर त्या फांदीच्या जवळच उगवलेल्या एका रानटी स्ट्रॉबेरीवर पडते. तो अलगद स्ट्रॉबेरी तोडून तोंडात टाकतो. त्याच्या मनात विचार येतो, 'वाहऽऽ... किती मधुर चविष्ट आहे ही स्ट्रॉबेरी!'

तर यालाच मी म्हणतो, ''वर्तमानातल्या त्या क्षणात जगणं!'' आपल्यापैकी बहुतेकांना त्या मनुष्याच्या वागण्यानं गोंधळात टाकलं असेल. त्याला त्या प्रसंगी स्ट्रॉबेरी खाण्याशिवाय दुसरं काही सुचू नये? आपल्या नशिबात पुढल्या काही मिनिटांत काय वाढून ठेवलंय हा विचार त्याच्या डोक्यात येऊ नये? बघा हं... विचार करा. त्या मनुष्याने खरंचंच तसा विचार करायला हवा का? त्यामुळे त्याच्या परिस्थितीत त्या क्षणी काय फरक पडला असता? समजा, त्याला पुढच्या काही मिनिटांत वाघाने पकडून त्याचा चट्टामट्टा केला असता किंवा तो फांदी तुटून त्या खोल दरीत पडून त्याचा कपाळमोक्ष झाला असता तरी त्यानं आयुष्याच्या त्या शेवटच्या घटका आनंदात जगायला काय हरकत असावी? स्ट्रॉबेरीची मजा का लुटू नये?

कुठलाही क्षण पूर्वग्रही दृष्टीनं बघून त्याला नावं ठेवण्याऐवजी किंवा चरफडत दूषणं देण्याऐवजी आहे तसा स्वीकारणं.

कुठलाही क्षण हा चांगला किंवा वाईट नसतो. तो केवळ एक क्षण असतो. बस्स. आता, त्या मनुष्याची परिस्थिती ही काही उत्साहवर्धक नसली तरी प्रत्येक क्षण आणखी पुढच्या अशा क्षणाकडे घेऊन जाणार असतो जो आपल्या कल्पनेत बसणारा असू शकेल असं नाही. जरी आपल्याला त्या कथेचा शेवट माहीत नाही तरी आपण आपापल्या पद्धतीनं त्याचा शेवट करू शकतो- की वाघ त्या लोंबकळणाऱ्या मनुष्याचा नाद सोडून निघून जातो. हा झाला एक शेवट. बरोबर ना? अर्थात असाही शेवट असू शकतो की, वाघाच्या तावडीत तो मनुष्य सापडतो... पण तो झाला गोष्टीच्या शेवटाचा आणखी एक पर्याय. आणखी एक शेवट असाही असू शकतो की, फांदी तुटून तो माणूस घसटत खालती गेला; परंतु घसरताना त्याला एका खडकाचा काठ हातात आला आणि त्याला लटकत त्याने आपला जीव वाचवला.

आता, त्या मनुष्याचा त्या स्ट्रॉबेरीला पाहून जागृत झालेला उत्साह किंवा ती स्ट्रॉबेरी खाऊन म्हणा त्या मनुष्याचा जीव वाचणार नव्हता हे खरं; पण त्या पुढच्या क्षणातली कृती आपल्या कल्पनेची पूर्ती करणारी नव्हती आणि जरी आपण बघितलेल्या वेगवेगळ्या पर्यायांपैकीच एखादा शेवट झाला असता तरी त्यामुळे त्या क्षणाला चांगलं किंवा वाईट ठरवता

येईल? तर तसंही नाहीच. तो क्षण त्या वेळी होता इतकंच आणि त्या विद्वान मनुष्यानं तो तसा स्वीकारला.

स्वाध्याय

वर्तमानाच्या या चालू क्षणातली आत्ता या इथली सफर.

तुम्ही हे वाचत असताना अनेक क्षण निघून गेले असणारेत आणि बहुधा तुमच्याही न कळत म्हणून आता वेळ आलीये ती क्षणासंदर्भात सतर्क राहण्याची, क्षणाला अनुभवण्याची. किंबहुना, क्षणाला जगण्याची. आहात तयार? शाब्बास! आता पुढे दिलेला परिच्छेद शेवटपर्यंत काळजीपूर्वक वाचा आणि मग पुस्तक बाजूला ठेवून क्षण अनुभवा. क्षण जगा. अंहं... तुम्हाला वेळ मिळेल त्यानुसार कधीतरी कुठलातरी क्षण नव्हे. आत्ता आणि इथेच!

आपल्याला जर जाणीवपूर्वक, लक्षपूर्वक क्षण अनुभवायचा असेल, तर आपल्याला तो शब्दांत मांडता यायला हवा. वाटल्यास आपण एक सेकंदाचं एकक वापरू पण ते वेळेचं एकक झालं, आयुष्याचं नव्हे.

बरं मग एक श्वास? जरा थांबून आपल्या श्वासाकडे लक्ष द्या. सुरुवातीला हे थोडं जड जाईल म्हणून तुमचा हात वापरा... तो पोटावर ठेवून श्वासाकडे लक्ष द्या.

- आता लक्षपूर्वक श्वास घ्या. तुमचं फुप्फुस, तुमची छाती, तुमचं पोट आणि तुमचं ओटीपोट कसं ऑक्सिजनने भरलं जातंय ते पाहा.
- किंचित श्वास रोखून धरा आणि अगदी हळूहळू सोडा.
- तुम्हाला पोटावर ठेवलेल्या हाताची वर-खाली हालचाल जाणवली? तुमच्या आयुष्यातला 'ताल' जाणवला? लय जाणवली?
- आता पोटावरचा हात काढा आणि आतमध्ये लक्ष स्थिर करा. तिथे 'आतमध्ये' श्वास धरून राहिल्याचं जाणवतंय? तुमच्या जगण्याचा तो स्रोत जाणवतोय? समजा नाही आला लक्षात, तर पुन्हा हात पोटावरा ठेवून बघा. आता समजतंय?

आता असं ठरवू की, दोन श्वासांमधला काळ म्हणजे तो विवक्षित क्षण ज्याची आपल्याला जाणीव करून घ्यायची आहे. पुनःपुन्हा. तुमच्या श्वासाची अनुभूती घ्या. ते एकेक क्षण अनुभवा. बघा ते कसे येतायेत आणि जातायेत. काही समजतंय आयुष्याविषयी? आत्ता या इथे असणाऱ्या क्षणांविषयी? पुढे वाचण्याआधी स्वतःवर वीस क्षणांसाठी केंद्रित करा.

तुम्ही एका विलक्षण प्रकारे तुमच्या आयुष्यातले वीस क्षण अनुभवलेत; पण तरी तुम्ही आत्ता आणि इथे या क्षणातचा खरोखरी अनुभव घेतलात? तुमचे विचार घेतल्या जाणाऱ्या प्रत्येक श्वासाशी संलग्न होते आणि त्या क्षणाची अनुभूती घेत होते? तुम्ही त्या क्षणी जिथे होतात, तिथेच तेसुद्धा होते? की त्या क्षणीसुद्धा तुम्ही बऱ्याच बाहेरच्या करावयाच्या गोष्टींवर विचार करत होतात? रात्रीच्या जेवणासाठी काय करायचंय? आणि त्या मित्रमैत्रिणींचे विचार ज्यांच्याशी तुम्ही बऱ्याच दिवसांत बोलला नाहीत?

क्षणामध्ये जगणं म्हणजे संपूर्णतः त्या क्षणावर लक्ष केंद्रित करणं. क्षणाकडून सर्वकाही मिळवणंही आणि त्या क्षणाला सर्व काही देणंही.

शाओलिन मठातल्या गुरूला एकदा एका शिष्यानं विचारलं, ‘‘गुरुजी, तुमच्या दैनंदिन आयुष्यात तुम्ही क्षणामध्ये जगणं कसं काय साध्य करता?’’

गुरू उत्तरले, ‘‘भूक लागली की, मी जेवतो. पोट भरलं की, माझं ताट धुऊन ठेवतो. दमलो की झोपतो.’’

शिष्य म्हणाला, ‘‘पण हे सगळे जणच करतात; पण म्हणजे सर्वच जण तुमच्यासारखं क्षण जगणं अनुभवतात?’’

गुरू उत्तरले, ‘‘नाही. त्याच प्रकारे नाही.’’

शिष्याने विचारलं, ‘‘का नाही त्याच प्रकारे?’’

गुरू स्मित करीत म्हणाले, ‘‘जेव्हा बाकीचे खात असतात, तेव्हा ते खाण्याला १००% तोंड देत नाहीत. त्यांची मनं अगणित विचारांनी भरलेली असतात म्हणून मी म्हणतोय- ‘त्याच प्रकारे नाही.’’’

तुमचं काय? तुम्ही तुमचे वीस क्षण इतर सर्वांनी अनुभवले तसेच अनुभवलेत की जसे गुरू जगले तसे? तुम्हाला त्या क्षणांची अनुभूती मिळाली? की तुम्ही स्वतःमध्ये असण्याऐवजी इतरत्रच भलतीकडे होतात आणि म्हणून ते वाया घालवलेत?

शाओलिन तत्त्वांनुसार चालणाऱ्यांचं एक उदाहरण म्हणजे पक्षी. तसं तर बहुधा सर्वच प्राणी त्याच तत्त्वांनुसार जगतात; पण आपण ते पक्ष्यांचं निरीक्षण करून समजून घेऊ शकतो. पक्षी हे नेहमी क्षणात असतात, क्षणांमध्ये जगतात. वसंत ऋतू, उन्हाळा, हिवाळा येतो म्हणून ते गातात. ते आनंदी आणि सुदृढ असतात. कारण, ते क्षण जगतात. ते गातात तेव्हा ते फक्त गात आसतात. ते खाणं, घास भरवणं किंवा झोपणं एकाच वेळी करत नाहीत. या सर्व गोष्टी तेव्हाच करतात, जेव्हा त्यांना खायचं असतं, घास भरवायचे असतात किंवा झोपायचं असतं. पक्षी एकेक क्षण, प्रत्येक क्षण जगतात. जेव्हा आपण त्यांना गाताना ऐकतो, तेव्हा आपल्याला जाणवतं की, त्यांना खऱ्या अर्थानं कळलंय की, प्रत्येक क्षणाला मौल्यवान कसं बनवायचं ते. प्रत्येक क्षणाच्या आगळेपणानं. वेगळेपणानं.

प्रत्येक क्षण हा आगळावेगळा अद्वितीय असतो.

वेगवेगळा प्रत्येक क्षण हा येतो आणि जातो तो फिरून परत न येण्यासाठीच. त्यासारखे अनेक क्षण असतीलही कदाचित; जास्त चांगले किंवा जास्त वाईट, जास्त मजेदार किंवा जास्त दुःखद; पण तो जो येऊन गेलाय तो तसा क्षण पुन्हा कधीच नाही येत. आपण जेव्हा 'चालू वर्तमानाच्या महत्त्वावर' विचार करतो, तेव्हा एक समजणं जरुरीचं असतं की तो इतका खास, अलौकिक असण्याचं कारण तो प्रत्येकच गोष्टीला एकमेवाद्वितीय बनवतो. जरी तुम्ही त्याच पुस्तकाला तोच मजकूर आधी वाचलात, त्याच प्रकारे पुन्हा वाचलात आत्ता वाचलात तसा, तरीही तो हुबेहूब तंतोतंत तसा नसतो कारण दोन्हींचा काळ वेगळा असतो. आपण कितीही प्रयत्न करू तरी सरतेशेवटी नंतरचं वाचन हे नक्कलच ठरणार, आधीच्या गोष्टीची १००% तंतोतंत प्रतिकृती नसणारच ती!

म्हणून परतून पुन्हा येऊ न शकणाऱ्या, हातून निसटलेल्या क्षणाला चिकटून राहण्यासाठी माणसाची केविलवाणी धडपड सुरू असते यात नवल ते काय? एका आग लागलेल्या घरातून माणूस काय काय वाचवेल यावर जेव्हा संशोधन करण्यात आलं, तेव्हा सुरुवातीला फार आश्चर्यकारक निष्कर्ष समोर आले – महत्त्वाच्या कागदपत्राखालोखाल आगीतून लोकांना दुसरी कोणती महत्त्वाची गोष्ट जपून बाहेर काढावी वाटली असेल, तर ती

म्हणजे त्यांचे फोटोग्राफ्स. बाकी स्वतःच्या वैयक्तिक गोष्टींचा क्रम नंतर लागला होता!

असं कोणतं कारण असेल की, फोटोग्राफ्स इतके मौल्यवान वाटत असतील? त्याचं कारण म्हणजे फोटोग्राफ्सची जागा दुसरं काही घेऊ शकत नाही! आपण वेगवेगळ्या वस्तू पुनःपुन्हा विकत घेऊ शकतो किंवा एखादं चित्रंसुद्धा पुन्हा चितारू शकतो; पण एखाद्या फोटोत तो जाणारा काळ पकडला जातो तो पुन्हा कसा आणणार? अगदी एकाच ठिकाणी कॅमेरा रोखून अगदी अर्ध्या सेकंदाच्या फरकाने लागोपाठ दोन फोटोज जरी काढले तरी तेही १००% एकसारखे असत नाहीत. कारण, क्षण बदललेले असतात. फोटोग्राफ्सइतकी दुसरी कोणतीच गोष्ट क्षणभंगुरतेचा स्पष्ट पुरावा समोर ठेवत नाही!

पाश्चिमात्य समाजाचा कल हा आपल्या आयुष्यातल्या सुखद क्षणांमध्ये स्वतःहून भर टाकण्यापेक्षा त्यांना स्वप्नांत जपत राहण्याकडे राहिलेला दिसतो. प्रारंभीच्या काळात त्यासाठी रेखाटनं आणि चित्रांचा वापर झालेला दिसतो, तर पुढच्या काळात फोटोग्राफ्सचा. भावी पिढ्यांसाठी अशा प्रकारे त्या आनंदी, सुखद क्षणांची स्मृती जपलेली आढळते; परंतु शाओलिनचं वर्तमान जगण्याचं तत्त्व सांगतं की, आपण असे क्षण पकडून ठेवू शकत नाही. ते जगण्याचं उत्तरदायित्व असतं आपलं.

फ्रेंच तत्त्वज्ञ ज्याँ पाल सार्त्र म्हणाला होता, ''तसे तर याहून सुंदर अनेक काळ असतीलही; पण हा चालू काळ आपला आहे!''

पण तरीही, आपण कायमच त्या सध्याच्या काळापेक्षा सुंदर अशा काळाविषयीच ऐकत, वाचत आलेलो असतो. ते कदाचित जास्त खडतर, जास्त अवघड किंवा जास्त आहुती मागणारे असतील; पण एकंदरीत ते जास्त चांगले काळ होते. आगळे काळ होते. ही कल्पना शाओलिन तत्त्वांना तशी परकीच, कारण शाओलिन अनुसार प्रत्येकच दिवस हा चांगला दिवस असतो; पण याकडे पाश्चिमात्य विचारसरणीचा चश्मा लावून समजून घेणं बरोबर ठरणार नाही. एखादा दिवस चांगला नसतो. कारण, आपण तशी धारणा ठेवून असतो. त्याकडे आपण वाईट म्हणून पाहिलं म्हणून तो वाईटही ठरत नसतो. हे वाक्य काही प्रत्येक दिवसात काही चांगलं शोधा म्हणून केला गेलेला उपदेश नव्हे.

एखादा दिवस एखादा तास, एखादा क्षण आहे तसा स्वीकारला, तर मग तो चांगला किंवा वाईट ठरवायचं कारण नाही. तो असतोच अस्तित्वात. प्रत्येक दिवस हा एक दिवस असतो, असं साधंसरळ वाक्य कदाचित आपल्याला आकळायला सोपं जावं. आपण कुठल्याही क्षणाकडे पूर्वग्रहाने बघत त्याचं मोजमाप करू नये, या शाओलिन तत्त्वानुसार चांगले हे काही वाईट याच्या विरुद्धार्थी नाही. एखादा दिवस, एखादा तास किंवा एखादा क्षण हा चांगला असतो. कारण, मुळात तो तिथे असतो! आणि हेही कारण की, तसं असण्याला पर्यायही नाहीच.

आपल्याला पसंत पडो वा ना पडो पण आयुष्य हे वर्तमानात आहे, इथं आहे. काळाच्या कुठल्याही एखाद्या टप्प्यात, एखाद्या विवक्षित क्षणी काही वेगळं असतं, तर आपण आज जिथं आहोत तिथे नसतो. तुम्हीही नसता आणि मीही नसतो; पण वेगळं असं काही नव्हतं म्हणून दुसऱ्या कुठल्या शक्यतांचा विचार व्यर्थच ठरेल आणि मग ते चांगलं की वाईट हासुद्धा.

एखाद्या सकाळी उठल्यावर जर आपल्याला जाणीव झाली की, आपण आजारी आहोत, नोकरी जाऊन बेकार आहोत, एकटे आहोत किंवा भलतेच जाडजूड झाले आहोत तर मग जे आहे ते आहे, आयुष्य पुढे जातच राहणार आहे. एखाद्या दिवसाची किंवा एखाद्या क्षणाची तुम्हाला कुठली जाणीव झालीये त्या संदर्भात कसलाच संबंध नसतो. सूर्य त्याच्या मार्गाने उजाडत-मावळत असतो आणि आयुष्यातले क्षण येत-जात असतात व जेव्हा कुठल्याही एका क्षणाला तुमच्या मनात विचार येतो की, हा क्षण का चांगला नाहीये तोपर्यंत तो क्षण कायमचा गेलेलाही असतो. त्या क्षणात काय घडलं हे महत्त्वाचं नसतं; पण तुम्ही स्वतः तो क्षण कसा जगलात हे महत्त्वाचं असतं.

'काही गोष्टी नंतर करू' म्हणून चालढकल करत आपलं आयुष्य जगू नका!

जेव्हा मी 'एका क्षणा'चा कालावधी आपल्यापुरता निश्चित करावा आणि त्यासाठी काही एकक असावं असा विचार केला, तेव्हा क्षण हा एका सेकंदात मोजावा, असा विचार केला. माणसाच्या मनात हे एक खोलवर रुजलेलं स्वभाववैशिष्ट्य आहे की, सगळं काळवेळेच्या गणितात पद्धतशीरपणे मांडून

त्याची प्राधान्यानुसार क्रमनिश्चिती करून ठेवायची. आपण वेळेला आणि काळाला सेकंदं, मिनिटं, तास आणि महिन्यांत पकडण्याचा प्रयत्न करतो नेहमी. आपल्या जीवनात महत्त्वाच्या असणाऱ्या सगळ्या गोष्टींसाठी आपण विशिष्ट वेळ निश्चित करून ठेवत असतो. ख्रिसमस, मोठ्या सुट्टीवर जाण्याची सुरुवात, निवृत्तीचा दिवस, ज्याची खूप काळ प्रतीक्षा करत आलोय, अशा कम्प्यूटरची डिलिव्हरी मिळण्याचा दिवस, नवीन जॉबसाठीच्या मुलाखतीचा दिवस, वजन कमी करण्याचं वेळापत्रक... वगैरे. आणि मग ज्या गोष्टींसाठी अशा विशिष्ट वेळा किंवा दिवस नक्की केलेले नसतात, त्या गोष्टी अशा सर्व गोष्टींसमोर दुय्यम ठरतात.

आपण आधी ठरल्यानुसार एखाद्या विशिष्ट भेटीसाठी निघालो असू आणि समजा अचानकच आपली गाठ अशा एखाद्या व्यक्तीशी पडली की, जिच्याशी बोलावं असं आपल्या डोक्यात वर्षानुवर्षं असेल तरीही अशा वेळी आपण त्या व्यक्तीची भेट टाळून आपल्या पूर्वनियोजित भेटीलाच प्राधान्य देत, त्या व्यक्तीच्या भेटीसाठी भविष्यातली एखादी वेळ मनात ठरवू, नवीन वर्षाच्या मुहूर्तावर आपण धूम्रपान बंद करू, आपण नवीन प्रकारचं सॉफ्टवेअर शिकायला सुरुवात करू जेव्हा ऑर्डर केलेला नवीन कम्प्यूटर घरी दाखल होईल, जो की, थोड्यांच दिवसांत येणार असेल आणि जेव्हा आपण सुट्टीवर जाऊ तेव्हाच आपण आयुष्यात मजा अनुभवायला सुरुवात करू; एक आठवडा उरलाय मग पुन्हा काम सुरू, सात वेळा पुन्हा लवकर उठणं सुरू, आठवड्यातले पाच दिवस ऑफिसला जाणं सुरू... तो आठवडा लवकर संपता तर...! उजळ बाजू बघू या - कामाचा दिवस संपायला अवघे दोनच तास शिल्लक आहेत आणि मग संपणार हा दिवस. आयुष्यातला एक दिवस चक्क! हे ऐकताना तुम्ही माना डोलावताना दिसताय का मला? मला ऐकायला येतंय का तुमचं म्हणणं की - काय चुकीचं आहे यात, सरतेशेवटी प्रत्येक जण कशा ना कशाच्या वाटेकडे डोळे लावून बसलेला असणारच ना? म्हणून?... खरंय! अगदीच खरंय प्रत्येकाला तसं वाटणं आणि जरूर वाटावंच की!

पण तुमच्या आयुष्यातल्या दोन महत्त्वाच्या ठळक प्रसंगांमध्ये जो काळ आहे त्याचं काय? दोन सुट्ट्यांमधला काळ? तो काळ जो तुम्ही अक्षरशः कसंतरी करून घालवत असता? तो काळ संपण्याची वाट बघत? तो काळ जेव्हा तुम्ही विचार करत घालवता की, आता यापुढे मला आणखी

१०७ दिवस कामावर जायचंय माझी पुढची सुट्टी येईपर्यंत? तुम्ही कधी विचार केलाय की, असा पुढचं काहीतरी मनाजोगं मिळेपर्यंतचा काळ येण्याच्या विचार करण्याच्या काळातच तुम्ही किती क्षण हातातून निसटू दिलेयत ते? आणि जर का असा कितीतरी काळ जो तुम्ही तुमची सुट्टी सुरू होण्याच्या अपेक्षेत विचार करण्यात घालवलाय, ती वेळ उजाडल्यावर ऐन वख्ताला जर तो सुट्टीचा बेतच प्रत्यक्षात रद्द करायला लागला तर? म्हणजे ते त्या काळामधले असे कितीतरी क्षण वाया जाणार जे खरं पाहता त्यातला एकेक क्षण तुम्ही किती विलक्षण आनंदात जगू शकला असतात? आपल्याला अशा वर्तमानाकडे दुर्लक्ष करण्याचा मोह होत असतो, जेव्हा खरं म्हणजे आपण असं काही करायला हवं असतं. जे त्या वेळी कदाचित फार आकर्षक वाटणारं नसेल किंवा आपल्याला फार आनंद देणारं नसेल.

वर्तमानात, चालू क्षणांत जगणं म्हणजे – त्या क्षणात गोष्टी जशा आहेत तशा स्वीकारणं आणि प्रत्येक क्षण जे जे देऊ करतोय ते ते त्या अचूक क्षणी घेणं.

वर्तमानाचं तत्त्वं आपल्याला हेच शिकवतं की, येणारा प्रत्येक क्षण भरभरून जगणं; आवश्यक असेल, तर आपल्याला जेव्हा ज्या गोष्टी कराव्याशा वाटतात त्या करणं किंवा मग जाणीवपूर्वक त्या करण्यापासून स्वतःला परावृत्त करणं. आत्ता वा कधीच नाही असंच!

काही प्रसंगी असा क्षण येतो की, त्यानंतर मग कधीच नाही! मला आठवतंय, मी मागे माझ्या एका मित्राला सांगत होतो की, आपण आपल्या एका प्रिय सहकाऱ्याला भेटू या म्हणून. दिवस संपायला आला होता. संध्याकाळची वेळ. मी त्याला दुसऱ्या दिवशी फोन करण्याची नोंद करून ठेवतच होतो, तितक्यात मित्राचं उत्तर आल, ''आत्ता फोन करू या त्याला. आत्ता लगेचंच...'' आता हे अगदीच घिसंपिटं उदाहरण ठरेल या किश्शासंदर्भात की आमचा तो मित्र त्यानंतर काही दिवसांतच गेला; पण दुर्दैवानं ते खरं आहे. तो ढळढळीत पुरावाच ठरला की, खरंच कधीकधी उद्याचा दिवस नसतो उजाडत!

काही मंडळी जणू नियतीने पुढे काय वाढून ठेवलंय हे संपूर्ण चित्र माहीत असल्यागत, अगदी काटेकोरपणे त्यांच्या आयुष्याचं वेगवेगळ्या

काळाच्या तुकड्यात विभाजन करून तसं प्लॅनिंग करतात; ते एका विशिष्ट टप्प्यापर्यंत अभ्यास करतात, ठरावीक कालावधीसाठीच काम करतात, मधल्या काळात सुट्टीची मजा लुटतात आणि मग निवृत्त होतात आणि शेवटी मग ते त्यांना हवं ते करायला मोकळे असतात. अनिर्बंध स्वातंत्र्य! एक मस्त मनसोक्त जगण्याजोगं जीवन!

पण मला नेहमीच आश्चर्य वाटतं की, अशा लोकांना कसं कळतं की, त्यांना किती आयुष्य लाभलंय ते? त्यांना कसं कळतं की, ते कशाचीतरी वाट बघण्यात वेळ नक्कीच फुकट घालवत नाहीयेत की, जे कधीही प्रत्यक्षात येऊ शकणार नाहीये? त्यांना कुठल्या कारणामुळे असा विश्वास असतो की, ते सध्या जो वर्तमान सोसतायेत, त्याची भरपाई भविष्यात कधीतरी नक्की होईल म्हणून? दररोज सकाळी उठल्यावर आपल्याला याची ठाम जाणीव असायला हवी की, आपल्याला बरं वाटो वा वाईट, आपण सुखी असोत वा दुःखी, आपण एकटे असू वा कुणासोबत; आयुष्याचं खरं इंगित कशात असेल, तर त्या वर्तमानात! जो कुठला क्षण आपण जगणार नाही तो कायमचा गेलाच हे समजा आणि आज ना उद्या एक दिवस असा उजाडणारच आहे. जेव्हा आपली या पृथ्वीचा निरोप घेण्याची वेळ येईल.

वर्तमान हा दिवसामध्ये मोजला जात नाही, ना की आज आणि उद्यामध्ये.
वर्तमान मोजला जातो क्षणांमध्ये!

कुठल्याही क्षणी आपण धाड्कन उन्मळून पडू... आणि मग... खल्लास आपला खेळ! एकाएकी... असाच... अकारण! म्हणून तर या इथे, आत्ता, एकेक क्षण जगा... त्यासाठी हाताशी तुम्हाला मोकळा वेळ मिळायची वाट बघत बसू नका!

स्वाध्याय

काळासंबंधी काही विचार

तुम्ही क्षणामध्ये जगू शकत आहात? की तुमच्या इच्छा-आकांक्षा आणि आयुष्य भलत्याच दिशेनं जातायेत? खाली दिलेल्या प्रश्नांच्या आधारे तुम्हाला आयुष्यात लाभलेला वेळ तुम्ही कसा कारणी लावता यावर चिंतन करा -

१) तुम्ही तुमचं आयुष्य कुठल्या कुठल्या भागांमध्ये विभागलंय?

....

२) त्यातल्या कोणत्या भागात तुम्ही सध्या जगताहात?

....

३) जर पुढच्या मिनिटामध्ये तुमची जीवनज्योत मालवणार असेल, तर अशी कोणती एक गोष्ट तुम्ही करालच कराल?

....

४) ती गोष्ट तुम्ही आजपर्यंत का केली नसेल?

....

५) असा कोणता शेवटचा क्षण आहे, जो तुम्ही जाणीवपूर्वक जगला होतात?

....

६) तुम्हाला या क्षणी असं वाटतंय का की काळ पट्कन पुढे सरकावा? जर उत्तर होय असेल तर तसं का वाटतंय?

....

७) जर का एक श्वास हा एका क्षणाइतका मानला, तर आजपावेतो या क्षणापर्यंत किती क्षण संपले असावेत?

....

''शहाणा माणूस हा एखाद्या बालकासारखा
असतो,
ज्याचं मन कुठल्याही गोष्टीनं आश्चर्यानं
भरून जात असतं.''

- तिबेटमधून.

२. सजग मनाचं तत्त्व

''एखादी मधमाशी जशी फुलाच्या रंगाला किंवा गंधाला बाधा न आणता अलगद त्यातला मध टिपून जात असते, तसंच शहाणी माणसं या जगात वावरत असतात.''

– बुद्ध

शिका. दुसऱ्यांना समजून घेण्याची तसंच स्वतःलाही जाणून घेण्याची अंतर्दृष्टी ही मनाच्या सजग अवस्थेतूनच मिळते.

माझ्या फोटोग्राफीच्या व्यवसायात रमणीय भूप्रदेशाचं छायाचित्र कसं टिपायचं याविषयी मला नेहमीच विचारलं जातं. बहुतेक लोकांची हेच ऐकण्याची अपेक्षा असते की, त्यासाठी उपजत तयार नजर लागते, महागडा आधुनिक कॅमेरा लागतो किंवा मग किमान काहीएक वर्षांचं प्रशिक्षण लागतं... किंबहुना, हे सर्वच! अशा वेळी जेव्हा ती मंडळी माझं उत्तर ऐकतात, तेव्हा चाटच पडतात. त्यांना प्रचंड आश्चर्य वाटतं.

माझा विश्वास आहे की, चांगला फोटोग्राफर होण्यासाठी दोन गोष्टींची आवश्यकता असते – जागृत मन आणि विनयशीलता. एखादा चांगला फोटो हा तुम्हाला झालेला आनंद, तुम्ही पाहिलेलं आश्चर्य बघणाऱ्याला त्याच्याशी जोडून घेत तुम्ही जगलेल्या क्षणाची खरी अनुभूती देणारा असायला हवा. तो फोटो बघणाऱ्याला तुमची सृष्टीप्रतिची विनम्रता आकळायला हवी आणि त्यानेही त्या कलाकृतीसमोर मनोमन मान झुकवायला हवी आणि म्हणूनच तुम्हीही करायला हवं. मग बघणाऱ्यालाही तो फोटो ते दृश्य नक्कीच भावेल.

त्या क्षेत्रात पाऊल ठेवणारे तुम्ही आगदी नवशिके फोटोग्राफर असा किंवा त्या क्षेत्रात अनेक दशकांचा अनुभव असणारे सराईत व्यावसायिक फोटोग्राफर असा – समोरच्या सृष्टीच्या कलाकृतीसमोर प्रत्येक जण सारखाच असतो. तुम्ही एकाच डोंगरासमोर, एकाच कुरणासमोर, एकाच फुलासमोर उभे असता. तुम्ही एकाच प्रकारच्या प्रकाशात जग पाहत असता आणि तरी काही फोटोग्राफर्स समोरचं दृश्य स्मरणचौकटीत बंदिस्त करण्यासाठी शटरचं बटन दाबण्याआधी, कॅमेऱ्याच्या दृश्यदर्शकातून फक्त एक धावती नजर टाकतात. इतक्या ओझरत्या धावत्या नजरेत ते समोरच्या दृश्यामधलं काय काय टिपू शकलेले असतात?

ध्यान देणं/लक्ष असणं हा जागृत मनोवस्थेचा एक प्रकार

त्याउलट इतर काही फोटोग्राफर्सचं! ते एकदा समोर पाहतील आणि मग फिरून पुनःपुन्हा येत राहतील न्याहाळायला.

त्यांना सकाळच्या सौम्य सूर्यप्रकाशातल्या आणि सायंकाळच्या प्रकाशातल्या रंगच्छटा ठाऊक असतात.

त्यांना दुपारच्या उन्हामुळे पडणारी गडद सावली ठाऊक असते.

त्यांना ठाऊक असतो समोरचा रमणीय भूप्रदेश, ती फुलं, ते ढग आणि ते आभाळ.

त्यांना ठाऊक असतो, त्यांच्या कलेसाठी कोणत्या वेळचा प्रकाश चांगला आणि कुठल्या मोसमातला ते!

जसा एखादा पोर्ट्रेट फोटोग्राफर फोटोज काढण्याआधी आपल्या समोर बसणाऱ्या मॉडेलशी छान ओळख करून घेतो, तद्वत त्यांनी ओळख करून घेतलेली असते समोरच्या भूप्रदेशाशी – तेव्हाच मग ती वेळ ठरते दृश्यदर्शकाला डोळा भिडवून समोरच्या दृश्याला नीटसपणं जोखण्याची.

एकदा का त्या फोटोग्राफर्सनी समोरच्या दृश्यातले सर्व रंग डोळ्यांत साठवले, फुलांचे गंध श्वासात भरून घेतले – जे की खरं तर निघणाऱ्या फोटोत दिसणारही नसतात किंवा त्या फुलांना अलगद कोपरखळी मारून जाणारी मंद झुळूकही दिसणार नसते – आणि त्यांच्या आंत असणाऱ्या 'स्व'ने त्याचं सर्वतऱ्हेनं मूल्यमापन केलं की, मगच असे हुशार फोटोग्राफर्स – तो अचूक क्षण ठरवतात समोरच्या दृश्याचा फोटो काढण्याचा! (मला हेच वर्णन चपखल

वाटतं). त्यांना माहीत असतं ना त्यांचा कॅमेरा, ना त्यांची बुद्धिमत्ता, ना त्यांचं प्रशिक्षण उपयोगी पडणार असतं उत्तम फोटो निर्मितीसाठी. महत्त्व असतं ते सुंदर भूप्रदेशाला आणि त्यांच्या समोरच्या दृश्याप्रतिच्या सच्च्या आदराला! जेव्हा त्यांना याची जाणीव असते, तेव्हाच समोरच्या कलाकृतीला खरा न्याय मिळतो आणि तो फोटोसुद्धा दर्शकांच्या प्रशंसेला पात्र ठरतो.

सध्या ऐकायला जरी हे मनाच्या सजगतेचं तत्त्व सोपं वाटलं, तरी हे समजायला काहीसं कठीणच! ही संकल्पना सावकाश वेळ देऊन शिकण्याजोगी आणि हळूहळू आकलन होण्याजोगीच!

चीनमध्ये म्हटलं जातं– ''तुम्हाला बांबूचं चित्र रेखाटायचं असेल, तर तुम्ही आयुष्यभर बांबूचं रेखाटन चालू ठेवा. कदाचित, तेव्हाच तुम्हाला बांबू रेखाटणं साध्य होईल.''

अर्थात तुम्ही प्रत्येक झाडाजवळ, प्रत्येक झुडपाजवळ, प्रत्येक फुलाजवळ जाऊन म्हणूच शकता, ''मी तुमच्याविषयी मन जागृत केलंय.'' तुम्ही प्रत्येक माणसाजवळ, प्रत्येक दगडाजवळ, प्रत्येक झऱ्याजवळ जाऊन म्हणूच शकता की, मी तुमच्याविषयी मन जागृत केलंय. जे लोक तुम्हाला ओळखतात ते हे समजायला कठीण असणारं तत्त्व तुम्हाला आकळलंय आणि तुम्ही ते जगतासुद्धा याबद्दल तुमचं कौतुक करतील.

पण तुम्हाला स्वतः मात्र त्याचा आनंद लुटण्याऐवजी तुम्हाला ते सर्व काहीसं विचित्र वाटेल. कारण, तुमची विचारसरणी बदललेली नसेल. त्या सर्व पोकळ कृती ठरतील, ज्याचा तुमच्या सच्च्या जागृत मनोवस्थेशी संबंध नसेल. कोणीही असं अचानकच एखाद्या दिवस सकाळी उठला आणि उत्तम फोटोग्राफर बनला असं होत नाही आणि तसंच कुणीही एकाच दिवसात मनाची जागृतावस्था प्राप्त करू शकला असंही होत नाही.

<u>स्वाध्याय</u>

मनाची जागृतावस्था (सजगता) कशी शिकावी?

मनाच्या सजगतेकडे जाण्याचा मार्ग सुरू होतो तुमच्या 'स्व'ला तुम्ही जाणून घेण्याच्या टप्प्यापासून, तुम्ही स्वतःला अनुभवणं सुरू केल्यापासून,

तुम्हाला स्वतःच्या शरीराची आणि तुमच्या क्षमतांची खऱ्या अर्थानं जाणीव होईल तेव्हापासून. चला आपण हे समजून घेऊ. अंहं, नंतर कधीतरी, दुसऱ्या वेळी... वगैरे नाही. आत्ताच! तुम्हाला माहितीये आता आपली स्वयंशिक्षणाची पद्धत.

- तुमच्या हातांपासून सुरुवात करू. या क्षणी बसलेले असा, उभे असा किंवा आडवारलेले असा- त्यानं काही फरक पडत नाही. असंही असण्याची दाट शक्यता की, या क्षणी तुम्ही हे पुस्तक हातात धरलेलं असेल. कदाचित, तुम्ही हे तुमच्या समोरच ठेवलेलं असेल आणि तुम्ही एका किंवा दोन्ही हातांवर तुमचं डोकं तोलून पुस्तकाकडे बघत असाल. तुम्ही आत्ता जसं पुस्तक वाचताय त्याच प्रकारे नेहमी वाचता?
- आता तुमच्या हातांवर लक्ष केंद्रित करत सुरुवात करा. तुमचे हात अनुभवा. जाणीवपूर्वक हातांना अनुभवा अगदी बोटांच्या टोकांपर्यंत. काही फरक जाणवतोय? तुमच्या बोटांच्या चिमटीत पकडलेलं पुस्तक तुम्हाला जाणवतंय? तुम्ही स्वतःलाच अनुभवताय...तुमच्या 'स्व'ला असं जाणवतंय? चला, मग पुढे जाऊ.
- आता तुमच्या 'स्व'ला जाणण्याचा अनुभव हातांपासून हळूहळू वर नेत छातीपर्यंत न्या. तिथून पुन्हा बोटांच्या टोकांपर्यंत आणि तिथून पुन्हा छातीपर्यंत. सावकाश!
- तुम्हाला तुमच्या श्वासाची जाणीव होतीये? त्याकडे ध्यान द्या. बरगड्यांपासून श्वास घ्या. छाती फुगवा आणि पूर्ण छाती भरून श्वास घ्या. तुमच्या पोटापासून श्वास घ्या आणि उदरपटलावर जाणीवपूर्वक दाब द्या. तुमची छाती आणि पोट कसं प्रसरण पावतंय आणि श्वास शरीरभर पसरतोय ते कळतंय? अगदी काही क्षण थांबा आणि मग श्वास सोडा.
- तुमच्या लक्षात एक गोष्ट आली की, तुम्ही जाणीवपूर्वक श्वासावर लक्ष केंद्रित केलंत, तेव्हा तुमचा शरीराचा खालचा भाग जड आणि काहीसा स्थिर, अचल झाला? तुम्ही जर बसलेल्या स्थितीत असाल, तर अशीच जाणीव आता कंबरेच्या खालती कुल्ल्यापासून खालती स्नायूंपर्यंत न्या.
- आता कंबरेवरचं शरीर एकदम काटकोनात सरळ ठेवा आणि शरीराचा गुरुत्वमध्य तुमच्या कुल्ल्यांपर्यंत न्या. तुम्हाला आता सीटचा स्पर्श जाणवतोय?
- आता तुमचे पाय जमिनीपर्यंत आणा. आता सावकाशपणे तुमच्या शरीराविषयीची जाणीव पायांपासून खालती नेत पावलांपर्यंत आणि

टाचेपर्यंत न्या. हे पहिल्या झटक्यात नाही जमलं, तर पुन्हा प्रयत्न करा. मनाच्या सजगतेचं तत्त्व कठीण यासाठी आहे की आपण ते कधीचंच विसरून गेलोय. पुन्हा पावलांवर लक्ष केंद्रित करा. दोन्ही पायांच्या टाचा जमिनीवर टेकलेल्या असू द्या. त्यांना सैल सोडा. त्यांना जमिनीवर दाबू नका. फक्त त्यांचा जमिनीशी असणारा संपर्क अनुभवा.

- आता तुम्ही याच स्थितीत असताना एकाच वेळी पावलांवर आणि कुल्ल्यांवर लक्ष केंद्रित केलंत, तर तुम्हाला कळेल की तुम्ही कमालीच्या भक्कमपणे बसला आहात. आता तुम्हाला या स्थितीत कुठलीही गोष्ट हलवू शकत नाही आणि तुम्हाला हेही जाणवेल की, मनाच्या सजगतेमुळे, जागृतावस्थेमुळे तुम्हाला एक विलक्षण गाढ शांती मिळालेली आहे.
- आता तुमचं ध्यान पुन्हा पायांवर आणा. मग कुल्ल्यांवर.... मग श्वासावर... मग हातांवर... आणि मग हाताच्या तळव्यांकडे... आणि आता पुन्हा पुस्तकाच्या स्पर्शाची अनुभूती घ्या.

भारतातल्या बुद्धीधर्म या साधूनं शाओलिनमध्ये जाऊन मठाची स्थापना करून निःशस्त्र हातांच्या साहाय्याने झुंजण्याच्या कलेमध्ये प्रावीण्य मिळण्याच्या घटनेला १५०० वर्षं उलटलीयेत. १५०० वर्षांच्या या काळात तिथल्या मठातल्या साधूंनी मनाच्या सजगतेचं, जागृतीचं तत्त्वं त्यांच्या आयुष्यात उच्च कोटीला नेऊन ठेवलंय आणि त्यामुळे त्या योद्ध्यांना जगभर प्रचंड आदराचं स्थान मिळालंय. मठामधल्या नवशिक्यांना स्वतःची शरीराची देखभाल आणि मशागत करण्याबरोबरच शरीराच्या हजारो क्षमता ओळखून त्यांच्याकडून कामंही करून घेणं शिकावं लागतं. एका बुळबुळीत निसरड्या पृष्ठभागावर स्थिर उभं राहून त्यांना पायाखालची जमीन अनुभवावी लागते, जाणीवपूर्वक तळव्यांच्या बोटांच्या, अंगठ्यांच्या स्नायूंवर नियंत्रण मिळवावं लागतं. त्या स्थितीत नजरेवर ताबा ठेवत श्वासोच्छ्वासाची लयसुद्धा नियंत्रित करावी लागते. प्रत्येक हालचाल विशिष्ट उद्देशानं, हेतुपुरस्सर करणं शिकावं लागतं.

निष्णात योद्धा हा कुठलीच गोष्ट नशिबावर सोडत नाही. तो कायम एकच नियम पाळतो, तो म्हणजे लढाईत कुठलाही नियम नसतो, तिथे असते फक्त मनाची सजगता!

एक उदाहरण देतो तुम्हाला. तुम्हाला जर रमणीय भूप्रदेश टिपणारा फोटोग्राफर व्हायचं असेल, तर कदाचित तुम्ही मला त्या संबंधी काही युक्त्या विचाराल. मी सांगेन की, तुम्ही क्षितिजरेषा ही चौकटीच्या मध्यभागी न ठेवता चौकटीखालच्या एक तृतीयांश जागेत ठेवा. त्याने रचना अधिक छाप पाडणारी, देखणी बनेल. तुम्ही माझा सल्ला ऐकून त्यानुसार क्षितिजरेषा मध्यभागी न ठेवता चौकटीखालच्या एक तृतीयांश भागात ठेवाल. आता असं करण्याचा मनाच्या सजगतेशी, जागृतपणाशी काही संबंध आहे? त्यामुळे तुम्ही अधिक देखणे फोटोग्राफ्स काढू शकाल? बहुधा नाही; पण तेच मी जर तुम्हाला असं म्हटलं की, फोटो काढताना तेवढी क्षितिजरेषा चौकटीत कुठे ठेवाल त्याकडे लक्ष असू द्या, तर मात्र ती अगदीच वेगळी गोष्ट ठरेल. परिणामांकडे लक्ष द्या. क्षितिजरेषा तुमची तुम्हीच वर, मध्यभागी, खालती वेगवेगळ्या ठिकाणी ठेवून बघा. सरतेशेवटी तो फोटोग्राफीचा आविष्कार तुमचा असणारेय, त्यासाठी मी नियम सांगून काय होणार? जर तुम्हाला क्षितिजरेषा मधोमध ठेवावीशी वाटली, तर अलबत तिने त्या ठिकाणी असावं; पण तुम्ही जर त्या संबंधी काहीएक विचार करायलाही विसरला असाल तर मात्र नाही. तुम्ही नियम पाळा अथवा नका पाळू; पण जे कराल ते विचारपूर्वक, जाणीवपूर्वक करा.

मनाची सजगता किंवा जागृतावस्था म्हणजे हेच की, उपलब्ध अनेक पर्यायांपैकी एखादा निवडणं आणि तोही त्या विशिष्ट परिस्थितीला चपखल बसेल, सुयोग्य ठरेल असाच तो एक निवडणं!

याचा दुसरा अर्थ असा की, मुळात किती प्रकारचे पर्याय आहेत, याचंही ज्ञान असणं. आता तुम्ही स्वतःच्या मनाच्या सजगतेचा अनुभव घेतला आहात, तर आता पुढे जायची वेळ झालीये आणि तुम्ही एकटेच नाही आहात, तेव्हा चला माझ्या बरोबर एका आल्हाददायक, दिमाखदार तेजस्वी दिवसाच्या तितक्याच आल्हाददायक सोनेरी दुपारी...

सजगतेकडून सर्जनाकडे!

आपल्या आवतीभोवती असणाऱ्या कुरणांमध्ये फुललेली हजारो चमकती सुंदर फुलं पाहिलीत? किती सुरेख लखलखतायेत आणि चमचमतायेत?

किती देखणा गालिचाच पसरलाय जणू! मीही पाहिली आहेत ती. मला खूपच प्रफुल्लित वाटलं त्यांना बघून. वसंत ऋतू, आल्हाददायक उबदार वातावरण आणि ती फुलं. वास्तविक पाहता, ते सुंदर कुरण आणि ते फुलांचं सौंदर्य इतकंच पुरेसं होतं माझ्याकरिता; पण या वेळी एकूणच भोवतालाचं सखोल ज्ञान असणाऱ्या ज्या माणसाची मला भुरळ पडते, असा एक जण मला म्हणाला की, निःसंशय ती फुलं सुंदरच आहेत; पण त्यासाठी त्यांनी केवढे श्रम घेतलेत ते विसरू नकोस. त्यांना कायम टवटवीत चमकत राहायला लागतं आणि सुगंध पसरवावा लागतो, ज्यामुळे मधमाश्या त्यांच्याकडे आकर्षित होतील. माझ्यासाठी हा दृष्टिकोन आश्चर्यजनकच होता की, तिथल्या लक्षावधी फुलांमधलं प्रत्येक फूल प्रयत्न करत होतं. प्रत्येक फूल कमालीचं आकर्षकरीत्या चमचमत होतं आणि इतरांपेक्षा जास्तीतजास्त सुगंध पसरवण्याची चढाओढ करत होतं. जेणेकरून मधमाश्या त्यांच्याकडे आकर्षित होतील. त्यातलं प्रत्येक फूल हे माझ्यासारखंच सजीव होतं आणि त्यांतलं प्रत्येक फूल माझ्यासाठीसुद्धा प्रयत्न करत होतं. त्याची इच्छा होती की, मधमाश्यांना ते आवडावं आणि तसंच ते मलासुद्धा आवडावं. जेव्हा माझं त्याच्याकडे लक्ष जातं आणि मी त्याच्याकडे बघतो आणि मला आनंद होतो, तेव्हा त्या फुलालाही आनंद होत असतो.

हीच ती वेळ होती, जेव्हा मी मनाच्या सजगतेचा अर्थ शिकलो. अर्थात, तुम्ही या सर्व प्रकाराला मूर्खपणा म्हणू शकता. फुलं सुगंधी असतात. कारण, कालौघात ती त्याच प्रकारे उत्क्रांत पावत आलेली असतात. सजीवांच्या जीवितेचं ते महत्त्वाचं गमक आहे, तत्त्वं आहे आणि तुमचं बरोबरच आहे ते म्हणणं. मधमाश्यांशिवाय फुलं जगूच शकणार नाहीत.

सजगतेतून आनंदनिर्मिती

पण त्यातून हेसुद्धा उमगू शकतं का की त्यामुळे आपण आनंदी का होतो? आपण सर्वच गोष्टींबाबत उदासीन राहूच शकतो आणि आपल्या उदासीनतेमुळे कशातच फरक पडणार नसतो. रंगांची उधळण करत सूर्याचा उदय आणि अस्त होणं, फुलांचं विविध रंगांत आणि गंधांत फुलणं, पक्ष्यांचा किलबिलाट... आणि आयुष्य नेहमीप्रमाणं चालू राहणारच असतं. उत्क्रांती-नियमानं ठरवल्यानुसार सगळं काही घडत राहणार असतं; पण

तरीही आपल्या जवळ पर्याय असतो लक्ष देऊन बघण्याचा आणि मग आश्चर्य व्यक्त करीत आनंदी होण्याचा. मग जर का आनंदी होण्याची अशी संधी उपलब्ध असेल आणि त्यामुळे आपलं आयुष्य कृतकृत्य होत असेल, तर मग आपण का नाही चीज करायचं अशा संधीचं? तसंही आपल्या अख्ख्या आयुष्यात आपण त्याचं कारण शोधायला जाणार नाही आहोत.

या तत्त्वापासून एखाद्याला चेतना कशी मिळेल, याचं मूर्त स्वरूप बघायचं तर ते एका माणसामध्ये तो म्हणजे 'फ्रान्सिस ऑफ असिसी'. वृद्धापकाळानं जर्जर, गंभीर आजारी आणि हातापायांवर येशूच्या जखमांच्या खुणा घेऊन वावरणाऱ्या आणि त्यामुळे धड नीट हालचाल करत चालणंही मुश्कील असणाऱ्या फ्रान्सिसने सजगतेसंदर्भातल्या उत्तमोत्तम म्हणता येतील अशांपैकी एक अतिशय सुंदर कवन रचलेलं आहे. आता आपला कल त्या कवनाला सोईस्करपणे सूर्याविषयीचं कवन म्हणत दुर्लक्षित करण्याकडे असला तरी फ्रान्सिसने स्वतः त्या कवनाला प्राणिमात्रांविषयीचं कवन असंच म्हटलेलं होतं. त्याने कशा कशाचाही उल्लेख टाळलेला नाही. सूर्य, चंद्र, तारे ज्यांच्या प्रकाशाविना आपण बघूच शकत नाही, सर्व प्राणी आणि वनस्पती आणि सर्व मानव... आणि या सर्वच गोष्टींचा निर्माता... कशालाच गाळलेलं नाही. त्याच्या दुर्धर आजारामुळे होणाऱ्या टोकाच्या यातनांच्या काळातसुद्धा फ्रान्सिस ऑफ असिसीनं मनाच्या सजगतेमधून मोठा आनंद प्राप्त केला होता.

शाओलिनचं मनाच्या सजगतेचं तत्त्वं आपल्याला हे समजून घ्यायला शिकवतं की, जगात काहीच अक्षरशः काहीच स्वयंसिद्ध नाही, जरी तसं वरकरणी दिसलं तरी आणि आपण ते तसं असल्याचं मानून चाललो तरी!

अशा प्रकारचा आनंद तुम्हीसुद्धा तुमच्या बालपणी अनुभवला असणार. लहान मुलं एखादा धबधबा किंवा डँडेलिअनचे हलके पुंजके किंवा मुंग्यांच्या वारुळासारख्या जणू नव्यानेच शोध लावलेल्या अद्‌भुताकडे भान हरपून आश्चर्यकित होत तासन्‌तास बघत उभी राहू शकतात. असा शोध की, जो पुढच्या प्रत्येक भेटीवेळीसुद्धा तसाच नवा आणि आकर्षकच असणार असतो. हा खरं म्हणजे आपल्या अंतःस्थ शांतीकडे जाणारा मार्ग असतो, जो आपण जसजसे मोठे होत जातो, तसतसे हरवत गेलेलो असतो; पण त्याचा पुनर्शोध लागणं नक्कीच लाभदायक आपल्यासाठी! शाओलिनचं तत्त्वं हे आपल्याला जगातली प्रत्येक गोष्ट ही खास, महत्त्वाची मानून तिचा आदर

करायला शिकवतं. शाओलिनमधले साधू सांगतात की, शाओलिनच्या तत्त्वांनुसार मनाची सजगता आपल्याला मनाचं अंतरंग जाणण्याची दृष्टी देतं आणि आपल्याला प्रबोधनाच्या वाटेकडे, एका विलक्षण जागृतीकडे घेऊन जाते.

मठामध्ये वारंवार ऐकायला मिळणारी एक गोष्ट – एकदा एका शिष्याला त्याच्या गुरूकडून मनाची सजगता म्हणजे नक्की काय हे समजून घ्यायचं होतं.

त्याच्या गुरूने सांगितलं की, मनाची सजगता म्हणजे – सजग मन!

एखाद्याविषयी चटकन मत न बनवणे/न्यायाधीश होणं टाळणे

मनाच्या सजगतेमध्ये एखाद्या गोष्टीकडे लक्ष असणं/ध्यान देणं आणि गोष्टीविषयीचा आदर हे अंतर्भूत असतं. त्या विशिष्ट क्षणावर लक्ष असणं आणि भोवतालच्या प्रत्येक गोष्टीविषयी आदर असणं; परंतु आपण याआधी क्षण जगण्याच्या तत्त्वासंदर्भात बघितलं, त्यानुसार अशी एक गोष्ट यामध्ये नक्कीच असत नाही, ती म्हणजे समोरच्याविषयी चटकन मत न बनवणं. एखाद्याविषयी चटकन मत बनवून प्रदर्शित करण्यामुळे आपलं मन गढूळ होतं आणि जणू त्याच्या धारदार पात्याची धारच बोथट होते. आपण काही गोष्टी जशा आहेत, त्यांविषयी आदर बाळगण्यापेक्षा त्या मुळात 'त्या गोष्टी' अस्तित्वात आहेत, याविषयीच आदर बाळगायला हवा. त्याचप्रमाणे वेगवेगळ्या व्यक्तींविषयी आपल्या मनात जो आदर असतो, त्याला कधी कमी–जास्तपणाच्या फूटपट्ट्या–मोजमापं लावता कामा नये.

किंबहुना, ज्यांच्याविषयी आपण आदर बाळगतो, अशी आपल्यापेक्षा वरच्या श्रेणीतली माणसं आणि आपल्यापेक्षा कनिष्ठ श्रेणीतली मंडळी या दोन्हींबद्दल आपल्या मनात सारखाच आदर असू द्यावा. आपले विरोधक आणि आपली दोस्तमंडळी यांच्याबद्दलही आपल्या मनात सारखाच आदर असावा आणि आपण इतरांबाबत जितका आदर बाळगतो, तितकाच आदर आपल्या स्वतःविषयीसुद्धा बाळगावा.

चीनमध्ये दैनंदिन जीवनातल्या रोजच्या कामातसुद्धा मनाची सजगता असते. आपण बघतो की, कोणतीही दोन अनोळखी माणसं एकमेकांना भेटली की, सर्वप्रथम एकमेकांना आपापली व्हिजिटिंग कार्ड्स देतात. उभं राहून किंचित वाकून ते एकमेकांना ती कार्ड्स देतात. तोपावेतो समोरची

व्यक्ती कोण आहे, याची नीटशी ओळख नसतानासुद्धा ते एकमेकांप्रति तसा आदरभाव व्यक्त करतात.

शाओलिनमधल्या तरुण नवागतांना त्यांच्या गुरूंसमोर कायमच आपलं कौशल्य सादर करावं लागतं. आपली कला सादर करण्याआधी त्या शिष्यांना गुरूच्या दिशेने अत्यंत विनम्रतापूर्वक आपली मान तुकवावी लागते. तुम्हाला हे ऐकताना आश्चर्य वाटेल - किंबहुना आता एव्हाना नाही वाटायचं तितकं - की त्यांचे गुरुजनसुद्धा आपल्या शिष्यांपेक्षा वयानं, अनुभवानं मोठे असूनही शिष्यांच्या नमस्काराचा स्वीकार करताना शिष्यांकडे पाहत तितक्याच आदरानं आपलीही मान झुकवून त्यांना आदर देतात.

तुमच्या मनात क्षणभर असा विचार तरळून गेला का की, अशा प्रकारे अनुभवानं मोठ्या असणाऱ्या वरिष्ठ गुरूंनी शिष्यासमोर आदरानं मानं झुकवणं हे केवढं मोठं आश्चर्य म्हणून? तुम्हाला असंच वाटलं का की वयानं, अनुभवानं लहान असणाऱ्या नवख्या शिष्यानंच आपल्या ज्येष्ठ गुरूसमोर नतमस्तक व्हायला हवं; पण तसं उलट गुरूने नवशिक्या शिष्यासमोर करता कामा नये? आणि म्हणून तर हे जे एखाद्या गोष्टीविषयी चटकन मत न बनवण्याचं तत्त्व आहे, ते उमगायला कठीण आहे. ते काहीसं अवघड असण्याचं कारण ते आपल्यामध्ये घट्ट रुजलेलं आहे.

आपल्या समजुतींवर विश्वास ठेवणं

अगदी बालपणापासूनच आपण वर्गवारी करायला, भेदभाव करायला, श्रेणी बनवायला आणि मत बनवायला शिकलेलो असतो. वनस्पतींकडे पाहताना आपण शिकलेलो असतो की कुठल्या वनस्पती चांगल्या आणि कुठल्यात तण असतात? आणि मग कुठल्यांची वाढ होऊ द्यायची आणि कुठल्या उपटून फेकायच्या ते! आपण चांगले प्राणी आणि वाईट प्राणी यांबद्दल शिकलेलं असतो, मित्र कोण आणि शत्रू कोण ते शिकलेलो असतो, सुष्ट काय आणि दुष्ट काय, पांढरं काय आणि काळं काय वगैरे शिकलेलो असतो. कोणती गोष्ट साध्य आहे आणि कोणती असाध्य, काय करायला हवं आणि कय टाळायला हवं हे शिकलेलो असतो. आपण हेही शिकलेलो असतो की जगात काही छोटे, दुर्बल प्रतिस्पर्धी असतात आणि काही मोठे शक्तिशाली!

आणि मग ह्या साऱ्या न्यायनिवाड्यांच्या भाऊगर्दीमध्ये आपण नेमकं आपला आतला आवाज आपल्याला काय सांगतोय, आपलं निरीक्षण काय सांगतंय, आपण नक्की कसं मूल्यमापन केलंय ह्याकडे लक्ष द्यायचं विसरूनच जातो, विशेषतः जेव्हा आपलं मूल्यमापन हे प्रस्थापित शहाणपणाला अजिबातच छेद देऊन जाणारं असतं अशा वेळी! एक थोराड मोठ्ठाड माणूस हा आपल्याला बलवान प्रतिस्पर्धी वाटतो तर एखादं लहान मूल हे अगदीच दुर्बल, कमकुवत प्रतिस्पर्धी!

तुम्ही तुमच्या वहीमध्ये तुमच्या मते सामर्थ्यवान प्रतिस्पर्ध्याची पाच वैशिष्ट्यं आणि दुर्बल प्रतिस्पर्ध्याची पाच वैशिष्ट्यं लिहून काढा. अंहं! अजिबात का कूं करू नका किंवा त्यावर अति विचार करत बसू नका. सुचेल ते लगेच लिहून काढा. शेवटी तुमचीच वही आहे ती. परंतु तुम्ही वेळोवेळी काढलेल्या टिपणांचं परीक्षण करा.

जेव्हा शाओलिनमधला एखादा दहा वर्षांचा लहानखुरा नवखा मुलगा जेव्हा पूर्ण वयाच्या दहा पुरुषांना भारी पडतो तेव्हा अनेकांच्या चेहेऱ्यांवर बघण्यालायक आश्चर्य येतं.

मनाच्या सजग अवस्थेचं तत्त्वं हेच सांगतं की ज्या गोष्टी घडणं अशक्य भासतं त्या गोष्टी घडूच शकतात. ते तत्त्वं आपल्याला हेच शिकवतं की आपल्याला जरी आचरणात आणायला कठीण जात असलं तरी आपण प्रत्येक क्षणाकडे आणि प्रत्येक सजीवाकडे वस्तुनिष्ठ आणि निःपक्षपाती दृष्टीने बघायला हवं. तसंच आपण कधीही आपल्या प्रतिस्पर्ध्यांना आपल्यापेक्षा अति कमजोर किंवा अति सामर्थ्यशाली समजू नये. आपण जर बेफिकीर वृत्तीनं आपल्या प्रतिस्पर्ध्याला तो मुळात आहे त्यापेक्षाही जास्त सामर्थ्यशाली असल्याचं मनोमन ठरवून टाकलंत, तर ती गोष्टच कदाचित त्यांना तसं शक्तिशाली बनवेल.

इतरांचं अचूक मूल्यमापन करणे

असं समजू की तुम्ही एकाचे देणेकरी आहात असं तो चुकीचं सांगत सुटलाय. अर्थातच अशा वेळी तुम्ही नक्कीच त्याला पैसे देणार नाही

आणि अचानक एक दिवस सकाळी तुम्हाला एक नोटीस धाडली जाते– 'ताबडतोब रक्कम भरा अथवा कायदेशीर कारवाईला तयार राहा' म्हणून! ते कठोर आणि आढ्यतेखोर शब्दांतलं पत्र असतं कुण्या डॉक्टर जॉन क्यू. पब्लिकचं. आता माझा प्रश्न आहे की तो डॉक्टर पब्लिक काय शिकलेला असेल असं तुम्हाला वाटतं? कायद्याचा अभ्यास केलेला असणार नक्कीच, तुमचं म्हणणं असणार. दुसरं काय? कारण जर तुम्ही पैसे उसने घेतलेले दिसताहेत आणि तो अशी नोटीस पाठवतोय आणि वर कायदेशीर कारवाईची धमकी देतोय तर. पण असं तर नसेल की तुम्ही उगाचंच त्याला चढवून ठेवताय आणि प्रत्यक्षात त्याने कायद्याऐवजी जीवशास्त्र, कलेतिहास किंवा भाषांमध्ये डॉक्टरेट मिळवली असेल तर? केवळ वरकरणी तुम्ही पैसे देऊ लागताहात आणि त्याच्या नावामागे डॉक्टर असल्यामुळे तो वकील ठरतो असं नाही नं?

अशा वेळी तुम्ही जर का मनाच्या सजगतेचं तत्त्व आचरणात आणलं असतंत तर तुम्ही प्रथमदर्शनी असा निष्कर्ष काढला नसतात. आणि त्यानंतर पुढे जाऊन तुम्हाला आढळलं असतं की डॉ.पब्लिकला ती केवळ रशियातल्या एका विद्यापीठाकडनं मानद पदवी मिळालीय आणि वस्तुतः तो एक निवृत्त तंत्रज्ञ आहे. एकदा हे समजल्यावर मग तुम्ही त्यानुसार प्रतिक्रिया देत योग्य ते प्रत्युत्तर दिलं असतंत. पण ते न समजून घेता तुम्ही घाईतच आधी म्हटल्याप्रमाणं तो वकील आहे असं ठरवून टाकून उगाच कोर्टकचेऱ्यांचं झंझट नको म्हणून त्याला पैसे देऊन मोकळे झाला असतात. तात्पर्य काय, तर आपल्या प्रतिस्पर्ध्यांना कमी तर लेखू नकाच पण उगाच मोठे कुणीतरी मानूनही चालू नका. मनाची सजगता जागृत ठेवतच त्यांना तोंड द्या.

आपल्या प्रतिस्पर्ध्यांचा आदर करणं म्हणजे त्यांना योग्य प्रकारे जोखणं. आणि एखाद्याबद्दल धाड्कन मत नं बनवणं म्हणजे त्यांचं योग्य ते मूल्यमापन करणं. प्रतिस्पर्ध्याबद्दल मनाची सजगता ठेवणं म्हणजेच त्याच्यावर विजय मिळवू शकणं.

मनाच्या सजगतेचं तत्त्वं आपल्याला आपल्या बरोबरच आपल्या प्रतिस्पर्ध्याच्याही अंगभूत क्षमता आणि ताकद ओळखायला शिकवतं.

हे तत्त्व आपल्याला शिकवतं की आपण समोरच्याचा आदर राखायला शिकल्यामुळे आपण एक अशा प्रकारची नवरलाई अंगी बाणवतो आणि ती नवलाई आनंदाकडे घेऊन जाते. हे तत्त्वं आपल्याला शिकवतं की सभोवतालच्या परिस्थितीविषयी, वातावरणाविषयी आपण मनाच्या सजगतेनं जोडलो गेलो की आपण अजेय बनू शकतो.

स्वाध्याय

आपल्या सर्व ज्ञानेंद्रियांचा वापर करताना

खाली दिलेली प्रश्नावली तुम्हाला मनाच्या सजगतेचं तत्त्व शिकायला मदत करेल. यातले काही प्रश्न प्रथमदर्शनी कठीण वाटले तरी सर्वांचीच उत्तरं देण्याचा प्रयत्न करा.

चेरी, जर्दाळू आणि सफरचंदाच्या झाडांचा गंध कसा असतो?

....

पाण्याने भरलेला एक ग्लास घ्या. त्याचा वास कसा येतोय? त्याची चव कशी आहे?

....

एखाद्या गुलाबाचा गुच्छ तुमच्या समोर आणला तर तुम्ही केवळ वासावरून त्यातला एकेक गुलाब वेगळा काढू शकाल?

....

ह्या प्रश्नाचं उत्तर वेळ न घेता तत्क्षणी द्या – कोणा माणसाला प्रचंड आदर द्यावा असं तुम्हाला वाटतं?

....

का?

....

आणि असं कोण आहे ज्यांना अत्यंत कमी आदर द्यावा असं तुम्हाला वाटतं?

....

का?

....

पुढच्या एखाद्या वेळी तुम्ही जेव्हा एका मोठ्या समूहात असाल तेव्हा आजूबाजूच्या माणसांवर नजर फिरवून त्यांच्या कपड्यांवरून, त्यांची बसण्याची/ उभं राहण्याची ढब बघून, त्यांची वर्तणूक बघून आणि भाषा बघून त्यांचा व्यवसाय/ धंदा ओळखण्याचा, त्याविषयी मत बनवाण्याचा प्रयत्न करा. नंतर त्यांना त्याविषयी विचारा. किती जणांचे व्यवसाय तुम्ही बरोबर ओळखू शकलात?

....

ह्या क्षणी तुम्ही जिथं आहात तिथं स्तब्ध निश्चल उभे राहा. काय दिसतंय तुम्हाला?

....

त्यातले नको असलेलं काही (तण) कोणतं तुमच्या मते?

....

“तुम्ही जर दृढ निश्चयी आसाल,
तर काम झालंच म्हणून समजा!”

- कन्फ्यूशिअस

३. दृढ निश्चयाचे तत्त्व

"बाकी सर्व नियमांपेक्षा गरजेला प्राधान्य मिळत असतं."

– चीनमधून

काहीही शिकताना अगदी मन लावून अंतःकरणापासून शिका किंवा मग त्या गोष्टी आहेत तिथे राहू द्या.

जेव्हा तुम्ही म्यानातनं तलवार उपसता, त्या वेळी मनोमन तुम्ही तुमच्या प्रतिस्पर्ध्याचा खात्मा केल्याची तयारी झाली असलीच पाहिजे. जेव्हा तुम्ही प्रतिस्पर्ध्याचा वार चुकवता तेव्हा तुमची मुठीवरची घट्ट पकड सुटायला नको की तुमचा तलवार धरलेला हात थरथरायला नको. द्वंद्वादरम्यान संपूर्ण वेळ प्रतिस्पर्ध्याला ठार मारण्याच्या दृष्टीनेच तुमची तलवारीवरची पकड घट्ट राहायला हवी.

मियामोटो मुसाशी, ज्याने हे शब्द उच्चारलेत तो जगातला सर्वोत्तम तलवारबहाद्दर समजला जातो. ह्या समुराईने त्याला आव्हान देणाऱ्या साठहूनही अधिक प्रतिस्पर्ध्यांना मृत्यूमुखी धाडल्यावर तो अजेय मानला जातो. द्वंद्वयुद्ध खेळणं थांबवल्यावर त्याने १७व्या शतकातलं त्याच उर्वरित आयुष्य जपानमध्ये तलवारयुद्ध शिकवण्यात व्यतित केलं.

अर्थात हे ह्या पुस्तकात सांगण्यामागे तुम्ही तलवार उपसावी किंवा त्याहून गंभीर म्हणजे टोकाला जाऊन कुणाला ठार मारावं ह्यासाठी उद्युक्त करण्याचा ह्या पुस्तकाचा हेतू मुळीच नाही. ते अगदीच अप्रस्तुत ठरेल आणि काळाशी सुसंगतही ठरणारा नाहीच आणि त्यानं तुम्ही गोत्यातही याल हेही

खरं! सध्याच्या काळात ती तलवार अदृश्य रूपात तुमच्या मनात लपलेली. ते खरं तर दृढ निश्चयतेचं तत्त्व!

स्वाध्याय

निर्णय घेणं

आता पुढे जाण्याआधी तुमची वही घ्या हातात.

- नवीन पान उघडा आणि त्यावर तुम्ही नक्की करायच्याच म्हणून ठरवलेल्या गोष्टी लिहून काढा. पण ह्या गोष्टी म्हणजे एखादी नवीन कार विकत घेणं किंवा नवा शक्तिशाली कम्प्यूटर विकत घेणं अशासारख्या गोष्टींची यादी नको, तर तुमच्या वैयक्तिक संकल्पांची यादी हवी उदाहरणार्थ- सिगरेट पिणं सोडणे, हेअरस्टाईल बदलणे किंवा नवीन नोकरी शोधणे वगैरे. अशा दहा गोष्टी लिहून काढा. लिहिल्यात?
- शाब्बास. आता त्यातल्या ज्या गोष्टींबद्दल तुमचा मनापासून नक्की दृढ संकल्प नाही अशा गोष्टींवर काट मारा. म्हणजे अशा गोष्टी ज्यांबद्दल तुमच्या मनात आलं असेल- हो...हे कधीतरी करावं असं आहे मनात...
- आता शेवटी अशा गोष्टींवर काट मारा ज्या लगेचंच जमणाऱ्या नाहीत. उदाहरणार्थ-माझं लग्न झाल्यावर मी अमुकअमुक करेन... अशांसारख्या. जर असं झालं तर त्यानंतर तसं अशा काही घडल्यावर करण्यासारख्या गोष्टी.
- अशा तऱ्हेनं व्यवस्थित तपशीलवार चाळणी लावून झाल्यावर तुमच्या समोर साधारण तीन गोष्टी उरतील. आता या तीन गोष्टी पुन्हा एकवार इतर सर्व गोष्टींच्या यादीखाली पुन्हा एकदा लिहून काढा. ह्या गोष्टी तुमच्या मते तुम्ही अगदी दृढ निश्चयानं करायच्याच असं ठरवल्यामुळे त्या यादीत उरल्या आहेत.

आता तुमच्या वहीत अशा तीन गोष्टी उरल्या आहेत ज्या तुम्हाला अगदी करायला आवडणारच आहेत किंवा करणं अगदी जरुरी आहे. पण ह्यात असं काही नाहीये की जे करायचा तुम्ही अगदी चंगच बांधला होतात कारण अन्यथा तुम्ही ते आधीच करून मोकळे झाले असणार!! थांबा थांबा...

माझ्या अंगावर येण्याआधी माझं म्हणणं आधी संपूर्ण ऐकून घ्या. मला तुम्हाला हे दाखवून द्यायचंय की तुम्हाला एखादी गोष्ट हवी असणं आणि

एखादी गोष्ट प्राप्त करण्यासाठी तुम्ही दृढ निश्चय होणं ह्या दोहोंमध्ये फरक आहे. सर्वप्रथम सांगायचं तर अर्थातच एखादी गोष्ट हवी असणं ही दृढ निश्चयी बनण्याकडे जाण्याची सर्वांत महत्त्वाची पायरी आहे. दुसरं म्हणजे तुमच्या वहीत अशा प्रकारच्या नोंदी नक्कीच नसतील- झाडांना पाणी घालणे, उद्या कामावर जाणे किंवा झोपण्यापूर्वी रेडिओ बंद करणे वगैरे. का नसतील? याचं कारण त्या सर्व बाबतीत तुम्ही पक्के दृढ निश्चयी असाल. तुमचा निश्चय इतका पक्का असणार की तुम्ही ते सर्व करायचं गृहीतच धरलंय.

अर्थात असेही काही प्रसंग आलेच असतील की एखादा दिवस सकाळी उठल्याउठल्या तुम्ही ठरवून टाकलं असेल की बुवा आज कामावर नाहीच जायचं म्हणून! तुम्ही ठरवलं असणार कधीतरी की 'आजारी पडलोय' असं ठोकून देऊन दांडी मारायची आणि मस्तपैकी झोपा काढायच्या आणि दोनतीन दिवस आपल्या मनाला हवं तेच करायचं! आणि अलीकडेच तुम्ही अनेक वेळा केलेल्या ओव्हरटाइमच्या तासांचे पैसे कंपनीला क्लेम केले नसल्यामुळे, तशी दांडी मारताना तुमची सदसद्विवेकबुद्धी तुम्हाला त्याबद्दल धारेवर धरणारही नसते. पण हे सर्व असलं तरी ती तुमची इच्छा इच्छाच राहते. तुम्ही मनापास्नं कामावर जायचं ठामपणं ठरवलेलं असल्यामुळे तुम्ही तेच केलेलं असतं.

हाच फरक असतो 'एखादी गोष्ट हवी असणं' आणि 'दृढ निश्चयानं कराविशी वाटणं' यांमध्ये!

- आता, हे ध्यानात ठेवून तुम्हाला ज्या पाच गोष्टी अत्यंत दृढ निश्चयपूर्वक कराव्याशा वाटतात त्या तुमच्या वहीत लिहा. तसं तर तुम्हाला अनेक गोष्टी कराव्याश्या वाटत असतील, पण तूर्तास पाच गोष्टींवर संख्या मर्यादित ठेवा. तुम्हाला आश्चर्य वाटेल की तुम्ही लिहिलेल्या पाच गोष्टी बहुधा अगदी रोजच्या आयुष्यातल्या नेहमीच्या गोष्टी असतील.कदाचित त्यात तुम्ही दहा मिनिटांचा लंच ब्रेक यासारखी अगदीच केवळ तुमचाच वैयक्तिक मामला असणारी गोष्टही त्यात लिहिली असेल, ज्यामध्ये तुम्हाला कुणाचाच व्यत्यय नको असेल; त्या दहा मिनिटांत तुम्ही तुमचा मोबाइल फोनसुद्धा बंद ठेवाल जेणेकरून तो दहा मिनिटांचा वेळ सर्वस्वी तुमचा एकट्याचाच असेल. तुम्ही असही लिहिलंयत का बघा बरं- 'ऑफिसमधनं जाण्याआधी गाड़ी डेस्क आवरून नीटनेटकं करून जाणे, रोजचा स्वयंपाक आणि आवराआवर करणे, कचऱ्याची विल्हेवाट लावणे!... ह्या अशा काही गोष्टी की ज्या तुम्ही अगदी

दृढेच्छेने कराव्या असं वाटण्याइतक्या महत्त्वाच्या, पण त्या त्या बाबत मुद्दाम इतका दृढ निश्चयी विचार करावा लागतो खरंच? मग तुमच्या लिस्टमध्ये काय शिल्लक राहील जे तुम्हाला खरोखरच अत्यंत दृढ निश्चयाने करावंसं वाटत असणारेय?

- आता एक काम करा – तुम्ही वहीत लिहून काढलेल्या त्या दहा ओळींवर पुन्हा नजर फिरवा आणि हा एक प्रश्न त्या ओळीसंदर्भात स्वतःला विचारून मूल्यमापन करा की–मला स्वतःला हे काम करण्यापासून परावृत्त करणं किती कठीण आहे? उदाहरणार्थ– तुम्ही लिहिलेलं काम जर कपड्यांना इस्त्री करणं असेल तर मग जर तुम्हाला कपड्यांना इस्त्री करण्यापासून परावृत्त करणं फारच कठीण असेल तर त्या ओळीपुढे दोन फुल्या करा. जर थोडंफार कठीण असेल तर एकच फुली मारा आणि जर ह्या प्रश्नवर तुमची प्रतिक्रिया – 'काहीही क्काय? वेडबिड तर नाही ना लागलं?' – अशी असेल तर काहीच खूण करू नका. मात्र ते प्रामाणिकपणे करा. तुम्ही करत असलेलं मूल्यमापन हे वस्तुस्थितीला धरून असू द्या, ते कसं असायला हवं असं तुम्हाला वाटतं त्यानुसार नको.
- आता सर्व दहाही ओळींसाठी असे प्रश्न विचारून खुणा केल्यावर त्या यादीवर नजर फिरवा, तुम्हाला आढळेल की बऱ्याच फुल्या दिल्या गेलेल्या ओळी ह्या यादीच्या वरच्या भागाकडे आहेत आणि जसजसे यादीत खालती जाऊ तशी फुल्यांची संख्या कमी होत गेलीय. तुमच्या लक्षात येईल की तुमच्या आवश्यक गरजा आणि तुमच्या इच्छा यांमध्ये तुम्ही फरक केलेला असणारेय.
- आता ज्या ओळींसाठी तुम्ही जास्तीतजास्त फुल्या दिल्यात अशा ओळी लिहून त्याओळींखाली तुम्हाला ते काम करण्यापासून परावृत्त करणं का कठीण ते लिहा. असं सर्व फुल्या दिलेल्या ओळींसाठी करा.
- आता आशा ओळींकडे बघा ज्याविषयी तुम्ही तितके दृढ निश्चयी नाही आहात. आता त्या ओळींखाली तुम्हाला ते काम करण्यापासून परावृत्त करणं सहज शक्य का असू शकैल ते कारण लिहा.
- आणि आता शेवटी असं लिहा की तुमच्या हेतूंमधल्या किंवा उद्देशांमागचं वेगळेपण लिहा. म्हणजे मला असं म्हणायचंय की उदाहरण द्यायचं तर – 'मी कामावर जातो कारण ते माझं कर्तव्य आहे. पण मी पगारवाढ मागत नाही कारण माझ्या मते त्यासाठी थोडं थांबावं मी. आत्ता मागणं घाईचं ठरेल.'

एव्हाना तुमच्या ध्यानात आलं असेल की काही गोष्टी अशा असतात ज्या तुम्हाला कराव्याच लागतात आणि काही गोष्टी अशा असतात ज्या तुम्हाला करायला आवडतील. म्हणजे तुमच्या समजुती आणि तुमच्या मूल्यमापनामधला फरक हा तुमच्या कृतींवर परिणाम करत असतो.

आणि हेही बघणं रंजकच की ज्या गोष्टी अत्यंत सोप्या असतात त्या 'आपल्याला ज्यांपासून परावृत्त करणं कठीण असतं' अशांपैकी नसतात! उलटपक्षी आपण कठीण असणारी कामंच करण्याचा ठाम निश्चय करत असतो आणि त्यासाठी आपण स्वतःला सोप्या कामांपासूनही दूर होऊ देतो.

हे जास्त उलगडून सांगण्यासाठी आपण तुमच्याच कामाचं उदाहरण घेऊ. तुम्ही एक दिवस रजा घेतलीय जेणेकरून तुम्हाला मोठ्या वीकेंडच्या सुट्टीचा आनंद लुटता येईल. आणि या कारणासाठी तुम्ही त्याआधीच जास्त तास कामही केलेलं आहे. तुमच्या छोट्या रजेच्या दोन दिवस आधी तुम्हाला सांगण्यात येतं की तुम्ही तुमची रजा पुढे ढकलावीत कारण कंपनीला तुमच्या असण्याची खूप गरज आहे म्हणून! आता हा क्षण सत्त्वपरीक्षेचा आहे. हा क्षण ठरवेल की तुम्हाला तो दिवस अशीच सहजच रजा घ्यायची होती की तुम्ही ठामपणे ठरवलं होतं की रजा घ्यायचीच म्हणून!

मनापासून ठाम असल्याशिवाय, दृढ निश्चयाशिवाय एखादी गोष्ट करणं म्हणजे जणू आपल्या गळ्यात जात्याचा दगड बांधून फिरण्यासारखंच! त्यात तुमची इतकी प्रचंड शक्ती वाया जाणार जी तुम्ही खरं पाहता इतरत्र वापरू शकत असता.

वस्तुनिष्ठदृष्ट्या तुम्हाला कामावर न जाता घरी किंवा कुठेही राहून त्या सुट्टीच्या दिवसाचा आनंद लुटणं फार सोपं आहे. तुम्ही कामावर न गेल्यानं खूप कशाचा त्याग केल्यासारखंही ठरणार नाही.

पण आता ह्या उदाहरणामध्ये – तुम्ही आधी ठरवल्यानुसार जादा काम करून नंतर रजा घेण्यापेक्षा – तुम्हाला कामावर जाण्यापासून रोखणं खूप कठीण होईल (जरी तुम्हाला नेमकं तेच तसं कुणी करायला नको असेल.) वेगळ्या शब्दांत मांडायचं तर तुम्हाला केवळ रजा घेण्याची केवळ इच्छा झाली होती पण तसं करण्याची दृढ इच्छा मात्र नव्हती. किंवा असं कधी

घडलंय की तुमच्या बाबतीत– की तुम्ही कामावर जायला निघाला आहात पण अचानक दुसरंच काही वेगळंच उद्भवलं आणि तुम्ही कामावर न जाता भलतीकडेच जायची हुक्की येऊन तिकडेच गेलात?

हे सोपं करून दाखवायला मी एक उदाहरण देतो. असं गृहीत धरू या की तुम्हाला एका पोषक डाएट प्लॅननुसार तुमचा रोजचा आहार बदलायचाय. तुम्हाला हे करावंसं वाटलंय पण तुम्ही त्या बाबत आग्रही किंवा ठाम नाही आहात. परिणामी, तुमचा आहाराचा प्लॅन तर बदलणार नाहीच; वर तुम्ही रोजच्यापेक्षा पाच पट वेळ बाजारात पदार्थांच्या खरेदीमागे घालवाल. दुकानात असताना पोषक वाटत नसणारा प्रत्येक पदार्थ हातात घेऊन तुम्ही तो घ्यावा की न घ्यावा ह्यावर तिप्पट वेळ घालवाल आणि शेवटी तरीही तो तुमच्या खरेदीच्या बास्केटमध्ये पडेलच! 'खरं तर मी हे घ्यायला नकोच...पण...' यासारखे विचार तुमच्या डोक्यात येतील आणि त्याच क्षणी तो विचार खोडून काढणारे विचारही तुमच्या डोक्यात गर्दी करतील...आणि मग एक अपराधी भावना...स्वतःलाच शिव्या घालणं... आणि शेवटी ज्यांना ते घेणं टाळणं जमलंय अशांकडे काहीशा हेव्यानेच बघणं...आणि अर्थातच शेवटी पुन्हा एक नवा दृढ निश्चय की, उद्यापास्नं हे असं वागणं बंद. उद्यापासून वेगळं वागायचं!

काय मिळतं तुम्हाला असं केल्यानं? तुमचा आहार तर बदलला नाहीच आणि दुसरंही काहीच बदललं नाहीच की! फक्त तुम्ही डोक्यात विचारांचा गोंधळ माजवलात आणि जे खरं महत्त्वाचं होतं त्याकडे लक्ष द्यायला जमलंच नाही.

केवळ इच्छा असून हवी ती गोष्ट मिळत नाही

काही वेळा तर दृढ निश्चयाच्या अभावी केवळ इच्छा मनात धरली तर उलट तुम्ही संकटात पडू शकता. जगाच्या पाठीवरच्या दुर्गम भागात किंवा असुरक्षित भागात प्रवास करणाऱ्या पर्यटकांना जवळ बंदूक बाळगावी असं वाटू शकतं. यामागचा विचार असा की समजा त्यांच्यावर हल्ला झाला आणि जिवाला धोका उत्पन्न झाला तर निदान ते हल्लेखोरांपासून स्वतःचा बचाव करू शकतील.

पण दुर्दैवानं ते तितकं साधं–सरळ–सोपं नसतं. स्वतःचा बचाव करायचाच असेल तर नुसती पिस्तूल चालवण्याची माहिती असून उपयोगाचं

नसतं तर प्रसंगी हल्लेखोराला ठार मारण्याचा दृढ निश्चय मनात बाणलेला असावा लागतो. याचा अर्थ तत्काळ पिस्तूल काढून हल्लेखोरावर झाडण्याची तयारी आणि तत्परता! जरी दुसऱ्याचे प्राण घेण्याचा आपला उद्देश कधीच नसला तरी अशा प्रसंगी हल्लेखोराचा जीव जाणं ही आनुषंगिक किंवा प्रासंगिक जोखीम असूच शकते.

आपण जर का पिस्तूल काढून हल्लेखोराला घाबरवण्यासाठी नुसतंच त्याच्या समोर हवेत नाचवत रोखलं तर त्या कृतीमुळे उलट हल्लेखोर अधिकच आक्रमक होण्याची शक्यता असते. त्यामुळे हल्लेखोराचा हल्ला करण्याचा दृढ निश्चयाला नुसत्याच पोकळ धमकीची भर पडली तर त्या पर्यटकाचा जीव जाण्याची शक्यता असते. केवळ स्वसंरक्षार्थ पर्यटकांनी शस्त्र हातात घेतलं परंतु ते प्रत्यक्ष वापरण्याच्या ठामपणाचा अभाव असला तर पर्यटकाचा मृत्यू होऊ शकतो. त्यापेक्षा अशा कठीण प्रसंगी शस्त्राला दूर ठेवणंच बेहत्तर एक वेळ!

शाओलिनचं तिसरं तत्त्व आपल्याला शिकवतं की एखादी कृती करताना अगदी मनापासून, जीव ओतून करा किंवा मग करूच नका. हे तत्त्व आपल्याला शिकवतं की आपल्याला ठामपणे ज्याची इच्छा होते, जे आपल्याला दृढ निश्चयाने करावंसं वाटतं, तेच करावं.

शाओलिन मठामधले साधूसुद्धा हीच गोष्ट विद्यार्थ्यांच्या मनावर बिंबवत त्यांची ह्या संबंधी परीक्षा घेत असतात. ज्या प्रचंड ऊर्जेने तिथल्या कुंग फू योद्ध्याचे विनाशस्त्र हातसफाईनं अनेक विटांची शकलं करतात ते म्हणजे दृढ निश्चयाचं मूर्तीमंत उदाहरणच! परंतु त्या क्षणी जर का त्या योद्ध्याच्या मनात सेकंदभर जरा जरी चलबिचल झाली तर मात्र तुटलेल्या विटेऐवजी योद्ध्याचा मोडलेला हातच पाहायला लागेल. त्या योद्ध्याला केवळ समोरची वीट तोडणंच मनात ठेवणं नसतं तर ते काम यशस्वी करण्याच्या दृढ निश्चयाने तो भारलेला असावा लागतो.

आपण पाहिलंय की दृढ निश्चय हे दुसऱ्यांबरोबरच्या संघर्षाइतकंच आपल्या स्वतःबरोबरच्या झगड्यातही अत्यंत उपयुक्त असं शस्त्र आहे! आता मी तुम्हाला ते अधिक शक्तिशाली कसं करायचं ते सांगतो. आपण अशा एका स्थितीपासून सुरुवात करू जिथं आपले दोन सर्वांत मोठे अंतर्गत प्रतिस्पर्धी – 'एखादी गोष्ट हवी असण्याची इच्छा आणि नको असण्याची इच्छा' – यांचा

झगडा सुरू आहे. ह्यातनं आपण – 'मला खरं तर हे नकोय पण...' वगैरे ह्यातलेच काही प्रकार वगळू इथे. कारण ते तसेही नको असण्याची इच्छा प्रकारातच मोडतात.

उद्दिष्टाप्रत जाण्याच्या मार्गाची पायाभरणी

जेव्हा आपण एखाद्या संघर्षाची तयारी करतो तेव्हा आपण आपली ध्येयनिश्चिती करत असतो आणि त्याहून महत्त्वाचं म्हणजे ध्येयाकडे जाण्याची मार्गनिश्चितीही करत असतो. तो मार्ग माहीत असणं आणि त्या मार्गावरून चालणं ह्यामुळे तर जय आणि पराजय यांमधला फरक अधोरेखित होतो. आणि काही टोकाच्या घटनांमध्ये जीवन आणि मृत्यू यांमधलासुद्धा!

एकदा एका 'प्रतिकूल परिस्थितीत तग धरून राहण्याच्या' प्रशिक्षणामध्ये मी शिकलो होतो की जेव्हा आपण एखाद्या टोकाच्या भावनिक आंदोलनाच्या आणि अतिशय कठीण परिस्थितीत सापडतो – जसं की एखाद्या हिमस्खलनात वगैरे – तर अशा प्रसंगी आपण काही क्षणांसाठी डोक्यातले सर्व विचार काढून टाकून निर्विकार राहण्याचा प्रयत्न करायला हवा. आणि मग तशा स्वच्छ, नितळ, लख्ख क्षणांमध्ये आपण पुढे काय करायचं ह्याचा प्लॅन तयार करून तसं आपला मेंदू सूचना देतो. तो आपला जीव वाचवण्याचा प्लॅन असतो. जरी नंतर गोंधळ उडून तो प्लॅन निरर्थक किंवा वेडगळ वाटला तरी आपण त्याच प्लॅनला चिकटून राहायचं असतं. आपण एकदा का ठरवलं की मग त्याच प्लॅनला चिकटून राहून त्या मार्गावर चालणं महत्त्वाचं असतं.

मुसाशीनं म्हटलंय, ''आपण पूर्ण उत्साहानं एखाद्या मार्गाचा अभ्यास करावा पण जर का आपण अगदी तसूभरसुद्धा त्यापासून ढळलो, तर मात्र तो आपल्यासाठी सच्चा मार्ग उरत नाही, जरी आपण त्याला चांगला मानत असू!'' जी मंडळी एकदा ठरवलेल्या सच्च्या मार्गाला पूर्णपणे चिकटून चालत नाहीत आणि अगदी त्यापासून अगदी किंचितसुद्धा ढळतात त्यांना पुढे जाऊन तो मार्गच थांबल्याची, एका ठिकाणी संपल्याची जाणीव होते. ह्यावर नक्कीच गंभीरपणे विचार करायला हवा.

आपण आता आपल्या पोषक आहाराच्या उदाहरणाकडे वळू. एक समतोल, उत्तम आहार घेण्याचं तुमचं उद्दिष्ट आहे. आता त्या उद्दिष्टाकडे जाताना तुम्हाला अशा वस्तू विकत घेणं टाळायचंय ज्या तुमच्या मते आरोग्यासाठी

चांगल्या नाहीत. तर मग हा झाला तुमचा प्लॅन! त्यामुळे यापुढे तुम्ही जेव्हा खरेदीला जाल तेव्हा तसल्या पदार्थांचा कितीही मोह झाला आणि तो घेण्याच्या दृष्टीनं मनाला कितीही प्रलोभनं दाखवणारे युक्तिवाद निर्माण झाले तरी तुम्ही ते पदार्थ विकत घेणार नाही. आणि जेव्हा जेव्हा तुमचा संपूर्ण प्लॅन तुम्हाला वेडगळ आणि मूर्ख वाटेल तेव्हा तेव्हा तुम्ही ह्याच स्थितीमध्ये परतायला हवं.

लक्षात ठेवा, तुम्ही मनाच्या कुठल्याही दोलायमान अवस्थेत तो निर्णय घेतलेला नव्हता आणि म्हणूनच तुम्ही आरोग्याला अपायकारक असं काहीही यापुढे खरेदी करणार नाही आहात! एखाद्या चुकार क्षणी जर तुम्हाला मोह झालाच आणि आला मनात विचार– 'हे एवढं एकदाच...त्याने काही मोठं बिघडणार नाही... वगैरे.' तर तत्क्षणी तुम्ही असं डोळ्यांसमोर आणा की तुम्ही तुमचं डोकं टेबलवर आपटवून घेत मोठ्याने खणखणीत ओरडताय, "नीघ इथून!..." जोपर्यंत तुमचा अंतर्मनीचा सैतान शांत बसत नाही तोपर्यंत असं करून बघा. हे काहीसं गंमतीशीर वाटेल पण ह्याने काम होतं!

ठरलेल्या मार्गावरूनच चालणे

केवळ एखादा पक्का प्लॅन असून चालत नाही तर त्याबरहुकूम जाणीवपूर्वक चालणं हे महत्त्वाचं असतं. ह्याचा अर्थ तुम्ही दररोज एखादी गोष्ट करायची असं ठरवलं तर मग तुम्हाला ती करायचा क्वचित कधी कंटाळा आला तरी तुम्ही ती रोज करायलाच हवी. उदाहरणार्थ – तुम्ही रोज सकाळी उठल्यावर पाच मिनिटं करायचा व्यायाम एकदा जरी टाळलात तरी मग त्या दिवसापासून तो व्यायम टाळायला तुम्ही रोजच काही ना काही कारण शोधाल.

म्हणून असलं काहीही कारण डोक्यात येतंयसं वाटलं की "जोशात नीघ!!" म्हणत त्या कारणांना तिथल्यातिथेच चिरडून टाकायचं! अशा प्रकारे मग तुम्हाला कालांतरानं तुमच्या प्लॅनची सवय होऊन जाईल आणि मग तो तुमच्या आयुष्याचा अविभाज्य भाग बनून जाईल. भले मग तुमचा प्लॅन काहीही ठरला असो – आहारातला बदल असो, धूम्रपान बंद करणं असो किंवा मग तुमच्या सुट्टीतल्या परदेशवारीसाठी रोज परकीय भाषेतले दहा नवीन शब्द शिकणं असो, तुमच्या ध्येयाकडे जाण्याचा मार्ग तोच राहील. त्या काल्पनिक टेबलवर जोशात मूठ आपटण्यानं तुम्ही तुमच्या दृढेच्छेची तलवार परजून वापरण्यासाठी तयार ठेवत राहाल.

तुमचा कमजोर निश्चय ही प्रतिस्पर्ध्यासाठी संधीच!

जसं मी आधी म्हटलंय त्याप्रमाणे कुठलीही गोष्ट हवी असण्याची इच्छा असेल पण त्यासाठी लागणारा दृढ निश्चय नसेल तर ते गळ्यात जात्याचं लोढणं घालून चालण्यासारखंच! ते तुम्हाला जखडून टाकेल आणि अंतिमतः तुमच्या पराभवासाठी प्रतिस्पर्ध्याच्या हातातलं खतरनाक शस्त्र ठरेल.

एका कंपनीनं एक 'क्ष' वस्तूचं उत्पादन केलं ज्याची तुम्हाला अजिबातच आवश्यकता नाहीय. मग आता ती 'क्ष' कंपनी, जी तुमची प्रतिस्पर्धी बनलीय. ती काय करेल? ती हे शोधून काढेल की तुम्हाला ती वस्तू विकत घेण्यात काही स्वारस्य नाही पण त्याच वेळी ती कंपनी ही माहितीसुद्धा काढेल की तुम्ही ती वस्तू विकत न घेण्याच्या बाजूनेही ठाम नाही आहात. तुमचा दृढ निश्चय झालेला नाही. मग ती कंपनी सतत तुम्हाला त्या वस्तूचं आकर्षक रूप आणि ती विकत घेण्यातले फायदे सांगत बसेल जेणेकरून तुमची स्वतःशीच रस्सीखेच सुरू होईल.

यातनं अशी एक राक्षसी गोष्ट घडेल की आता कंपनीला तुमचं मत वळवण्यासाठी पैसे खर्च करून विशेष प्रयत्न करावे लागणारच नाहीत. कारण आता तुम्ही स्वतःच त्यांच्यासाठी तेच काम करायला सुरुवात झाली असेल. तुमचे स्वतःशी असे संवाद चालू झाले असतील- ''मला खरं तर नकोचंय ती वस्तू. पण जर ती माझ्याकडे असती...तर मी हे केलं असतं..मी ते केलं असतं...तसं मी ते सगळं करेन असंही नाही...पण....,'' आणि सरतेशेवटी तुम्ही ती वस्तू विकत घेऊन मोकळे होता जी तुम्हाला काहीही उपयोगाची नसते पण एवढ्याचसाठी की तुमची मनाशी चाललेली ओढाताण संपून तुम्हाला मनःशांती मिळालेली हवी असते.

मियामोटो मुसाशीने आपल्या द *बुक आफ फाइव्ह रिंग्जच्या* 'वॉटर स्क्रोल' ह्या विभागाअंतर्गत असं लिहिलंय - ''शत्रूच्या तलवारीची माहिती असणं अत्यंत महत्त्वाचं आहे आणि त्याच्या तलवारीच्या हवेतल्या नगण्य किंवा क्षुल्लक हालचालींमुळे चित्त विचलित होऊ देऊ नये. तुम्ही ह्याचा अभ्यास करायला हवा.'' प्रतिस्पर्ध्याची तुम्हाला वस्तू विकण्याची दृढेच्छा म्हणजे जणू त्याची तलवार. तुम्ही जर तुमच्याइतकेच ती वस्तू विकत न घेण्याबाबतीत तितकेच ठाम असता, दृढ निश्चयी असता तर मोठं काही घडलंच नसतं, तुम्ही तुमचा पैसा किंवा त्या विचारांनी मनात व्यापलेली

जागा ह्यातलं काहीच गमावलं नसतंत. ज्या प्रतिस्पर्ध्याकडे वेळ आहे अशा प्रतिस्पर्ध्याला कधीही कमी लेखणं हे फार महत्त्वाचं आहे.

शाओलीमधले साधू म्हणतात– ''दृढ निश्चयाचा वर्षांच्या लांबीशी (वर्षामधला कालावधी) काहीही संबंध नसतो.''

त्यांना हेच सुचवायचंय की सच्चा घेतलेला निर्णय तोच की ज्यावर आपण कितीही काळ जाऊ दिला तरी त्यात बदल होऊ शकत नाही. मी अमुक अमुकला पुन्हा जन्मात स्पर्श करणार नाही...सारखा रागाने धुमसत घेतलेला निर्णय हा त्या रागाच्या कालावधीबरोबरच संपतो.

कुंग फू ह्या मार्शल आर्ट्स तंत्राने गेल्या अनेक शतकांत अतुलनीय अशी परिपूर्णता गाठली आहे. तर मग जेव्हा सारखंच प्रावीण्य प्राप्त केलेले दोन प्रतिस्पर्धी योद्धे समोरासमोर उभे ठाकतात तेव्हा त्यातला एक जण जिंकतो दुसरा हरतो. असं का होत असेल? कारण उघडच ज्या प्रतिस्पर्ध्याची अगदी सेकंदाचा छोटा भाग इतक्या कमी वेळासाठीसुद्धा एकाग्रता भंग पावते, त्याच्या हातनं चूक होते ज्यावर त्या द्वंद्वाचा निकाल ठरतो.

सुस्ती किंवा आळस दृढ निश्चयाला कमकुवत बनवतो.

आपल्या प्रतिस्पर्ध्याचा दृढ निश्चय हाणून पाडण्याचा एक मार्ग म्हणजे त्याच्या जराशा सुस्तीचा किंवा किंचितशा आळसाचाही फायदा उठवणं. तुम्ही हे ऐकलं असेल की एखाद्या बेडकाला जर उकळत्या पाण्यात टाकलं तर तो क्षणात बाहेर उडी मारेल, पण जर तुम्ही त्याला थंड पाण्यात ठेवलं आणि मंद आचेवर ते पाणी हळूहळू उकळवत नेलं तर तो त्याच पाण्यात उकडला जाऊन मरेल.

आता ह्याचा तुमच्याशी काय संबंध? 'य' कंपनीला त्यांचे सेवादर दुप्पट करायचे आहेत. त्यांनी समजा, ते एका रात्रीत दुप्पट केले तर अगदी कमकुवत मनाचा किंवा फार धडाडीचा नसणारा ग्राहकसुद्धा लगेचच सेवा देणारी दुसरी कंपनी शोधेल. पण तेच त्या कंपनीने ती दरवाढ अगदी हळूहळू जरा पसरट कालखंडात केली तर त्या कंपनीची सेवा नाकारण्याच्या ग्राहकांच्या दृढ निश्चयावर नक्कीच परिणाम होऊन त्यांच्या निश्चयातला जोर कमी होईल. ''ही तर फक्त दहा टक्केच दरवाढ आहे आणि तसंही सगळंच

महाग होत चाललंय हल्ली,'' असं तुम्ही स्वतःचीच दहा वेळा समजूत घालाल. तोपर्यंत त्या कंपनीने त्यांचं उद्दिष्ट साध्यसुद्धा केलं असेल.

आता तुमच्या वहीत अशा पाच गोष्टी लिहा ज्या बाबतीत तुम्ही 'बेडूक' आहात. आणि असंही लिहून काढा की तुम्ही का बरं हळूहळू उकळणाऱ्या पाण्यात स्वतःला शिजवून मारताहात? आणि मग कुठे कोणत्या गोष्टी बदलणं गरजेचं आहे?

आतापर्यंत आपण समस्येला यशस्वी तोंड देण्याच्या दृष्टीनं आणि आपल्या बचावाच्या दृष्टीनं दृढ निश्चयाच्या तत्त्वाविषयी माहिती घेत आलो आणि ते यशस्वीपणे वापरून बघितलंसुद्धा. पण हे तत्त्व त्याहूनही अधिक काही करू शकतं कारण हे तत्त्व कृतीचं तत्त्व आहे! तुम्ही जर एखादी कायद्याच्या दृष्टीनं अपराध ठरणारी गोष्ट केलीत तर तुम्ही पकडले जाल आणि तुम्हाला तो संबंधित आधिकारी दंड ठोठवेल. ती रक्कम मोठी असो वा लहान तुम्ही कदाचित ती भरायला नकार द्याल आणि मग तुम्हाला रीतसर नोटीस बजावली जाईल.

खरं तर तुम्हाला ते पहिल्यापासून माहीत असतं की दंडाची रक्कम भरल्याशिवाय सुटका नाही तरीही तुम्ही ते नाकारून अनावश्यक समस्या ओढवून घेतलेली असते. नोटीस येईल. काही दिवस पडून राहील तुमच्या टेबलवर आणि मग काही दिवसांनी तुम्ही चुपचाप ती रक्कम व्याजासकट भराल. काही दिवसांचा मनस्ताप आणि बँकेची चक्कर याव्यतिरिक्त तुम्ही काय मिळवलेलं असतं?

शाओलिन तत्त्व आपल्याला शिकवतं की ज्या गोष्टी आपण सध्या बदलू शकत नाही त्या तशाच स्वीकारा आणि मग आवश्यक ती पावलं उचला. जिचा मी खूप ऋणी आहे अशा माझ्या आज्जीनं मला कृतीचं तत्त्व शिकवलं. मी लहानपणी काही मूर्खपणा केला तर तिनं कधीही– ''काय केलंस हे?'' किंवा ''आता मला बघायचंच आहे तू ते दुरुस्त कसं करतोयस!'' यासारखे उद्गार काढत कधीही प्रतिक्रिया दिली नाही. उलट ती नेहमी असंच म्हणत असे, ''आता आपण करायला हवं ते पाहू!'' आणि मग पुढे होत ती तसंच करत असे. बाकी सगळ्याकडे नंतर पाहिलं जाई. मला खात्री आहे त्या वेळी मला चांगलंच फैलावर घ्यायची इतरांना सुरसुरी आलेली असायची पण ती कुणाला तशी संधीच देत नसे.

कृती करा, प्रतिक्रिया नको!

कृतीचं तत्त्व आपल्याला हेही शिकवतं की जगात फार थोडी माणसं ही कृती करतात आणि बहुसंख्य माणसं ही प्रतिक्रिया देणारीच असतात. प्रायः कृती करणारी माणसं अधिक मोक्याच्या जागी असतात. तीच मंडळी खेळाचे नियम ठरवतात, खेळाची जागा ठरवतात आणि संघर्षासाठी स्वतःला मानसिकदृष्ट्या सज्ज ठेवतात. संघर्षाची जागा आणि वेळ तेच ठरवत असल्यामुळे, ते नियोजित ठिकाणी व्यवस्थित विश्रांती घेऊनच पोहोचतात आणि योग्य संधी आली की तुटून पडतात. आणि मग प्रतिस्पर्ध्याच्या हातात फक्त आपला स्वतःचा बचाव करणं इतकंच उरतं.

अर्थातच मग आक्रमणकर्ते त्यांना प्राप्त वरचढ स्थिती जपण्याचा आटोकाट प्रयत्न करतात. बचाव करणाऱ्या प्रतिस्पर्ध्याला गुंडाळत ते आपलं खरं ईप्सित लपवून ठेवतात. लोक नेहमी कृती करणाऱ्यांकडे आदरानं पाहत असतात आणि हे विसरतात की आपल्यातला प्रत्येक जण हा अंगात दुर्बळता, भित्रेपणा, दुःस्वप्नं बाळगून असतो आणि काही ना काही समस्यांनी ग्रस्त असतो. त्याला पक्कं ठाऊक आहे तो काय करतोय ते, लोक विचार करत असतात, 'मी थांबतो, बघू तिचं काय म्हणणं आहे ते.' समजा कुणी अंतराळातल्या दूरस्थ आकाशगंगांमधल्या जीवसृष्टीविषयी अधिकारवाणीनं बोलायला लागला, तर अशांना लगेच प्रसिद्धी मिळते आणि मग इतरही विषयांवर त्यांची मतं ऐकायला लोक गर्दी करतात. त्यामागे खरं पाहता त्यांच्या ज्ञानाचा हात नसतो. कारण मुळात त्याची परीक्षा कुणी घेतलेली नसते, पण केवळ त्यांनी समाजापुढे येऊन आपले विचार मांडण्याची कृती केलेली असते आणि त्यामुळे ते त्या विषयातले तज्ज्ञ म्हणून प्रसिद्ध पावलेले असतात. तुम्ही नंतर भले त्यांनी मांडलेल्या सिद्धांतांना आव्हान देत युक्तिवाद करा, पण तुमचं स्थान दुय्यमच राहतं कारण तुमची ती निव्वळ प्रतिक्रिया ठरते!

शाओलिनचं दृढ निश्चयाचं तत्त्व सांगतं की कृती करणारी मंडळीच जगाला नवी दिशा देतात आणि इतर लोकांचं आयुष्य बदलवतात.

जोपर्यंत तुम्ही फक्त प्रतिक्रिया देण्याचं काम करत राहता, तोपर्यंत ती मंडळी तुम्ही कसं वागायला हवं आणि कसं नको हे तुम्हाला सांगत राहतात. महान तत्त्वज्ञ लाओ त्झू म्हणून गेलाय, ''हजारो मैलांच्या प्रवासाची सुरुवात

ही पहिल्या उचललेल्या पावलापासून होते.'' दृढ निश्चयाचं तत्त्व आपल्याला ते पहिलं पाऊल उचलण्याची आठवण करून देण्याचं काम करतं.

स्वाध्याय

तुमच्या दृढ निश्चयाची परीक्षा

निर्धार शिकता येतो. खाली दिलेले प्रश्न तुम्हाला तुम्ही नक्की कुठपर्यंत पोहोचून उभे आहात ते सांगतील. तुमच्यामधला बदल आकळण्यासाठी ह्या प्रश्नांकडे वारंवार फिरून येत राहा.

तुम्हाला जर दुसऱ्या कुणी काही गोष्टी करायला सांगितल्या तरच तुम्ही कराल अशा गोष्टी कोणत्या?

....

का असं ते? (प्रत्येक तशा गोष्टींबाबत!)

....

तुम्हाला दररोज करायला आवडतील अशा गोष्टींपैकी अशा कोणत्या गोष्टी आहेत ज्यांविषयी कुणी तुमच्याशी बोलून तुम्हाला परावृत्त करू शकेल?

....

जर तुम्हाला त्या गोष्टी करायच्या असतील, तर तुम्ही का त्यांपासून स्वतःला बाजूला करून घ्यायला तयार व्हाल?

....

असा शेवटचा प्रसंग कोणता आठवतोय जेव्हा तुम्हाला तुमच्या प्रतिस्पर्ध्यांनी त्यांच्या वेळेअनुसार आणि त्यांना हव्या त्या ठिकाणी तुम्हाला गाठलं होतं?

....

कसं जमवलं त्यांनी ते?

....

त्यांची ती चाल तुम्ही का नाही ओळखू शकलात?

....

असा शेवटचा प्रसंग कोणता आठवतोय जेव्हा तुम्ही तुमच्या तुमच्या वेळेअनुसार आणि तुम्हाला हव्या त्या ठिकाणी प्रतिस्पर्ध्यांना गाठलं होतंत?

....

तेव्हा ते कसं जमवलं होतंत?

....

असा शेवटचा प्रसंग कोणता आठवतोय जेव्हा तुम्ही दुसऱ्या स्थानावर राहिलात कारण दुसरं कुणी तुमच्याहून जास्त दृढ निश्चयी होतं?

....

असा शेवटचा प्रसंग कोणता आठवतोय जेव्हा तुम्ही जिंकला होतात कारण तुम्ही तुमच्या प्रतिस्पर्ध्यांपेक्षा जास्त दृढ निश्चयी होतात?

....

“डोळे बंद करा. आता तुम्ही जे
बघताय ते तुमचं आहे!”

- ग्युंटर आईश

४. अलिप्ततेचं तत्त्व

''हाव आणि अभिलाषा हीच सर्व प्रकारच्या
यातनांची उगमस्थानं आहेत.''

– बुद्ध

हे जाणा की हाव तुम्हाला असुरक्षित, समोरच्याला तुमचा सहज अंदाज घेता येऊ शकेल असं आणि तुमच्यावर जुलूम करता येण्यायोग्य बनवते.

अलिप्तता शब्दाला पाश्चिमात्य देशांपेक्षा पौर्वात्य देशांत जास्त खोल अर्थ आहे. युरोपिअन मंडळींना ह्याचा अर्थ 'सतत गोष्टी त्यागणे' असा काहीसा वाटतो. पण आशियाई लोकांच्या जीवनात मात्र 'स्वतःच्या मालकीचं काही असण्याच्या कल्पनेपासून स्वतःला मुक्त करणं,' असा या शब्दाचा अर्थ घेतला जातो. जेव्हा तुम्ही आयुष्यात असा टप्पा गाठता की त्या वेळी स्वतःचं असं काहीही मालकीहक्काचं असू नये असं वाटतं तेव्हा तुम्ही त्रासांपासून, भोगांपासून मुक्त होता.

कल्पना करा की एक दिवस तुमच्या घराची बेल वाजते आणि बघता तर एक अधिकारी वाटणारा माणूस दारात उभा असतो. तो माणूस आपलं ओळखपत्र दाखवत तुम्हाला सांगतो की त्याला असे अधिकार दिलेत की तुम्हाला काहीही कारण न देता तुमच्या मालकीच्या घरातल्या सर्व वस्तू त्याने उचलून न्यायच्या आहेत – तुमचा टीव्ही, कार, गाल्फ सेट, डिझायनर सूट, महागडं घड्याळ. सगळं सगळं! आणि क्षणाचाही विलंब न लावता ते वस्तू उचलायला सुरुवात करतातदेखील! भयंकरच कल्पना ही, नै? त्या

परिस्थितीत स्वतःला ठेवून तर बघा. काय विचार येत असतील मनात? कुठल्या वस्तू त्या माणसापास्नं लपवाल? किंवा अगदी निकराचा प्रयत्न करत त्याच्यापासून वाचवाल? काय प्रतिक्रिया द्याल?

आता वही समोर ओढत ह्या परिस्थितीशी निगडित तुमच्या पाच भावना लिहून काढा. त्या कुठल्याही असोत - चीड, दुर्लक्ष, हतबलता वगैरे. स्वतःशी प्रामाणिक राहा आणि ह्या घटनेशी निगडित मनात आलेल्या सर्वोच्च पाच भावना लिहून काढा. आता, तुम्हाला असं वाटतंय का की ह्यांपैकी कुठली भावना वारंवार असावी/ अनुभवयाला मिळावी? तसं असेल तर त्याची संख्या लिहा. नंतर मनात आलेल्या अप्रिय भावनांची संख्या लिहा. मला वाटतं, अप्रिय भावनांची संख्या सकारात्मक भावनेच्या संख्येपेक्षा नक्कीच जास्त असेल.

आपल्या जवळ काही गोष्टी अजिबात नसणे किंवा हव्या तेवढ्या नसणे ह्याबद्दल किती नकारात्मक भावना जन्मतात? ज्या गोष्टी जवळ असण्याची सुतराम शक्यता नाही अशा गोष्टी हव्याशा वाटून त्यामुळे किती दुःखी होत असतो माणूस? आता मी जरा डिवचतो बरं का तुम्हाला. तुमच्या वहीत डोकवा बरं जरा. बुद्धाने काय सांगितलंय? ''सर्व प्रकारच्या यातनांची उगमस्थानं हाव आणि अभिलाषा आहेत!''

हाव तुम्हाला असाहाय्य बनवते.

आता तुम्ही विचाराल की एखाद्या गोष्टीचा मालक असणं शक्य का नाही ते! हे एक छोटं उदाहरण बघा - काही वेळापूर्वी एक प्रचंड वादळाने आणलेल्या जोरदार वाऱ्यांमुळे आणि पावसामुळे जंगलामधल्या एका मानवी वस्ती नसलेल्या भागामध्ये हाहाकार माजवत प्रचंड नुकसान केलं. वृक्ष उन्मळून पडले, काहींवर वीज पडली, निसर्गाचं खऱ्या अर्थानं तांडव बघायला मिळालं. दुसऱ्या दिवशी वर्तमानपत्रात छापून आलं, हजारो झाडे उन्मळून पडली. वादळामुळे जंगलसंपत्तीचं लाखोंचं नुकसान! कोणी सोसलं ते नुकसान? जंगलाने तर नक्कीच नाही? ती झाडं कुणाच्या मालकीची असतील असं मला वाटत नाही. पण मला असा दाट संशय आहे की कुणालातरी त्या झाडांवरा मालकीहक्क दाखवायचा असावा. त्या माणसाला

बहुधा हे समजलं नसावं की जगात काही गोष्टींवर मालकी नाही सांगता येत. त्याच्या जवळ शेवटी झाडांचं झालेलं नुकसान आणि त्यापायी आलेली नकारात्मक भावना तेवढी होती.

हाव ही मूलतः माणसाच्या मनात खोलवर असणारी भावना. आणि खरं म्हणजे ती इतकी माणसाशी निगडित आहे की केवळ ह्या भावनेमुळेसुद्धा माणूस हा इतर प्राण्यांपेक्षा वेगळा ठरतो. तुम्ही कधी ऐकलंय की एखाद्या सिंहाने दहा झेब्र्यांची शिकार केलीये जरी तो तितके खाऊ शकत नसला तरी? आणि मग नंतर उरलेले कुणालातरी विकण्यासाठी? अर्थातच नाही! इतर सर्व प्राण्यांप्रमाणे सिंहसुद्धा त्या त्या क्षणात जगणारा असतो. त्याला ठाऊक असतं की त्याला आरामात जगण्यासाठी पुरेसं अन्न मिळण्याची सोय केलीय निसर्गानं. जरुरीपेक्षा कितीतरी जास्त हवं असण्याची हाव ही फक्त माणसासाठी राखीव भावना म्हणता येईल.

शाओलिनचं चौथं तत्त्व सांगतं की ही हावच अक्षरशः आपल्याला असुरक्षित, समोरच्याला तुमचा सहज अंदाज घेता येऊ शकेल असं आणि तुमच्यावर जुलूम करता येण्यायोग्य बनवते. ज्यांचा आपल्या हावरटापणावर ताबा नसतो ते स्वतःहूनच इतरांना आपल्या स्वतःवर आणि स्वतःच्या भावनांवर अंकुश मिळवू देतात आणि म्हणूनच अशांवर हल्ला करणं सोपं असतं.

साधू आणि सेनापती

शाओलिन मठामध्ये आपल्या सैन्याबरोबर घोड्यावर बसून जाणाऱ्या सैनिकाची कथा सांगितली जाते. एक दिवस त्या सेनापतीची गाठ एका झेन साधूशी पडली जो दीर्घ ध्यानावस्थेत होता.

साधूचं लक्ष नाही हे पाहून सेनापतीला क्रोध असह्य झाला आणि तो कडाडला, ''अरे ए साधू! क्षुद्र माणसा– माझ्या वाटेतून बाजूला हो.''

पण त्या ओरडण्याकडे लक्ष न देता साधू तसाच निश्चल शांत बसून होता.

''ए बहिऱ्या ऐकू आलं नाही का तुला? मी सांगतोय माझ्या वाटेतनं बाजूला हो.''

पण तरीही तो साधू तसाच शांत आणि निश्चल.

घोड्यावर बसल्या बसल्या सेनापतीने पुन्हा दरडावलं, ''तू मला ओळखलेलं दिसत नाहीस. पापणी लवण्याच्या आत मी तुझी गर्दन उडवू शकतो.''

त्या वेळी साधूने डोळे उघडले आणि तो म्हणाला, ''कदाचित तुम्हालाच माहीत नसावं तुमच्या समोर कोण आहे ते. तुमच्या समोर असा माणूस आहे जो पापणी लवूही न देता कुठल्याही क्षणी मरू शकतो.''

अलिप्ततेमुळे स्वातंत्र्य मिळतं

ह्या गोष्टीचा अलिप्ततेशी काय संबंध आहे? खूपच! एका बाजूला सर्वशक्तिमान भासणारा सेनापती आहे जो सत्ता आणि प्रतिष्ठेच्या लोभाने लिप्त आहे. जो ह्या प्रकरणाच्या सुरुवातीला वर्णन केलेल्या आधिकाऱ्यासारखा आहे आणि ज्याला वाटतंय की तो समोरच्याचं सर्वस्व लुबाडून घेऊ शकतो, अगदी जीवसुद्धा! त्याला विरोध करतोय एक ध्यानस्थ साधू. जगात अशी कुठलीच गोष्ट नाहीये जी तो सेनापती त्या साधूकडून हिसकावून घेऊ शकेल. त्या साधूची आनासक्ती, अलिप्तता इतकी टोकाची आहे की तो स्वतःच्या प्राणालासुद्धा धरून नाहीये. तो निमिषार्धात तेही देऊन टाकायला तयार आहे. मग आता सेनापती कितपत सामर्थ्यवान राहतो?

एक चतुर म्हण आहे – 'हाव माणसाला तुमचा सहज अंदाज घेता येऊ शकेल असं बनवते.' आपली हाव इतर माणसांना आपल्यावर 'हावी' व्हायला मदत करते. जर त्या सेनापतीला त्या अनासक्त, विरक्त साधूऐवजी तुम्हा–माझ्यासारखा कुणी भेटला असता तर हीच घटना कशा प्रकारे घडली असती? बहुधा तो सेनापती त्याला हवं ते करून मोकळाही झाला असता.

अपेक्षांमुळे आपलं शोषण होऊ शकतं

अलिप्ततेप्रमाणेच लालसा किंवा इच्छा हीसुद्धा नेहमी भौतिक गोष्टींबाबतच असते असं नाही. ती अगदीच इतकी साधी असू शकते की एखाद्या दिवशी तुम्ही मला केलेल्या अभिवादनाकडे साफ दुर्लक्ष करत तुम्हाला अभिवादन न करता मी चालू पडलोय. अशा वेळी तुमची चिडचिड होईल. कारण तुम्ही माझ्याकडूनसुद्धा प्रत्युत्तरादाखल अभिवादनाची अपेक्षा केली

असणार. आता मला हे ठाऊक झालं असणार की नंतर त्या रागाच्या भरात तुमच्या हातनं चूक घडण्यासाठी काय करायला हवं ते! आणि त्याचप्रमाणं इच्छेमुळे किंवा लालसेमुळे तुम्हाला कमकुवत बनवून तुमच्यावर जबरदस्ती करणं शक्य होतं जेव्हा तुम्ही माझ्या म्हणण्यानुसार वागत नाही, मी तुमच्या मालकीचं काहीतरी हिसकावून घेऊ शकतो - तुमचा पैसा, तुमची कार, तुमची नोकरी.

अर्थात प्रत्येकालाच हवं तसं कमवत जगायचं असतं पण त्यासाठी कुठपर्यंत जाण्याची तुमची तयारी असते? एकदा मी ज्या शहरात राहत होतो तिथे वादळ आलं त्या वेळी एक क्रेन ऑपरेटर काम करत होता. पाहता पाहता त्या वादळाचं रूपांतर मोठ्या चक्रीवादळात झालं पण तरीही त्या ऑपरेटरने आपलं काम सुरूच ठेवलं. तो काम करत होता तिथलं बांधकाम संपवण्यासाठी त्या ऑपरेटरच्या अधिकाऱ्याने त्याला कामावरून घरी जायला बंदी घातली होती. आणि ह्यात काहीच नवल नव्हतं की त्या भयंकर चक्रीवादळापुढे त्या क्रेनचा निभाव लागला नाही आणि ती क्रेन कोसळून त्या ऑपरेटरचा जागेवरच मृत्यू झाला. मी नेहमीच स्वतःला प्रश्न करत आलोय की त्या ऑपरेटरने आपल्याला मृत्यूचा धोका असूनही आपल्यां आयुष्यापेक्षा त्या कामाला महत्त्व का बरं दिलं असेल? जी मंडळी दुसऱ्यांना काही देऊ शकण्याइतक्या स्थानी असतील, त्यांच्या हातात सत्तेची शक्ती असते. ह्या बाबतीत प्राणी आणि मानव यांच्यात भेदभाव करता येत नाही.

एकदा एक अमेरिकन खेडूत मला सांगत होता, "तुम्हाला जर एखाद्या जंगली प्राण्याला माणसाळावायचं असेल तर तुम्ही त्याला एखाद्या खड्ड्यात उपाशी ठेवा. जेव्हा तो अगदी मरणासन्न अवस्था गाठेल तेव्हा त्याला खायला द्या. एक काळजी घ्या की त्याला तुम्हीच पदार्थ आणून खायला घालताय हे त्याला पाहू द्या. तो मरेपर्यंत तुमची साथ सोडणार नाही." जो इतरांना काही गोष्टी मिळूही न देण्याच्या स्थानी असतो त्याला तर जास्तच शक्ती प्राप्त होते. जे पैशासाठी इतरांना लुबाडतात अशा चोर-लुटारूबद्दल मी बोलत नाहीये. किंबहुना, जी मंडळी केवळ इतरांवर वर्चस्व गाजवण्यासाठी त्यांच्याकडनं काही गोष्टी घेतात त्यांना त्या गोष्टींत खरं म्हणजे स्वारस्य नसतंच. त्या गोष्टीचा त्यांना उपयोग नसतो. त्यांना फक्त स्वतःच्या स्वार्थासाठी इतरांच्या लालसेचा फायदा उठवायचा असतो.

अगदी खूप सामर्थ्यवान असणारेसुद्धा जर इतरांपासून काही हिसकावून घेऊ शकत नसतील तर त्यांनाही त्यांच्या समोरच्या प्रतिस्पर्ध्यांवर हुकमत गाजवता येत नाही.

जपानचे सुप्रसिद्ध लढवय्ये सामुराई मरणाला कधीच भीत नसत. त्यांच्यासाठी मृत्यू हा जीवनाचाच भाग होता, जीवनाविरुद्ध गोष्ट नव्हती. जीवनमरणाची हद्द ओलांडणे हे त्यांच्याकरिता प्रत्येक लढाईचाच एक हिस्सा असल्यागत असे! एखाद्या द्वंद्वामध्ये मरण येणं हा सर्वोच्च सन्मान समजला जाई. त्या ध्यानात बुडालेल्या साधूप्रमाणेच ह्या श्रेष्ठ योद्ध्यांकडूनही समोरच्याने काढून घेण्यासारखं काही नव्हतंच. सामुराईंच्या लढवय्येगिरीमधलं सामर्थ्य ही आजही आदरयुक्त दंतकथाच आहे!

स्वाध्याय

जिच्यावाचून अडणार असतं अशी गोष्ट!

- आयुष्यात असं काय आहे जे तुम्ही कुठच्याही परिस्थितीत सोडूच शकणार नाही ते वहीत लिहा. साधारणपणे तशा १० गोष्टी लिहा आणि प्रत्येक ओळीखाली अर्धं पान जागा सोडा.
- आता प्रत्येक मुद्द्याखाली क्रमांक १ देऊन त्या गोष्टीवाचून तुमचं का अडेल, ती का इतकी महत्त्वाची ते लिहा. तुम्ही अत्यंत प्रामाणिक असा म्हणजे उदाहरणार्थ - तुम्हाला नवीन कार घ्यायचीय ती केवळ ऑफिसमधल्या सहकाऱ्यावर छाप पाडायला, तर तसं लिहा.
- त्यानंतर क्रमांक २ लिहून त्यासमोर ती गोष्ट मिळवण्यासाठी तुम्हाला त्या बदल्यात काय द्यावं लागलं ते लिहा. तिथे पैसे लिहू नका तर गोष्टी लिहा. जसं की कामाचे तास, जुनी कार किंवा आयुष्यातला वेळ वगैरे.
- त्याखाली क्रमांक ३ लिहून त्यासमोर ती गोष्ट न मिळती तर आयुष्यात काय फरक पडला असता ते लिहा. ती गोष्ट जर तुमच्याकडून काढून घेतली तर तुमची किती गैरसोय होईल ते लिहा. वरच्या ऑफिसमधल्या सहकाऱ्यावर छाप पाडण्याचं उदाहरण घेऊ पुन्हा. - जर तुम्ही सहकाऱ्यावर छाप पाडू शकला नाहीत तर आयुष्यात काय बदल घडेल?
- नवीन कार मालकीची असणं हे कारला कुठे ओरखडे पडण्याच्या, कार ॲक्सिडेंट होऊन खराब होण्याच्या किंवा चोरीला जाण्याची भीतीपुढेही मौलिक वाटतं? तुमचं उत्तर क्रमांक ४ लिहून त्यापुढे लिहा.

- आता तुमची यादी तुम्हाला जे सर्वांत महत्त्वाचं वाटतं ते वर ठेवून त्याखाली त्यापेक्षा कमी महत्त्वाचं या प्रकारे पुनर्मांडणी करा. आणि पूर्ण मांडणी केल्यावर पुन्हा वाचा.

तुमच्या लक्षात आलं असेल की मी वस्तू किंवा गोष्टी असे शब्द वापरत नाहीये या स्वाध्यायात. ह्या यादीमध्ये असं काही आहे का की जे कुणीही तुमच्यापासून घेऊन जाऊ शकत नाही? प्रेम किंवा आनंद यासारख्या भावना? सुखद गप्पा? तुमचे जिवलग मित्र आणि जवळची माणसं?

मला एक घटना लख्ख आठवत्येय जेव्हा एका चोराने माझं सगळं सामान पळवलं होतं. मी परदेशी प्रवासात होतो आणि अगदी निमिषार्धात एका चोरट्यानं माझा पासपोर्ट आणि तिकीट सोडून बाकी सर्व लंपास केलं होतं. पैसे गेले, स्लीपिंग बॅग गेली, कपडे गेले... काहीच उरलं नव्हतं माझ्या जवळ. आपल्या जवळ काहीच नाही ही भावना विचित्रच. एकाएकी आपण नागडे झाल्याची, पुरते लुटलो गेल्याची भावना. आजूबाजूने माणसं जात-येत असतात. त्यांना घर असतं, स्वच्छ कपडे असतात आणि काहीही विकत घेण्यासाठी त्यांच्या जवळ पैसे असतात. असं वाटतं की आता जो तो आपल्याकडे कफल्लक म्हणून बघणार.

पण एकदा का मी ती गोष्ट स्वीकारली की जे झालं ते झालं आणि आता मी परिस्थिती बदलू शकत नाहीये, मग मात्र मी माझ्या आयुष्यातले काही आठवडे निश्चिंत जगलो. मी अक्षरशः कुठेही झोपायचो आणि माझं सामान (चोरीला जाऊ नये म्हणून-) पायाला बांधून ठेवायची गरज नसायची. ज्या काही लोकांना मी माझ्यावर गुदरलेला प्रसंग सांगितला त्यांनी मला जमेल तशी मदत केली. ज्यांना पैसे देणं शक्य नव्हतं त्यांनी खाणं दिलं किंवा स्वच्छ कपडे दिले किंवा मनापासून छान शुभेच्छा दिल्या. पूर्वी कधीही नव्हतो इतका मुक्त होतो मी त्या काळात. त्या वेळी कुठे मला कळून चुकलं की आयुष्यात खरंच किती कमी गोष्टींची आवश्यकता असते जगण्यासाठी!

आयुष्य सुव्यवस्थित करणं

आपल्या जवळ असलेल्या सर्वच गोष्टींचा एकाच वेळी त्याग न करतासुद्धा आपल्याला आयुष्यात सुव्यवस्थितपणा आणता येतो. मारिआ मॉन्टेसरीने

सांगितलंय त्याप्रमाणे- ''एखाद्याचा विकास हा बाह्य स्थितीकडून अंतःस्थितीकडेच होऊ शकतो.''

कित्येक काळापासून 'आपण टाकून देऊ किंवा कुणाला देऊन टाकू' म्हणून ठरवलेल्या अशा किती गोष्टी अजूनही तुमच्या घरातच पडलेल्या आहेत? अशा गोष्टी ज्या तुम्हाला भेट म्हणून मिळाल्यात किंवा स्मरणार्थ मिळाल्यात किंवा तशाच काही? जर तुमची कुबुद्धीच किंवा विवेकाचा अभावच त्या गोष्टी अजूनही घरात ठाण मांडून बसल्याचं कारण असेल तर ताबडतोब त्या गोष्टी काढून टाका. लगेच करा ते काम. मुळात ज्यांनी तुम्हाला त्या वस्तू दिल्यात ती मंडळीसुद्धा तशा प्रकारच्या वस्तू घरभर बाळगत स्वतःचं घर अव्यवस्थित ठेवत नसतात. तुम्ही जर अशी माणसं असाल जी सगळ्या घराची तीनतीनदा उचकापाचक करून काहीच न टाकता सगळं 'जैसे थे' ठेवून देतात 'पुढे कधीतरी उपयोगात येईल' म्हणून, तर मग तुम्हाला त्वरेनं त्यावर काम करण्याची नितांत आवश्यकता आहे. ज्या गोष्टींविना तुमचं आजपर्यंत काही अडलं नाही, त्या तुम्हाला पुढेही लागणार नाहीत तेव्हा त्या जाऊच शकतात!

आपल्या मनात खोलवर रुजलेली वस्तू बाळगण्याविषयीची आसक्ती हेच शाश्वत द्वंद्व असतं ज्यामध्ये जिंकणारे कमी व हरणारेच जास्त असतात. यामध्ये सरतेशेवटी विजयी होणारे तेच असतात जे आपली हाव, लालसा लपवू शकतात.

तुम्ही तुमच्या प्रतिस्पर्ध्यांच्या लालसेवर लक्ष केंद्रित केलंत, तर तुम्ही त्याच्या वर्मावर घालू शकता.

एखादा व्यावसायिक असे कुशल कामगार हेरतो की ज्यांच्याकडून विनामोबदला जादा वेळ काम करवून घेऊन आपला व्यवसाय आणि नफा वाढवता येईल, कारण तशा कुशल कामगारांच्या कामामुळे त्याच्या उत्पादनाला गिऱ्हाइकांकडून चांगली मागणी असते. मग अशा वेळी तो व्यावसायिक आपल्या कामगारांना त्यांनी जादा वेळ काम न केल्यास नोकरीवरून काढून टाकण्याची धमकी देतो. नोकरी जाण्याच्या भीतीने ते कामगार आपल्या मालकाचं म्हणणं ऐकतातही. आता ह्या कामगारांची कमजोरी ओळखून तो मालक नोकरीवरून काढण्याची धमकी देत आणखी आणखी पिळवणूक करत जातो. पण शेवटी एक वेळ अशी येते की

जादा कामाचा ताण असह्य होऊन ते कामगार शेवटी ती नोकरी सोडून जातात. परिणाम काय झाला? - मालक आणि कामगार दोघांची हार! जर त्या कामगारांनी सुरुवातीलाच एक क्षण थांबून स्वतःच्या गरजेच्या पार्श्वभूमीवर परिस्थिती समजून घेतली असती तर हा झगडा वेगळ्या प्रकारे सुटू शकला असता. त्या कामगारांना मालकाची हाव लक्षात येऊन आपली किंमत समजली असती. एखाद्याची आपल्याला इतकी गरज आहे हे माहीत असताना त्याला कामावरून काढून टाकण्याची धमकी का द्यावी? पण हेही तितकंच खरं की कामगारांनीसुद्धा हाव मनात धरत मालकाकडे पगारवाढ मागू नये त्या बदल्यात काही न देता! चर्चेतून दोघांनाही मान्य होईल असा कामासंबंधी तोडगा निघणं आणि त्याचबरोबर मालकाने त्यांना बोनस देणं हे कामगारांसाठी चांगलंच ठरेल.

असे लोक असतात की जे तुम्हाला खूप आवडलेली पण अजिबात गरज नसलेली अशी अत्यंत महागडी वस्तू विकत घेण्यासाठी ती कशी सर्वांत उत्तम गुणवत्तेची आहे वगैरे सांगत मनधरणी करतात. अशा वेळी ते स्वतःची हाव बेमालूमपणे लपवत तुमची हाव हेरून त्यानुसार डाव टाकत असतात. तुम्ही त्या वस्तूची अनावश्यक खरेदी केल्यानंतर तुम्हाला कळतं की तुम्ही पराभूत झालेले आहात. तुमच्या वहीमध्ये अशा प्रकारे पराभूत झाल्यावेळच्या पाच गोष्टी लिहा.

तुम्ही त्या सुप्रसिद्ध प्रश्नाविषयी ऐकलंय का? - तुम्हाला जर एकच वर मागायची संधी मिळाली तर तुम्ही काय मागाल? मी तुम्हाला नेमका हाच प्रश्न विचारतोय. थोडा विचार करा त्यावर आणि तुम्ही काय वर मागाल तो वहीत लिहा.

बहुसख्य लोक, ज्यात कदाचित तुम्हीही असू शकता- संपत्ती मागतात. आपल्या बँकखात्याकडे बघण्याची गरज न पडता त्यांना वाटेल तेव्हा, वाटेल ती वस्तू विकत घेता येईल इतकी संपत्ती. त्या अमुकअमुक 'क्ष' माणसाकडे माझ्यापेक्षा कित्येक पट जास्त पैसा आहे, मग मला त्याच्यासारखं श्रीमंत कर. आता हेच जरा वेगळ्या दृष्टीने फिरवून पाहू. तुम्ही एक सुखवस्तू माणूस आहात कारण तुमच्याकडे एकेका महिन्यात इतका पैसा असतो जो कित्येक लोकांना वर्षभरात मिळत असतो. त्या

सर्व लोकांसाठी तुम्हीच तसे अमुकआमुक 'क्ष' व्यक्ती आहात! आता हे समजून तुम्ही आनंदी झालायत? माझ्या प्रवासादरम्यान मी अशा माणसांना भेटलोय की ज्यांच्याकडे जेमतेम उदरनिर्वाहापुरते पैसे होते पण तरीही ती मंडळी इतकी सुखी आणि आनंदी होती की तो आनंद माझ्या बरोबरही वाटायला तयार असत. वर्तमानात जगण्याच्या तत्त्वानं तुम्हाला आत्ता इथे, चालू क्षणात जगायला शिकवलंय. मी जरा वेगळ्या प्रकारे प्रश्न विचारतो. तुम्हाला आत्ता अगदी ह्या चालू क्षणी कशामुळे आनंद मिळतोय? कुठल्या गोष्टीमुळे तुम्हाला ह्या क्षणी समाधान मिळतंय? तुमच्या लक्षात येईल की ती एखादी भौतिक सुख देणारी गोष्ट नसेल.

> तुमच्या वहीत शीर्षक लिहा– 'माझ्याकडे असं काय आहे जे पैशाने विकत घेता येणार नाही?...' आता पुन्हा एकदा त्याखाली तशा १० गोष्टी लिहा. आतातरी तुम्हाला उमगलंय तुम्ही किती श्रीमंत आहात ते?

लक्षवेधीपणाचा सोस

लोकांचं प्रेम मिळवण्याची धडपड आणि लक्षवेधीपणाची तुमची आत्यंतिक इच्छा म्हणजे तुमच्या प्रतिस्पर्ध्याला आयतंच मिळालेलं भयानक शस्त्रच! आजकाल कित्येक लोकांना दर पाच मिनिटांनी कोणी एकदाही त्यांच्याशी बोललं नाही तर असे लोक आपल्याच अस्तित्वाच्या वैधतेवर संशय घेतात जणू! कित्येकांचं तर कामाच्या ठिकाणी त्यांच्या कामासंबंधी सतत पोच मिळाली नाही तर जगणंच कठीण होऊन बसतं. अशी माणसं अगदी शक्तिपात होईस्तो घास घास घासतात...पण तरीही मग शिवाय ओव्हरटाइम (जादा कामाचे तास), जास्त ताण आणि जास्त काम हे असतंच. "मला नं, पुढचा अख्खा आठवडा रोज ऑफिसमध्ये लवकर पोहोचायचंय, इतकं प्रचंड काम आहे म्हणून सांगू!" आणि सांगणे न लगे की हे सगळं विनामोबदला असणार असतं कारण, माझ्या बॉसला गरज आहे माझी! तो बॉस तिथे हर्षवायू होत आपले हात जोरात चोळत असतो असला कर्मचारी आयता मिळालाय म्हणून.

अशा माणसांची ते ज्यांच्याकडे विशेष आदराने बघतात अशी वरिष्ठ मंडळी नेहमी त्या बिचाऱ्यांकडे त्यांना हवं तसं लक्ष देत असल्याचं भासवत

त्यांची पिळवणूक करतात. त्या कर्मचाऱ्यांना आपला वापर होतोय हे समजतच नाही आणि पुढे जाऊन त्यांना जे मिळतं त्यापेक्षा त्यांनी खूप काही गमावलेलं असतं.

मान्यता देणं आणि अलिप्त असणं ह्यांत फरक आहे

शाओलिनची तत्त्वं आपल्याला शिकवतात की अलिप्त राहणं म्हणजे आपण काही गोष्टींचा त्याग करणं नव्हे. तो काही अदलाबदलीचा व्यवहार नाही किंवा काहीतरी मिळवण्यासाठी कशाचा दिलेला बळी नाही. मूलतः तो आपल्या इच्छेमधला बदल आहे.

या तत्त्वानुसार चालणं म्हणजे गोष्टी जशा आहेत तशा त्या स्वीकारणं आणि त्या वेगळ्या असायला हव्या होत्या असं मनापासून मुळीसुद्धा न वाटणं. म्हणजेच येणाऱ्या आणि जाणाऱ्या गोष्टींकडे सारखाच एकसमान दृष्टिकोन ठेवून बघणे. अगदी जय-पराजयाकडेसुद्धा.

अलिप्ततेचं तत्त्वं आपल्याला शिकवतं की आपण गोष्टी कराव्यात कारण त्या आपल्याला कराव्याशा वाटतात म्हणून, पण त्या बदल्यात काही मिळावं म्हणून नव्हे.

याचा उपयोग आक्रमण म्हणून नव्हे तर बचाव म्हणून होतो. ज्या कुणी ह्या तत्त्वावर हुकमत मिळवलेली असते तो बहुतांशी प्रतिस्पर्ध्यांसाठी अजेय असतो. आणि म्हणून पुढच्या वेळी तुम्ही जेव्हा कुणाला भेटल्यावर अभिवादन कराल तेव्हा अजिबात कसलीही अपेक्षा ठेवू नका.

स्वाध्याय

ज्या गोष्टी तुम्हाला जड होतात त्यांचा त्याग करणे

खाली दिलेल्या प्रश्नांवरून तुम्हाला कल्पना येईल की तुम्ही किती श्रीमंत आहात ते आणि कशावर स्वामित्व बाळगण्याची इच्छा तुम्हाला असुरक्षित करते ते!

तुमच्यासाठी मित्र म्हणजे काय?

....

एखाद्या निर्जन बेटावर जाताना तुम्ही कोणत्या तीन गोष्टी बरोबर न्याल?

....

कोणत्या तीन माणसांना तुम्ही बरोबर न्याल?

....

आणि सरतेशेवटी कोणती तीन कौशल्यं तुम्ही बरोबर घेऊन जाल?

....

एकाएकी तुमच्या जवळचं सगळं, तुमचं सर्वस्वच लुटलं गेलं तर तुमची पहिली इच्छा काय आसेल? (पहिला वर काय मागाल?)

....

तुम्हाला काही देऊ शकण्याच्या स्थानी असे कोण आहेत जे तुमच्यावर सत्ता गाजवतात?

....

ह्या व्यक्तीला तुम्ही ते स्थान का दिलंय?

....

भाग दुसरा

सामर्थ्यवान बना

"जो माणूस सदासर्वकाळ चांगलं वागण्याचा प्रयत्न करतो तो कधी ना कधी जे चांगले नसतात अशांमध्येच संपतो. म्हणून त्याने चांगलं नसणंसुद्धा शिकायला हवं आणि ते ज्ञान वापरायला हवं किंवा जरूर पडली तर वापरणं टाळायला हवं."

- निकोलो मकीअवेल्ली

"स्मित करा आणि विसरून जा."

- चिनी म्हण

५. शांततेचं तत्त्व

"शांतता हे आत्मविश्वासाचंच एक विलोभनीय रूप असतं."

– मरी फान एबनेर एशेनबख

कधीही भलत्याच गोष्टी करण्यामागे वाहवत न जायला शिका.

शाओलिनमध्ये एक कथा सांगितली जाते – एका तरुण झेन साधूवर एक महत्त्वाचा खलिता पोहोचवण्याची कामगिरी सुपुर्द करण्यात आली होती. जाण्याच्या मार्गात एक पूल होता. तो तिथे पोहोचला आणि पाहतो तर एका निष्णात सामुराईने तो पूल अडवला होता. त्या सामुराईने असा पण केला होता की त्या पुलावरून जाणाऱ्या पहिल्या शंभर वाटसरूंना तो द्वंद्वयुद्धाचं आव्हान देईल. त्याने त्याआधी ९९ जणांना ठार केलं होतं. त्या साधूने सामुराईची गयावया केली की हा खलिता पोहोचवणं आत्यावश्यक असल्याने त्याने त्याला जाऊ द्यावं. त्याने सामुराईला वचनही दिलं की खलिता देऊन ह्याच मार्गानं परतताना तो जरूर द्वंद्व खेळेल. सुरुवातीला आढेवेढे घेत अखेर तो सामुराई राजी झाला आणि त्याने साधूला पुलावरून जाऊ दिलं.

ईप्सित ठिकाणी पोहोचून खलिता पोहोचता केल्यावर साधूनं तिथल्या धर्मगुरूचा निरोप घेत त्यांना प्रवासातली हकिकत सांगत म्हटलं, "मला परतीच्या प्रवासात त्या सामुराईशी द्वंद्व करणं भाग आहे, मी साधी तलवारही कधी हातात घेतली नाही त्यामुळे माझं मरण अटळ आहे."

तिथले धर्मगुरू म्हणाले, "होय. तुझा विजय अशक्य असल्यानं तुझा मृत्यू अटळ आहे. पण मी तुला मरणाचा सर्वोत्तम मार्ग शिकवतो. तू तुझी तलवार तुझ्या डोक्यावर धर, डोळे घट्ट बंद कर आणि वाट पाहा. जेव्हा

तुला तुझ्या डोक्यावर काही थंड जाणवेल तो तुझा मृत्यू असेल. त्या क्षणी तू तुझ्या जवळ तुझं म्हणून जे काही असेल ते सर्व आणि ती तलवारही सोडून दे. बस्स. इतकंच.''

असमान द्वंद्व

त्या साधूने धर्मगुरूसमोर मान तुकवली आणि तो आल्या वाटेने माघारी निघाला. पुलापाशी पोहोचला तेव्हा सामुराई त्याची वाटच पाहत होता. दोघेही द्वंद्वासाठी सज्ज झाले.

त्या साधूनं तंतोतंत त्या धर्मगुरूच्या सल्ल्यानुसार केलं. त्याने त्याची तलवार दोन्ही हातांत धरून आपल्या डोक्यावर उंचावली, आपले डोळे बंद केले आणि तो निश्चल स्तब्ध उभा राहिला. त्याच्या ह्या कृतीमुळे आश्चर्य वाटून सामुराई गोंधळला. कारण समोरच्या प्रतिस्पर्ध्याच्या कृतीत कुठेच भीतीचा लवलेशही नव्हता. संशयग्रस्त होऊन तो सावधपणे त्या साधूच्या जवळ गेला, साधू शांतपणे डोळे मिटून आपल्या डोक्यावर तलवार घेऊन मन केंद्रित करून उभा होता.

सामुराईच्या मनात विचारचक्र सुरू झालं, ''हा माणूस विलक्षण सामर्थ्यवान असला पाहिजे. इथून गेल्यावर परत येऊन तो द्वंद्वाला शांतपणे तयार झालाय.'' साधू अजूनही तसाच स्तब्ध उभा होता. सामुराईचा गोंधळ क्षणाक्षणाला वाढतच गेला. आता एकाएकी त्याच्या मनात आलं, ''हा साधू अचाट योद्धा असणार, शंकाच नको. हा तलवार उंचावत आक्रमक शरीरस्थितीत उभा आहे आणि तेही डोळे बंद करून!'' दरम्यान तो साधू तर सामुराईला विसरूनच गेला होता. त्या धर्मगुरूच्या सल्ल्यानुसार अतिशय सन्मानानं मृत्यूला कवटाळण्यासाठी तो भोवतालाचं भान विसरून स्तब्ध उभा होता. दरम्यान त्या साधूचा तो अवतार बघून सामुराईची खात्रीच पटली की त्याने आता जरा जरी हालचाल केली तर तो साधू त्याच्या शरीराचे दोन तुकडेच करणार म्हणून. सगळा धीर एकवटत त्याने बोलायला सुरुवात केली, ''माझी विनवणी मान्य करा. माझ्यावर दया करा. मला ठार मारू नका. मी स्वतःला तलवारबाजीच्या द्वंद्वयुद्धात सर्वांत तरबेज समजत होतो पण आज मला कळलंय की मी एका महान योद्ध्यासमोर उभा आहे. मला तुमचा शिष्य बनवा आणि ही तलवारबाजीची कला शिकवा.''

शांती हेच शस्त्र

तुम्ही विचारात पडला असाल, जो साधू काहीही न करता आपल्या मरणाची वाट पाहात निश्चल स्तब्ध उभा राहिला तो तलवारबाजी काय शिकवणार? तुम्हाला ह्याचंही आश्चर्य वाटत असेल की गेल्या चार प्रकरणांत तुम्हाला वेगवेगळ्या गोष्टी करून पाहण्यासाठी सांगणारा मी अचानक ही गोष्ट का सांगतोय?

इथे हा साधू आपण जे करायला नको, बरोबर तेच करताना दिसतोय नं? म्हणजे काहीही न करता नुसतं वाट बघत स्तब्ध बसून राहणे? त्याने द्वंद्वात आपला पूर्ण निर्धार एकवटून त्या सामुराईवर तुटून पडायला हवं होतं नं आपला जीव वाचवण्यासाठी? नाही. ह्या घटनेत मात्र त्याचा परिणाम नक्कीच त्या साधूच्या मृत्यूत झाला असता.

पुन्हा एकवार त्या गोष्टीकडे वळू. एक झेन साधू ज्याने आयुष्यात कधीच हातात तलवार पकडली नाही त्याचा मुकाबला आहे एका तलवारबाजीत निष्णात असणाऱ्या सामुराईशी. त्यामुळे नेहमीच्या द्वंद्वाच्या पद्धतीने लढल्यास त्याचं जिंकणं अशक्यप्राय गोष्ट! त्याचा धर्मगुरू त्याला शांत राहण्याचा सल्ला देतो, "घाबरून जाऊ नकोस आणि काहीही करू नकोस." तो त्याचं तंतोतंत पालन करतो आणि त्याचं शांत राहणं, स्तब्ध-निश्चल राहणं सामुराईला गोंधळात टाकून चुकीचा निर्णय घ्यायला भाग पाडतं आणि त्यामुळे साधूचे प्राण वाचतात. केवळ द्वंद्वामधली स्थिती, जागा बदलून तो त्या सामुराईला प्रथम काहीतरी करायला भाग पाडतो. त्यामुळे साधूने काहीच केलं नाही म्हणून तो जिंकला असा विचार करणं चुकीचंच!

शाओलिनचं शांततेचं तत्त्व आपल्याला शिकवतं की जाणीवपूर्वक निष्क्रियता ही आपल्या बचावासाठी उपयुक्त ठरू शकते - जर का आपण त्याचा वापर विशिष्ट दृढ निश्चयाने केला तर...!

आत्मसंयमनाची कला

बऱ्याचदा आपल्या जीवनात आपण सच्च्या शांततेची क्षमताच हरवून बसतो. आपल्यातली बरीच मंडळी तर एखादी परिस्थिती पूर्णपणे आकळून

न घेताच कधी क्रोधामुळे, कधी सवयीने तर कधी अति सावधपणामुळे लगेच प्रतिक्रिया द्यायला सुरुवात करतात. आपल्या आतमध्ये शांतता नसली तर आपल्या वागण्याचा सहज अंदाज येऊ शकतो समोरच्याला! तुम्ही हे कदाचित ऐकलं असेल की आशियाई मार्शल आर्ट्स क्षेत्रातले माहीर लोक प्रतिस्पर्ध्याच्या अंगातली त्याची शक्ती त्याच्याच विरुद्ध वापरतात. जेव्हा तुमचा प्रतिस्पर्धी उत्तेजित असतो किंवा संतप्त स्थितीत असतो तेव्हा तुमची शांत वृत्ती हे शक्तिशाली अस्त्र ठरू शकतं. मुसाशी लिहितो, ''जेव्हा तुम्हाला तुमच्या प्रतिस्पर्ध्याच्या मनात काय चालू आहे याचा अदमास लावणं कठीण जातं तेव्हा तुम्हीच हल्ल्याचं ढोंग करा आणि लगेच त्याच्या मनात काय चालू आहे ते त्याच्या तलवारीच्या फिरवण्यातनं कळून येईल.''

हे ढोंग म्हणजे खरोखरचा हल्ला नव्हे पण प्रतिस्पर्ध्याच्या दिशेने केलेली एक अत्यंत जलद हालचाल असेल. वेगळ्या शब्दांत ह्याला 'बतावणी' म्हणता येईल. जर एखादा प्रतिस्पर्धी खऱ्या अर्थानं शांत असेल आणि परिस्थितीअनुसार प्रतिक्रिया देणारा असेल न की आधीपासूनच डोक्यात असलेल्या प्लॅननुसार; तर मग त्याच्याकडून फार काही मनातलं येणार नाही बाहेर. प्रतिस्पर्ध्याकडे झेपावल्यासाररखं केलं तर तो काही खरा हल्ला नव्हे. त्यामुळे त्यासाठी फार मोठी प्रतिक्रिया येईल असं नाही. प्रतिस्पर्धी होता तसाच स्तब्ध उभं राहणं चालू ठेवेल आणि कदाचित शांतपणे तुम्हाला न्याहाळेल तुम्हाला त्याच्या हेतूचा कितपत थांग लागला आहे ते बघत. आणि आता ह्या ज्ञानाचा वापर करून कदाचित तोच नंतर कृती करेल. परंतु खऱ्या आयुष्यात हे कदाचित उलटंही घडू शकेल. तुमच्या प्रतिस्पर्ध्याकडे एखादा प्लॅन असेल आणि तो त्याप्रमाणे कृती करायला एखाद्या संकेताची किंवा कारणाची वाट बघत असेल. आणि या परिस्थितीत बदल घडायचा असेल, तर ते त्यांच्या प्लॅनवरच लक्ष केंद्रित करून असल्यामुळे त्यांच्या कृती बदल करू शकणार नाहीत.

प्रतिस्पर्ध्याला लुभावून त्याचा संरक्षक पवित्रा भेदणे

शाओलिन कुंग फूमध्ये फसव्या हालचाली : ज्याला मी 'मॉक अटॅक्स' (लुटुपुटीचे हल्ले) म्हणेन – हे तर अगदीच सर्वश्रुत डावपेच असतात आणि त्यात केवळ हल्ल्याचं ढोंग एवढाच एक भाग नसतो. त्यांनी प्रतिस्पर्ध्याला

मोहित करून त्याला त्याचा संरक्षक पवित्रा त्यागण्यास आणि डिवचून चूक करण्यास भाग पाडणे हे त्याचं काम असतं.

असं धरून चालू की हल्ला करणाऱ्याला त्याच्या प्रतिस्पर्ध्याच्या छातीत उजव्या मुठीने प्रहार करायचा आहे. त्याने जर तसं सरळच केलं तर प्रतिस्पर्ध्याला त्याची चाल सहजच कळून तो समोरून येणारा मुष्टिप्रहार हाणून पाडेल. त्यामुळे हल्ला करणाऱ्याला आधी प्रतिस्पर्ध्याचा तोल बिघडवावा लागेल.

आपल्या डाव्या मुठी तो प्रतिस्पर्ध्याच्या डोक्यावर एक हलकासा ठोसा लगावेल. त्यामुळे प्रतिस्पर्ध्याचा तोल बिघडून तो प्रहार अडवण्याचा प्रयत्न करेल. आणि ते करताना त्याची छाती उघडी पडेल. आणि मग हल्ला करणाऱ्याला त्या वर्मस्थळावर आपला पुढचा मुष्टिप्रहार करणं सोपं जाईल. आणि अर्थातच हे तंत्र काही मुष्टियुद्धापुरतं मर्यादित नाही.

ज्या कुणाला स्वतःच्या बचावाच्या प्रयत्नांत सक्तीची मानसिक प्रतिक्रिया देणं भाग पडतं – ते बहुतेक वेळा पराभूत होतातच.

मानसिकरीत्या प्रेरित असणारे बचावाचे डावपेच हे हल्ला करण्याऱ्याचे खरे हेतू ओळखण्याची आपली क्षमता झाकोळून टाकतात.

चांगले योद्धे हे शक्य तेव्हा 'मॉक अटॅक' (लुटुपुटीचे हल्ले) तंत्र वापरतात. ते आपल्या प्रतिस्पर्ध्याला स्वतःच्या बचावाच्या प्रयत्नात भावनाशील बनवून त्यांची शांती भंग करतात.

असं समजा की मला तुम्ही काल संध्याकाळी कुठे होतात ते जाणून घ्यायचंय, पण तुम्ही ते मला सांगू इच्छित नाही. मी सरळ विचारले तर अर्थातच त्या प्रश्नाचा रोख ओळखून तुम्ही तो अगदीच टाळाल, म्हणून मग मी तुमच्यावर आरोप होण्याजोगं असं काहीतरी शोधेन. उदाहरणार्थ मी असं म्हणेन की तुम्ही अमुक अमुक ठिकाणी कुण्या 'क्ष'च्या कारची नासधूस केलीत. मी अतिशय शांतपणे म्हणेन, ''माझा तसा काहीच संबंध नाहीये, पण एक साक्षीदार सांगत होता की तुझी कार एका दुसऱ्या कारला जोरात जाऊन धडकली!''

मग तुम्ही जोसात म्हणाल, ''तो मी नव्हेच!''...आणि मग पुढे आपलं संभाषण पेटतच जाईल.

''मग दुसरं कोण असू शकेल? नाहीतरी तू बेक्कारच ड्रायव्हर आहेस!''

''छे: छे:! अजिबात नाही!''

''नक्कीच आहेस! अन्यथा तो अपघात तसा घडलाच नसता!''

हे असंच चालू राहील आणि मग तुम्ही न राहवून बोलून जाल की, तो तुम्ही असणं शक्यच नाही कारण तुम्ही तर काल 'अ'बरोबर होतात आणि त्यांचं घर तुमच्यापासून इतकं जवळ आहे की कारने जाण्याची गरजच नव्हती.

''अच्छा, म्हणजे तू काल 'अ'बरोबर होतास तर?'' अशा तऱ्हेनं मी ती फेरी जिंकलेली असते. ती कार वगैरे अगदीच निरर्थक असतं सगळं.

प्रत्येक बनाव किंवा केलेलं ढोंग हे प्रतिस्पर्ध्याचा धीर तुटण्यासाठी आणि पुरती माहिती मिळण्याआधी अंदाज घेण्यासाठी असतं. तुम्ही जरी खरोखरच्च कार धडकवून कुणाचं नुकसान केलं असतंत तरी त्याचं मला काहीच देणंघेणं नसतं. तुम्ही जर शांत राहिला असतात आणि माझ्या मॉक अटॅकला, माझ्या फसव्या चालीवर काहीच प्रतिक्रिया दिली नसतीत तर कदाचित म्हटलं असतंत- ''मग ज्याचं नुकसान झालंय त्याला तशी तक्रार दाखल करू दे कारण मला माहीत आहे की तो मी नव्हतो.'' आणि मग मला तुमच्याकडनं कुठलीच माहिती काढून घेता आली नसती.

एकदा एका बस ड्रायव्हरने मला सांगितलं होतं की एका खतरनाक उभ्या चढावर चढताना त्याला बस थांबवावी लागली होती. आणि बस पुन्हा सुरू करताना बस थोडी उतारावर मागे घसरली आणि एक काच फुटल्याचा आवाज येऊन त्याची तंतरली. त्याला मागची बाजू दाखवणाऱ्या आरशात दिसलं की बसमागे इंडिकेटर दिव्याची काच फुटलेली आणि बंपर चेचली गेलेली मर्सिडीझ कार मागे उभी आहे. तो बसमधून उतरला आणि आपल्या हातनं घडलेला मूर्खपणा कसा सांगायचा ह्या विचारात त्या मर्सिडीझपाशी जाऊन पोहोचला. तो अगदी अजीजीनं माफी मागत सुरुवात करण्यासाठी तोंड उघडणार तितक्यात, त्या मर्सिडीझचा ड्रायव्हरच पुढे येत म्हणाला, ''मी अत्यंत शरमिंदा आहे. मी उतारावर गाडी अचानक सुरू करायला गेलो आणि माझा पाय क्लचवरुन निसटला व माझी मर्सिडीझ तुमच्या बसवर उसळी मारत धडकली...''

लढायला सुरुवात करण्याआधीच हार मानणे

अतिरेकी सावधपणाचा स्वभाव हा तुमच्यातला शांत राहण्याचा अभाव दाखवतो. आणि त्यामुळे तुम्ही मोठ्या संकटात सापडू शकता. समजा तुम्ही एका ट्रेनने निघाला आहात आणि तिकीट तपासनीस तुमच्या सीटच्या दिशेने येतोय. खरं म्हणजे आता शेवटचं स्टेशन जवळ येतंय म्हणून तो घाईत आहे आणि त्याला तुमचं तिकीट तपासण्यात स्वारस्यदेखील नाहीये. पण तुम्ही तुमचे सगळे खिसे उलटेपालटे करत तुमचा मासिक पास दाखवण्यासाठी शोधताय. आचाक तुम्हाला आठवतं की तुम्ही तो नेमका घरी विसरलाय. पण आता तुम्ही इतक्या हालचाली करून त्याचं लक्ष वेधल्यामुळे तो तुमच्या जवळ थांबतो आणि तुमच्याकडून सणसणीत दंड वसूल करून पुढे जातो. त्या वेळी तुम्ही जर शांत बसला असता, तर बहुधा तिकीट तपासनीस तसाच पुढे निघूनही गेला असता आणि तुम्हाला एक मोठा आर्थिक धक्काही बसला नसता कारण तुम्ही एरवी विनातिकीट प्रवास करणारे नाहीच आहात!

प्रतिस्पर्ध्याच्या भीतीला शस्त्र पुरवणे

जे चाणाक्ष आणि तरबेज लढवय्ये असतात ते प्रतिस्पर्ध्याला बरोबर पिळतात. त्यांना फार कष्टही पडत नाहीत. ते फक्त प्रतिस्पर्ध्याच्या भीतीचा फायदा घेतात. अर्थात भीती असणं कधीकधी महत्त्वाचंही असतं पण बहुंताशी बाबतीत ती मोठी शत्रूच असते आपली.

आपल्या ट्रेनकडे परत जाऊ. ह्या वेळी असं मानू या की तुम्हाला माहीत आहे तुम्ही पास घरी विसरल्याचं. तुम्हाला माहीत नसतं तर तुम्ही तिकीट तपासनीस येऊन जाताना शांत बसून पाहत राहिला असता आणि त्यानंही तुम्हाला जागेवर शांत बसून राहिलेलं पाहिलं आसतं. पण आता तो तुमची चुळबुळ पाहील, तुमचा अस्वस्थपणा पाहील आणि त्याला अंदाज येईल की तुम्ही काहीतरी लपवू पाहताय. आणि मग तर्काला अनुसरून पुढे हेच घडेल की तो तुमच्या जवळ येऊन उभा राहत म्हणेल, ''तुमचं तिकीट बघू द्या प्लीज!''

भीतीविषयी बोलायचं तर ह्या बाबतीत मानवाचं इतर प्राण्यांशी साम्य आहे. आपल्यालासुद्धा भीतीचा वास येतो (चाहूल लागते!). एखादा महाकाय हत्तीसुद्धा त्याच्या समोर उभ्या असणाऱ्या छोट्याशा मनुष्याच्या

आज्ञेत राहतो जोपर्यंत तो मनुष्य त्याच्या समोर निर्भीडपणे उभा असतो. पण तोच माणूस एखाद्या कुत्र्यासमोर घाबरून गेला तर तो कुत्रा त्याच्यावर भुंकायला सुरुवात करतो, आक्रमक होतो आणि भीतिदायक वाटतो. आणि मग अशाच प्रकारे काही माणसं त्यांना जरा जरी घाबरवलं तरी ते लगेच वरिष्ठांकडे तक्रार करण्याची धमकी देतात. त्यांना तुमच्याकडनं घाबरलेल्या आवाजात इतकंच ऐकायचं असतं, ''कशाला कशाला?...जाऊ द्या नं!'' यामुळे त्यांना प्रतिस्पर्ध्यांवर बळ मिळतं आणि शिवाय पुढे ते त्यांची धमकी तशीही खरी करून दाखवतातच ज्यामुळे त्यांचं स्थान बळकट होतं.

पण ह्याऐवजी तुमची प्रतिक्रिया जर अशी असती, ''अरे व्वा! छानच कल्पना! कालच माझ्या साहेबांशी मी बोलत होतो अशा लोकांविषयी की जे वरिष्ठांकडे तक्रार करण्याची धमकी देत नसतील तर ते स्वतःला किती कुचकामी समजतात म्हणून! तुमच्याकडे माझ्या वरिष्ठांचा ईमेल आहे नं? आता तुमचा बॉस तितका खेळकर आणि सहज स्वभावाचा असेल किंवा नसेल तो मुद्दा अलाहिदाच या ठिकाणी! पण त्याच्याकडे मेल जाणार नाही हे नक्की!''

तुम्ही जर प्रतिस्पर्ध्याविषयी तुमच्या मनातल्या भीतीवर नियंत्रण मिळवलंत तर अर्धी लढाई तिथेच जिंकलीत समजा!

''तुम्हाला प्रतिस्पर्ध्याच्या तलवारीचा अंदाज असणं फार महत्त्वाचं आहे''...आठवतंय ना? ज्या मंडळींचं चित्त प्रतिस्पर्ध्याच्या तलवारीच्या हालचालींनी विचलित होतं किंवा जे त्या हालचालींना लगेच प्रतिसाद देतात त्यांना हाताळणं आणि पराभूत करणं सोपं जातं.

स्वाध्याय

तुम्ही किती सहजतेने हाताळले जाऊ शकता?

मी आता तुम्हाला दाखवतो की तुम्हाला घोळात घेऊन तुमच्या मनावर गारुड करून कुणीही तुम्हाला हाताळू शकतं आणि तेही अशा गोष्टी करायला की ज्या तुमची खात्री आहे की ज्या तुम्हीच करायला हव्यात अशाच जणू आहेत. कृपा करून खाली दिलेलं उदाहरण सोडवा आणि ते सोडवेपर्यंत

पुढचं काही वाचू नका. जर तुम्हाला हे कोडं आधीपासूनच माहीत असेल किंवा गणित आवडत नसेल तरीही हे पूर्ण सोडवा. त्याचं उत्तर खाली दिलेलंच आहे त्यामुळे वाकून बघू नका. तयार आहात? शाब्बाश...

बसची सफर : एका बसमध्ये सात प्रवासी बसलेले असतात. पहिल्या स्टॉपवर चार प्रवासी उतरतात आणि तीन जण चढतात. पुढच्या स्टॉपला कुणीही उतरत नाही पण दोन जण चढतात. त्यापुढे तीन जण उतरतात आणि आठ जण चढतात. तुम्ही ध्यानात घेताय ना हे आकडे? बस पुढे जाते आणि पुढच्या स्टॉपवर नऊ जण चढतात आणि चार जण उतरतात, त्यापुढे दोन जण उतरतात आणि पाच जण चढतात. त्यापुढच्या स्टॉपवर सहा जण उतरतात आणि मग पुढे शेवटचा स्टॉप येतो, तिथे सर्वच प्रवासी उतरून जातात.

आता तुम्ही हे सांगू शकाल का की ती बस किती वेळा थांबली?

कदाचित नाही. कारण बहुधा तुम्ही हे गृहीत धरून चालला होतात की शेवटी किती प्रवासी उरले हेच तुम्हाला विचारलं जाईल म्हणून! बरोबर? पण माझा प्रश्न कशाहीविषयी असू शकतो. उदा., तुम्ही काल लंचला काय खाल्लंत किंवा तुमचा आवडता रंग कोणता? काहीही असलं तरी मी माझं उद्दिष्टं साध्य केलेलं असणारच होतं.

मी असं कुठल्याही प्रकारे काही लिहिलं नव्हतं की ज्यामुळे तुम्हाला वाटावं प्रवाशांची संख्या मोजत बसावं म्हणून! पण तुम्ही मोजलीत! आणि त्यायोगे मी तुमचं लक्ष भलतीकडे वळवलं. तुम्ही जर शांत असता, तर तुम्ही कृती करण्याआधी पूर्ण प्रश्न ऐकला/ वाचला असता.

- आता जरा विचार करा : तुम्ही लगोलग आकडेमोडीला सुरुवात का केलीत? तशी केली नसतीत तर काय झालं असतं? तुम्हाला कशाची भारती वाटली?
- आता अशान्त प्रकारे तुम्ही वागल्याचे तीन प्रसंग लिहून काढा. आणि तीन असे प्रसंग जेव्हा असं तुमच्या बाबतीत घडू शकत होतं.

जे लोक शांत नसतात ते जास्त असुरक्षित असतात. अर्थात एखादा कोणी त्यांची एकाग्रता भंग करत त्यांचं चित्त विचलित करू शकतो, आणि एखादा कुणी त्यांना विपरीत कृती करायला भागही पाडू शकतो. हे एक उदाहरण बघा आणि खाली दिलेल्या प्रश्नांचं मनात आलेलं पहिलं उत्तर द्या आणि मग पुढल्या प्रश्नाकडे जा. तुमचं उत्तर चांगलं खणखणीत मोठ्याने

उच्चारा. तुम्हाला मनात नसतानाही मी तुम्हाला 'निळा' म्हणायला भाग पाडणारेय. चला सुरू करू या –

- गवताचा रंग कोणता असतो?
- सूर्याचा रंग कोणता असतो?
- तुमच्या त्वचेचा रंग कोणता आहे?
- गुलाब कोणत्या रंगाचे असतात?
- डँडेलिअन कोणत्या रंगाचे असतात?
- माती कोणत्या रंगाची असते?

तुम्ही तपकिरी रंग सांगितलात? मला तीच अपेक्षा होती. मी तेच म्हटलं होतं की तुम्हाला मनात नसतानाही मी तपकिरी म्हणायला लावेन?

आता तुम्ही विचार केला असणार की तो तपकिरी नाही तर तुम्ही निळा म्हणणार नव्हता नं? म्हणजे निदान मी तुम्हाला निळ्या रंगावर विचार करणं भाग पाडलं होतं आणि मी जर तुमच्या समोर बसलो असतो तर तुम्ही तसंच म्हटलं असतं.

तुमच्या प्रतिस्पर्ध्यांना डिवचा आणि ते स्वतःला उघड करतील आणि त्यांचे हेतूसुद्धा कळतील. त्यांच्या स्थिर बुद्धीवरची आवरणं काढा. मग ते त्यांना मनातून करायची नसणारी कामंसुद्धा करतील.

जसं शाओलिनमध्ये म्हटलं जातं की, एखाद्या चांगल्या योद्ध्याला क्रोध येत नसतो. आणि ते रागीट असून चालतही नाही. आपण नंतर पस्तावू असं कृत्य क्षणिक गोष्टीमुळे आपण वाहवत जाऊन, हातून काही घडण्यापेक्षा? तुमचा बॉस, सहचर किंवा अशाच कुणाला मनातली मळमळ किंवा अगदी त्यांना लागेल असं काही (जे खरं तर तुमच्या मनापासून आलेलं नसतं ते), मनात दाबून न ठेवता तुम्ही बिनधास्तपणे सुनावता की जे नंतर कायम रेंगाळत राहतं? जेव्हा तुम्ही कमीतकमी वेळात तुमच्या आयुष्यातल्या बहुतेक संधी धोक्यात घालता? जेव्हा तुम्ही तुमच्या प्रतिस्पर्ध्याला तुमच्या बलस्थानाचा वापर तुमच्याच विरुद्ध करण्यासाठी शांतपणे वाट उघडून देता? जेव्हा तुम्ही धडधाकट असून क्रुद्ध बनता? आणि ते म्हणतात तसं जेव्हा तुम्ही रागाने अंध बनता? अर्थात क्रोध आणि संताप हा काही बाबतींत

तगून राहण्यासाठी आवश्यकसुद्धा असतात. क्वचित त्यांचा उपयोग पक्का निर्धार अधोरेखित करण्यासाठीसुद्धा होतो. पण केव्हाही त्यांवाचून लढणंच श्रेयस्कर!

एखाद्या क्रुद्ध माणसाकडे बल असतं पण त्याचं परिस्थितीवर नियंत्रण असत नाही किंवा त्याच्या कृतीच्या परिणामांवर ताबा असत नाही.

तुम्ही संतापाच्या भरात एखादी गोष्ट भिंतीवर फेकलीत तर ती आपटून तुटते. नंतर तुम्ही कितीही पश्चात्ताप करून फायदा नसतो. तोंडातून शब्द गेला की गेला, तो परत नाही घेता येत. तसंच, राग आपलीच ऊर्जा शोषून घेतो आणि आपल्या विरुद्धच कार्य करतो.

तुम्हाला ही घटना अगदीच चांगल्या प्रकारे माहीत असेल. तुम्ही तुमच्या कारमधून अरुंद रस्त्याने चालला आहात जेव्हा तुमच्या बाजूने जवळून जाणाऱ्या कारचा ड्रायव्हर तुम्हाला अत्यंत बेपर्वाईने कट मारून जातो. नशीब, काही वावगं घडत नाही; पण खूप वाईट घडूही शकलं असतं. तुम्ही तत्क्षणी त्या बेपर्वा ड्रायव्हरला शिव्यांची लाखोली वाहता आणि इतके उत्तेजित होता की जवळजवळ रस्त्याच्या बाजूच्या खड्ड्यातच घुसता. जरा वेळानं शंत होत तुम्ही तुमच्या कारमधल्या सहप्रवाशांना विचारता की त्यांच्यापैकी कुणी त्या कारचा नंबर टिपला होता का जो तुमचा टिपायचा राहिला होता त्या सर्व शिव्या देण्यात?

अर्थात त्यांनीही टिपलेला नसतो. झालं!...तुमच्या संतापाचा पुन्हा उद्रेक होतो या वेळी तुमच्या निष्पाप सहप्रवाशांवर. काही काळानं तुम्हाला तुमची चूक उमगते आणि तुम्ही सहप्रवाशांची माफीसुद्धा मागता परंतु खरडपट्टी काढत की त्यांनी समयसूचकता दाखवणं गरजेचं होतं वगैरे. आणि झाल!...पुन्हा तुमचा राग उफाळून येतो.

तुमच्या संतापाचा त्रास हा फक्त तुम्हालाच होत असतो.

काय मिळालं तुम्हाला? तो उद्दाम तरुण ज्याला तुम्ही शिव्या घातल्यात तो एव्हाना कुठेतरी मित्रांबरोबर मस्तपैकी बिअर पीत बसला असेल. तुमच्या संतापाची त्याला अजिबातच कल्पना नसल्यामुळे तो लेकाचा मजेत असेल. तुमच्या कारमधले सहप्रवासी तुमच्या त्या आगपाखडीबद्दल तुमचीच कीव

करत असतील आणि आता खिडकीतनं बाहेरचं निसर्गसौंदर्य न्याहाळत बसले असतील.

आणि तुम्ही? आता तुम्हाला कळून चुकलं असेल की आपला संताप हा आपल्यावरच उलटत असतो या प्रसंगामध्ये तुमच्यावर, कारण या प्रसंगात एकमेव तुम्हीच आनंद घालवून बसलेले आहात. आता तुम्ही कदाचित म्हणाल, ''मी जर त्या वेळी शांतच राहिलो असतो तर तो मूर्ख तसाच अतिरेकी पद्धतीनं गाडी चालवत राहिला असता आणि पुढे जाऊन काही गंभीर परिणाम भोगला असता!''

पण तुमच्या शिव्याशापांनी काय मिळालं, विशेषतः जेव्हा तुमच्या हातात त्याचा कारच्या नंबर प्लेटवरचा नंबरसुद्धा नाहीये तर? आणि शिवाय तुम्ही आनंदी मूड घालवून बसला आहात ते वेगळंच!

असाच आणखी एक प्रसंग म्हणजे दिवसातली शेवटची बस तुमच्या डोळ्यांदेखत सुटते. अशा वेळी तुम्ही ड्रायव्हरला, बस कंपनीला, शहराला आणि एकंदरीत आयुष्यालाही शिव्याशाप देऊ शकता. तुमच्या आसपास उभे असणारे लोक फक्त तुमचा अवतार बघून तुमची कीव करत मंद हसतील. बाकी कुणालाच जाणीवही नसेल – ना बस ड्रायव्हरला ना त्या बस कंपनीच्या सीईओला, तुम्ही मात्र तुमच्या आयुष्यातली मोलाची काही मिनिटं त्यात गमावली असतील.

शाओलिनमध्ये असं सांगितलं जातं – ''तुम्ही जर उत्तेजित असाल तर काहीही बोलू नका अथवा कृती करू नका. हळुवार दीर्घ श्वासोच्छ्वास करा आणि तुमचं अंतर्मन स्थिर व शांत करा. सगळे विचार काढून शांत व्हा.''

एका विद्वानानं मला सांगितलं होतं की आपल्यातला प्रत्येक जण आपल्या मनातल्या भावनांना, मनःस्थितीला स्वतः जबाबदार असतो. ते तुम्हालाही लागू आहेच. क्वचित काही वेळेला राग येणं, चिडणं हे समर्थनीय असलं, तरी तुम्हाला तुम्ही कशाबद्दल चिडताय त्याची जाणीव असायलाच हवी. तुम्हाला किंचाळायचं असलं तर ते राग, चीड व्यक्त करण्यासाठी की त्याने काही बदल घडेल कशात म्हणून. आपल्या किंचाळण्यानं कुठे कायमस्वरूपी बदल होणार नसतो. एखादा क्रुद्ध सैनिक उगाचच नासधूस करून जातो.

शांततेचं तत्त्व हेच सांगतं की आपल्या प्रतिस्पर्ध्याचा राग आणि भीती ही आपल्या फायद्यामध्ये परावर्तित करा. ते तत्त्व शिकवतं की अगदी वाइटातल्या वाईट प्रसंगीसुद्धा शांती ढळू देऊ नका आणि मग स्वतःला वाहवत जाऊ देऊ नका. पुढच्या खेपेला तुम्हाला कुणी आव्हान दिलं आणि आपला संयम सुटतोय असं वाटलं तर चक्क स्मित करा! आणि विसरून जा.

स्वाध्याय

शांतता शिकता येते

आपण शांतता शिकू शकतो. शेवटी राग, संताप हा फक्त डोक्यात असतो. मी तुम्हाला दाखवतो तो कसं काम करतो ते –

- पुढच्या खेपेला जेव्हा कधी तुम्हाला वाटेल की संतापाने थरथरत तुमचं रक्त गरम होत आता रक्तवाहिनी फुटायची वेळ आलीये किंवा टोकाच्या भीतीमुळे तत्क्षणी काही कृती करावीशी वाटत्येय. अशा वेळी आपल्या श्वासोच्छ्वासावर लक्ष केंद्रित करा. स्वतःला दहा क्षण द्या. त्या दहा क्षणांमध्ये तुम्ही काहीही गमावणार नाही आहात. हळुवारपणे दीर्घ श्वास घ्या आणि हळुवारपणे सोडा.
- तुम्हाला कदाचित आतनं अशी ऊर्मी आली असेल की तत्काळ काहीतरी करावं पण ती ऊर्मी दाबून टाका. डोळ्यांसमोर एक काल्पनिक टेबल आणा आणि त्यावर जोसात मूठ आपटा आणि मनाशी म्हणा 'थांब!!!' आणि हळुवार श्वासोच्छ्वास सुरू ठेवा.
- आता जाणीवपूर्वक तुमचं शरीर अनुभवा. तुम्हाला जाणवतंय का, जसजसे तुम्ही शांत होताय तसतसा तुमचा रागही कमी होत जातोय ते?

तुमच बरोबरच आहे अर्थात. पण... आणि आता आपण पुन्हा प्रारंभीच्या ठिकाणी येऊन पोहोचलोय. पुन्हा एकवार भावना बुद्धीपेक्षा वरचढ ठरतायत. तुम्ही जर त्या व्यक्तींपैकी असाल ज्यांना स्वतःला थांबवणं कठीण जातं आणि संताप पुनःपुन्हा पेटून उठतो तर मग तुम्हाला तुमचं बचावाचं तंत्र अधिक विस्तारायला हवं!

- एक कुठलाही अकस्मात डोक्यात आलेला शब्द घ्या. तो असा असू द्या की ज्याची तुम्हाला कायम जाणीव, आठवण असायला हवी. (उदाहरणार्थ –'हात')

- आता ह्या क्षणापासून पुढे तो तुमचा 'विरामा'चा शब्द असेल. म्हणजे असं की यापुढे जेव्हा तुम्ही हा शब्द ऐकाल किंवा तुम्ही एखाद्या प्रसंगी आपल्या भावना किंवा कृतींवर ताबा ठेवू शकत नसाल, अशा वेळी तुम्ही बोलणं थांबवायचं आणि मनात येणारा कुठलाही विचार –''हो, पण कायंय...'' किंवा ''पण मला अजूनही वाटतंय की...'' तुम्ही तिथेच थांबाल. विराम घ्याल आणि स्वतःशी म्हणाल, ''जरी माझा वेगळा विचार असेल तरी काही बिघडत नाही. मी आत्ता बोलायचा थांबणार आहे.''
- आणि मग हळुवार दीर्घ श्वासोच्छ्वास करीत राहा जोपर्यंत त्या भावना आणि कृतींची ऊर्मी जात नाही.

थोड्या सरावानंतर तुम्ही हे कुणाच्याही लक्षात न येता सहज करू शकाल.

स्वाध्याय

शांततेमधून बळ मिळवणे

तुमचा प्रतिस्पर्धी तुमच्या विरुद्ध काय शस्त्रं वापरणार त्याची तुम्हाला कल्पना आहे? आणि तुमच्या स्वतःच्या बचावासाठी तुमच्याकडे कोणतं शस्त्र आहे हे तुम्हाला माहीत आहे?

तुमचा 'विराम शब्द' कोणता?

....

अशा पाच गोष्टी लिहा ज्यांमुळे तुमच्या रागाचा भडका उडतो.

....

अलीकडच्या काळात कोणत्या प्रसंगी तुमचा मनावरचा ताबा सुटला होता?

....

त्या प्रसंगी तुम्ही जे वागलात त्याचा परिणाम काय झाला होता?

....

तुमच्या अति सावध वृत्तीमुळे तुम्ही आडचणीत आला होता असं शेवटचं कधी घडलं होतं?

....

तुम्ही आधीच कृती केल्यामुळे प्रसंगाला वेगळं वळण लागलं असं कधी घडलं होतं?

....

तुम्ही भीतीमुळे, घाबरल्यामुळे अकारणच अडचणीत सापडलात असं कधी झालंय?

....

‘तुम्ही जर खूप घाईत असाल,
तर सावकाश चाला.’

- चिनी म्हण

६. संथपणाचं तत्त्व

''(शर्यतीत पळण्याची सुरुवात करण्याच्या) खुणेपुढून पळणं आणि (शर्यत जिथे संपते त्या अंतिम) खुणेपर्यंतही न पोहोचणं हे दोन्ही सारखंच वाईट.''

– कन्फ्यूशिअस

संथपणाच्या साहाय्यानं घाईवर ताबा मिळवायला शिका

माझे पणजोबा १८९६ सालच्या त्यांच्या शाळेच्या पहिल्या दिवसाची आठवण सांगताना म्हणाले होते, ''एक उमदा कनवाळू घोडा आमची बग्गी ओढून नेत होता.'' हे वाचल्यावर वाचकांच्या डोळ्यांसमोर एक आकर्षक चित्र तयार झालं असेल; एक छोटा मुलगा आपल्या वडिलांबरोबर हळूहळू आणि धीरगंभीरपणे शहरातल्या अनोख्या दुनियेत प्रवेश करतोय जे त्याने आधी कधीही पाहिलेलं नाही. मोठमोठाल्या भिंती मागे टाकत, शहरातल्या उपनगरांमधल्या गल्ल्यांमधनं वाट काढत ते निघालेत, जी उपनगरं छोट्या गावांसारखीच आहेत आणि अशा तऱ्हेनं दोन तासांच्या प्रवासानंतर ते त्याच्या शाळेपाशी पोहोचतात.

आजकालच्या अत्याधुनिक कार्सच्या जमान्यात तेच अंतर त्या दोघांनी दहा मिनिटांत कापलं असतं. गेल्या शतकाचा बराच मोठा भाग व्यापलेल्या आधीच्या बुजुर्ग पिढीला नव्या काळात मनावर बिंबलेला सर्वांत मोठा बदल म्हणजे नव्या जगात बघायला मिळणारी वेगामधली अविश्वसनीय वाढ!

अकस्मातच घोड्यांनी ओढायची बग्गी आणि त्याच्याशी जोडला गेलेला आरामदायी, काहीसा संथ पण आनंदी प्रवास ही पार भूतकाळातली

गोष्ट ठरलाय. ख्रिस्तोत्तर दुसऱ्या शतकात रोमन लोकांनी घोड्याचे रथ युद्धासाठी वापरले होते. रथाला जोडलेल्या घोड्यांच्या संख्येत वाढ केली की वेग जरी वाढला नाही तरी रथारूढ माणसं वाहून नेण्याची क्षमता वाढत असे. एखादा मजबूत रथसुद्धा अश्वगतीपेक्षा वेगानं जाऊ शकत नसे.

जवळपास १८०० वर्षं रथाचा कमाल वेग हाच एक प्रमाण मानक असल्यासारखा झाला होता कारण त्याहून वेगाने जाणारं वाहन नव्हतं. जेव्हा अधिक वेग म्हणजे अधिक पैसा मिळवण्याचं साधन हे लोकांच्या लक्षात येत गेलं तसतशा गोष्टी भराभर बदलत गेल्या. मग घोड्यांच्या बग्ग्या जाऊन मोटारी आल्या, एक्स्प्रेस ट्रेन्स आल्या, विमानं आली आणि स्वप्नातीत वेगाची जेट विमानं आली. सर्व काही वेग आणि वेगाभोवती फिरणारं जग – अगदी टोकाचं आदर्श वेगाबद्दल म्हणायचं तर आपण प्रवासाला सुरुवात करण्यापूर्वीच प्रवास संपवून पोहोचलेलो असणार! कंम्प्यूटर इंजिनिअरिंगमध्ये १९६५ साली गार्डन मूरने एक प्रसिद्ध नियम सांगितला होता की मायक्रोप्रोसेसरचा वेग हा दर १८ महिन्यांत दुप्पट गतीने वाढेल. सोप्या शब्दांत सांगायचं तर दर दीड वर्षांनी येणारे कंम्प्यूटर्स हे आधीच्या कंम्प्यूटर्सच्या पिढीपेक्षा दुप्पट गतीनं आकडेमोड करतील. म्हणजे १५ वर्षांत तेव्हा असणारे कंम्प्यूटर्स आजच्या कंम्प्यूटर्सपेक्षा हजार पटींनी जलद चालतील.

गतिमान आयुष्य

वेग हा आजच्या काळाचा मूलमंत्र बनलाय! वाचन झटपट, शिक्षण झटपट, खाणं झटपट... चटकन सुट्टी घेऊन पर्यटनस्थळी पळणे आणि तिथनं त्याहून पटकन घरी परत येणं. मूलतः आपलं सर्व आयुष्यच आताशा प्रचंड गतिमान झालंय.

पण म्हणून काय? दळणवळणाचीच गेल्या काही वर्षांत वाढलेली गती बघा. पूर्वीच्या काळी पत्र पोहोचायला किमान दोन दिवस लागायचे आणि तिथनं उत्तर पोहोचायला पुन्हा दोन दिवस. फॅक्स हा प्रकार जलद होई. तुम्ही एखादं पत्र लिहून ते छापून फॅक्स मशीनमध्ये ठेवून ज्यांना फॅक्स पोहोचवायचाय तिथला नंबर फिरवायचात. फारच संथ प्रकार नं हा? ठीकंय. मग त्यावर उपाय म्हणून ईमेल सुरू झालं. तुम्ही आलेल्या पत्राला

नुसतं 'रिप्लाय' म्हणायचं की तुमचं उत्तर पुढच्या क्षणी त्या प्राप्तकर्त्याला मिळालंच म्हणून समजा. कंम्प्यूटर्सनी आपलं जीवन सोपं केलंय, आपलं काम गतिमान केलं आणि त्यायोगे अधिक कार्यक्षमसुद्धा! आता तेच काम आपण निम्म्या वेळात करतो किंवा तेवढ्याच वेळेत दुप्पट पैसे कमावतो. म्हणून वस्तुनिष्ठ दृष्टीने बघितलं तर वेगात वाढ झाली हे एकूणात चांगलंच झालंय! आता प्रश्न असा की जर तुम्ही तुमचं काम निम्म्या वेळेत संपवू शकताय तर मग आता परिणामस्वरूप तुमच्या हातात फुरसतीचा वेळ जास्त शिल्लक राहतोय का? किंवा थोडं वेगळ्या प्रकारे मांडायचं तर :

वेगात वाढ झाल्यामुळे तुम्हाला काय मिळालंय? आणि त्याची तुम्हाला काय किंमत द्यावी लागल्येय?

तुमच्या वहीत तीन स्तंभ करा (उभे भाग).

पहिल्या उभ्या भागात वेगात वाढ झाल्यामुळे तुमच्या वैयक्तिक जीवनात तुम्हाला काय फायदा झाला ते लिहा.

मधल्या भागात तुमच्या मते तोटे काय झाले ते लिहा. सध्या उजवीकडचा, तिसरा स्तंभ मोकळाच ठेवा. भरताना पक्के ठोस मुद्दे लिहा- जसं की मित्रांशी आणि कुटुंबीयांशी बोलायला जास्त वेळ, स्वतःसाठी जास्त वेळ, अधिक आर्थिक स्वातंत्र्य. पण हां, जर का तुम्हाला असं वाटलं की, उदाहरणार्थ- वाढलेल्या वेगामुळे तुम्ही आता सुट्टी घालवायला पर्यटनस्थळी जास्त लवकर पोहोचू शकाल. तर हे काळजीपूर्वक बघा की त्याचा नक्की तुम्हाला वैयक्तिक फायदा काय झालाय? त्या पर्यटनस्थळी जाण्याच्या प्रवासाचा आनंद घेणंसुद्धा शक्य होतं नं?

आता तिसऱ्या स्तंभाकडे वळू. आता मधल्या स्तंभात जे तोटे लिहिलेत त्या प्रत्येक ओळीसमोर वाढलेल्या वेगाचा फायदा तुमच्या मते नक्की कुणाला झाला त्याचं नाव लिहा. उदाहरणार्थ – जर तुम्ही दुसऱ्या स्तंभात अशी ओळ लिहिली असेल की, ...तर ग्राहकांना आता आर्डर नोंदवल्यादिवशीच माल घरपोहोच मिळण्याची अपेक्षा असते त्यामुळे मला आता अधिकाधिक जास्तीचा वेळ काम करावं लागतं. तर त्यापुढे तिसऱ्या स्तंभात तुम्ही लिहू शकता की आता कंपनीला जास्त नफा मिळू लागलाय त्यामुळे 'कंपनीचे मालक' हे फायदा मिळवणारे ठरतात.

महात्मा गांधी एकदा म्हणाले होते, ''जीवनात वेगापेक्षा इतरही खूप काही असतं.'' पण आपल्या गतिमान आयुष्यात संथ गतीकडे बघत नाकं मुरडली जातात. स्थिरपणा म्हणजे आळशीपणा असं समीकरण मांडलं जातं. एखादा जर एक अपाइंटमेंट संपवून दुसरीसाठी धावत नसेल तर त्याच्याकडे कामच नाही असंच मानायचं. आताच्या प्रवासात वेळ फुकट घालवण्यापेक्षा त्या वेळात मोबाइलचा वापर उत्पादक कार्यासाठी केला जातो, हेच पूर्वीचा काळ असता तर मोबाइल बंदच ठेवले असते. आजकालच्या जमान्यात कुठलंही काम 'आत्ता लगेच पटापट' करणं हा धंद्यातला मंत्रच झालाय जणू!

आयुष्य म्हणजे जर एक वेडगळ पळापळ असेल तर स्थिरता म्हणजे मृत्यू समजावा? खरं पाहता निव्वळ स्थिरता किंवा शांतीमुळे आलेल्या मृत्यूपेक्षा, जास्त प्रमाणात मृत्यू घडतायत ते वेगाने वाहन चालवताना होणाऱ्या अपघातांमुळे, अति ताणामुळे हृदयक्रिया बंद पडून किंवा लक्ष भलतीकडे गेल्यानं चूक होऊन!

स्वतःला धकाधकीत सामील करू नका!

एखाद्या निष्णात योद्ध्याच्या हाती 'वेग' हे भयंकर शस्त्र ठरतं! जर एखाद्या ठिकाणी 'त्वरा करा, उद्यापर्यंतच!' या मथळ्याखाली कमी किमतीत सेल लागला असेल तर तुम्ही कदाचित फार विचार न करता तिथे खरेदी उरकून टाकाल. पण याउलट तीच वस्तू एखाद्या ठिकाणी 'कायमस्वरुपी सवलतीच्या दरात' विक्रीसाठी असेल तर तुम्ही थांबाल आणि विचार करत बसाल. त्या वेळी कदाचित तुम्हाला वाटेल की त्या सवलतीच्या किमतीत ती वस्तू लगेच खरेदी करण्याएवढी तातडी गरजेची नाहीये. या ठिकाणी तुमची संथ प्रवृत्ती ही प्रतिस्पर्ध्यासाठी फायद्याची नाहीये. पुन्हा एकवार माहिती तंत्रज्ञान क्षेत्रामधून एक खूपच रंजक गोष्ट समोर आलीय - 'ही सुसंधी चुकवू नका! खास तुमच्यासाठी केवळ पुढचे तीन दिवस अत्यंत खास आकर्षक माफक दरात एक अत्यंत शीघ्रगती संगणक! (ही खास ऑफर संपल्यावर तो संगणक पुन्हा मूळ किमतीत उपलब्ध!)'ह्या उदाहरणात विशेष नमूद करण्यासारखं काय आहे? तर या ठिकाणी तुमचा प्रतिस्पर्धी तुम्हाला जाणूनबुजून निर्णय घेण्यासाठी दडपण आणतोय, जो घेऊन तुम्ही नंतर

पस्तावाल. तुम्ही जर एक पाऊल मागे घेत नीट विचार कराल तर तुम्हाला लक्षात येईल की ही 'कमी किमती'ची 'ऑफर' काही खरी नव्हे! आपण पाहिलंच आहे की एकीकडे किमती वेगानं खाली येत असताना दुसरीकडे कंम्प्यूटर्स अधिक कार्यक्षम आणि जास्त सामर्थ्यवान होत चाललेत. त्यामुळे जो कंम्प्यूटर काही काळानं कालबाह्यच होईल त्याची किंमत तो खास सवलतीच्या किमतीचा काळ संपल्यावर वाढेल कशी?

जेव्हा तुम्ही एखाद्या रेस्तराँमध्ये शिरल्यावर अंगातला कोटही काढण्याआधी तिथला वेटर जर ड्रिंक्सची आर्डर देण्याची घाई करत असेल तर त्याचाही तसाच हेतू असू शकतो. कारण अशा वेळी तुम्ही घाईत तिथलं मेन्यूकार्ड नीट न बघताच एखादं भलतंच महागडं ड्रिंक आर्डर करून मोकळे झालेले असू शकता.

अति घाई चुकीकडे नेई!

हे अति वेगाचं तत्त्व आपल्या मनात इतकं खोलवर रुजलेलं असतंय की बहुसंख्य लोकांना आपल्या प्रतिस्पर्ध्याचे खरे हेतू समजतच नाहीत. कुणासमोर 'हे पटकन सही करून दे' म्हणून कागद धरला तर तो एखाद्या सापळ्यात अडकण्याचीच शक्यता असते. मोटर चालवण्यासारखंच, अति वेगाशी आपली चुका करण्याची आणि आपलं नियंत्रण सुटण्याची शक्यता ही थेट प्रमाणात असते! हे कदाचित ऐकायला विचित्र किंवा विकृत वाटेल, पण मोटर व्यवसायामध्ये वेग हा उत्पादकाच्या फायद्याचा असतो. प्रत्येक अपघातग्रस्त कारच्या जोडीने एका नवीन कारच्या विक्रीची संधी उत्पन्न होते.

> तुम्हाला घाई करायला लावण्यात प्रतिस्पर्ध्याचा फायदा होतो अशी पाच उदाहरणं शोधा आणि बहीत उतरवा.

वाईट खरेदी, चुकीचे निर्णय किंवा घोडचुका - शाओलिनची तत्त्वं आपल्याला शिकवतात की घाई आपल्याला चुकीकडे नेते आणि त्या घाईमुळे आपल्याला सर्वांगीण संपूर्ण मोठं चित्र दिसतच नाही. ते तत्त्व सांगतं की जो कुणी आपल्याला असं घाई करायला लावतो, दौडपतो त्याची बाजू आधीच वरचढ ठरलेली असते.

एखाद्याला घाई करायला भाग पाडणं म्हणजेच त्याला डिवचून चुका करायला भाग पाडणं.

गेली अनेक वर्षं, शाओलिनमधल्या साधूंनी अशी शस्त्रं तयार केलीयंत जी अतिशय सावधगिरीने वाहून नेली जातात आणि प्रतिस्पर्ध्यांना दिसूही शकत नाहीत. हेसुद्धा आपल्या प्रतिस्पर्ध्यांना घाई करायला लावण्याच्या बरोबरीचंच. चला माझ्या बरोबर, पटकन एका कपड्यांच्या दुकानाला भेट देऊन येऊ. इथं तुम्ही वेगवेगळे पोशाख दाखवायला सांगता, त्यातल्या काहींची ट्रायल घेता पण तुमच्या मनात घर करेल असा एकही पोशाख नसतो. आता तुम्हाला खरेदीसाठी उद्युक्त करावं म्हणून तिथला विक्रेता काय करेल? ते तुम्हाला जाणीव करून देतील की ते कामात फारच गर्क आहेत, तुमच्यासाठी वेळ कमी आहे. एक प्रकार असाही करतील की जो ग्राहक उगाचंच कपडे चाळत बसलाय त्याच्याकडे विशेष ध्यान देतील. ''आलोच हं जरा तिथे बघून, एक मिनिट!''

अशा वेळी बरीच माणसं नर्व्हस होतात. त्यांना उगाचंच ओशाळवाणं वाटतं. ''मी इतका वेळ घेतला ह्या विक्रेत्याचा, आता मला काहीतरी विकत घ्यायलाच हवं. तसंही हे पोशाख काही अगदीच वाईट नाहीत.''

या ठिकाणी एक मुद्दा विसरला जातोय (आणि ज्यामुळे सरतेशेवटी तुम्ही त्या विक्रेत्याबरोबरची लढाई हरणार आहात) तो म्हणजे त्या दुकानातल्या सर्व विक्रेत्या कर्मचाऱ्यांना दिवसातला ठरावीक काळ हा केवळ तिथे काउंटरवर काढणे हा त्यांच्या नोकरीचाच भाग असतो. त्यांना सकाळी नऊ वाजता दुकानात येऊन संध्याकाळी सहापर्यंत तिथे असण्यासाठीच पगार मिळत असतो. त्यामुळे त्यांनी तिथे काम करत अथवा काम नसलं तरी तिथे नऊ तास उभे राहण्याचेच पैसे मिळत असतात. समजा त्या कर्मचाऱ्याने अगदी दोन तासांत बारा गिऱ्हाइकांची कामं केली तरीही त्याला उरलेले सात तास उभं राहायलाच लागतं. रिकाम्या वेळेशी तसं काही देणंघेणं नसतं. आणि परिणामस्वरूप जरी त्यांनी तुम्हाला पटापट काही घेण्यास भाग पाडलं तरी त्याचा संबंध त्यांच्या एकूण कामाच्या वेळेशी नसतो. पण त्यांनी तुम्हाला तुमच्या इच्छेविरुद्ध खरेदी करायला भाग पाडणं जमवलेलं असतं.

संथ गती हे सृष्टीचं तत्त्व आहे

वेग कमी करू शकणं ही आपली एक फार महत्त्वाची क्षमता आहे जी आपण इतर अनेक गोष्टींबरोबरच कालौघात हरवून बसलो आहोत. तुम्ही कधी सकाळच्या वेळेचं कुत्र्यांचं चालणं बघितलंत, तर तुम्हाला लक्षात येईल की संथ गती हे निसर्गाचं तत्त्व आहे. जर त्या ठिकाणी त्यांच्या बरोबर त्यांना ओढणारा, ढकलणारा, खेचणारा आणि चालवणारा माणूस नसता तर त्या बेट्यांकडे जगातला वाटेल तेवढा वेळच वेळ असता. आणि का नसावा? त्याने जर त्याच्या मालकासारखी चालण्याची गती धारण केली तर तोही चालताना सर्व गोष्टी ध्यानात न घेता, आकळून न घेता भराभर मागे टाकत पुढे जाईल त्याने काय साध्य होईल? उत्क्रांती म्हणजे काही दर तासाला घडणारा बदल नव्हे! चांगल्या गोष्टी आपापला वेळ घेतात आणि सृष्टी ही जरी लक्षावधी वर्षांच्या परिमाणांचा विचार करत नसली तरी हजार वर्षांचा नक्कीच करते.

तुम्हाला एक परिपूर्ण गुळगुळीत दगड हवाय? तर मग त्याला ओढ्याच्या प्रवाहात ठेवा आणि पन्नास वर्षांनी परत या. तो तोपर्यंत बनला असेल तुम्हाला हवा तसा बहुधा!

एका चिनी म्हणीअनुसार– 'तुम्हाला जर खूप घाई असेल, तर ती धिम्या गतीने करा!' हा विरोधाभास वाटतो नं ऐकायला, पण तो तसा नाहीये. संथ चाल तुम्हाला पटकन पोहोचवते.

स्वाध्याय

धिमी म्हणजे जलद

तुम्हाला पुन्हा एक उदाहरण देतो. तुमच्या जवळ एखादं घड्याळ असेलंच ना सेकंद मोजता येणारं? आणि वहीसुद्धा ठेवा जवळ.

- पुढच्या परिच्छेदात तुम्हाला दहा निरर्थक शब्द दिसतील. तुम्हाला आता ते कमीतकमी वेळेत अल्फाबेटिकली एकापाठोपाठ एक लावायचेत. तुमचं स्टॉपवाच तयार आहे? मग करा सुरुवात.

- तुमचे सगळे शब्द लावून झाले की मग निकाल बघा आणि किती वेळात तुम्ही ते केलंत ते बघा. तुम्ही हे काम वीस सेकंदांत करणं अपेक्षित आहे.
- एकदा तुमचा हा स्वाध्याय करून झाला की मगच पुढे वाचायला सुरुवात करा.
- ते दहा शब्द असे आहेत – avaries, avric, aivrce, avarice, aavirec, avrice, airvec, avirace, aavrice, averic.

झालं सोडवून? अर्थातच तुम्हाला २० सेकंदांपेक्षा जास्त वेळ लागला असेल. ते २० सेकंदांत संपणं तसंही अशक्यच! मला केवळ तुम्हाला घाई करायची होती. कदाचित तुम्ही लगेच घाईत सुरुवात केली असणार पण मग तुम्हाला काही दुरुस्त्याही कराव्या लागल्या असतील आणि त्यामुळे जास्त वेळ लागला असेल.

आता हाच स्वाध्याय परत सोडवा. पण आता इतक्या घाईत करायचा प्रयत्न करू नका. असं बघा की या खेपेला दुरुस्त्या फार कराव्या लागणार नाहीत.

- जेव्हा तुमची ओळ सुरू होईल तेव्हा ती क्रम कसा लावता येईल या संबंधी थोडा विचार करा आणि मग त्याला धरूनच काम करा. ह्या वेळी किती वेळात यापेक्षा किती अचूक हा विचार असू द्या मनात.
- या वेळेला तुमचे १० शब्द आहेत bflido, boliold, bolflid, blodfli, blodlif, bolfid, ,bofioldo, bofdli, bfloido, bofoildo.
- आता ह्या खेपेला तुम्हाला किती वेळ लागला? आणि त्याहून महत्त्वाचं म्हणजे तुमच्या चुकांची संख्या या खेपेला कमी झाली का?

जेव्हा कधी अशा एखाद्या परिस्थितीत तुम्ही असाल की तुमच्या डोक्यात आक्रस्ताळेपणानं विचारांचं मोहोळ उठायला सुरुवात होत असेल तेव्हा स्वतःला शांतपणाच्या, धिमेपणाच्या तत्त्वाची आठवण करून द्या. तुम्ही कदाचित अशी एखादी घाईगडबडीची परिस्थिती अनुभवलेली असेल की त्या घाईघाईत तुम्ही हातातली किल्ली कुलुपात नीट घालूच शकत नसाल किंवा टायची गाठच धड बांधता येत नसेल. अशा वेळी स्वतःला प्रयत्नपूर्वक शांत करा. गती धिमी करा. तुम्हाला आपसूकच कळेल की त्यामुळे आश्चर्यकारक रिझल्ट्स मिळतील.

वेग हा डावपेचाचा भाग असू शकतो

शांततेच्या तत्त्वाने आपल्याला शिकवलंय की आपल्याला कुणी काही विचारायच्या आधीच उत्तर द्यायची घाई करू नये. धिमेपणाचं तत्त्व त्याच्या एक पाऊल पुढे जातं. विचारल्या गेलेल्या प्रश्नाचं जर आपल्याला जर पूर्ण उत्तर माहीत असेल आणि फक्त थोडसंच सुरुवातीचा उत्तराचा भाग येत असेल तर, हे शहाणपणाचं ठरेल की तुम्ही ते उत्तर इतक्या धिम्या गतीने द्यायला सुरुवात करा की प्रश्नकर्त्याचा ते पूर्ण उत्तर ऐकण्यातला रसच संपून जाईल.

माझ्या समोर अगदी हीच समस्या उभी ठाकली होती मी शाळा सोडण्याआधीच्या शालेय जीवनातल्या शेवटच्या गणिताच्या तोंडी परीक्षेवेळी.

मला बहुतेक प्रश्नांच्या उत्तराची सुरुवात करता येत असे पण मी पुढे जाऊन एखाद्या मुद्द्यावर अडकायचो आणि मग थांबायचोच तिथे. माझ्या गणिताच्या मास्तरांना हे ठाऊक होतं.

परीक्षकांना मी प्रश्नांची पटापट उत्तरं देऊन त्यांच्यावर छाप पाडण्याचं ठरवलं होतं. माझे डावपेच असे होते की एकदा का मी पटापट उत्तर द्यायला सुरुवात केली की, ह्याला हे सगळं येतंय, असं समजून ते पुढल्या प्रश्नाकडे वळतील म्हणून! मी त्याला जणू तो जीवनमरणाचा प्रश्नच करून ठेवला होता. माझ्या मास्तरांनी माझ्या धाडधाड सुटलेल्या उत्तराच्या गाडीची गती कमी करत शांतपणे म्हटलं, "शाब्बास. आता हे सांग बघू...."

मला एका भागाची खात्री झाल्यावर मग माझी उत्तराची एक्स्प्रेस सुटलीच परत भरधाव! पण माझी कमतरता किंवा न्यून उघडकीला येऊन मी नापास झालो आणि मग माझ्या गणिताच्या मास्तरांनी मला जन्मभराचा धडा दिला. त्यांचे ते शब्द आजही घुमतायत कानांत – "तू मठ्ठ आहेस." प्रत्येक विद्यार्थ्याला जोखण्यासाठी परीक्षकांनी प्रत्येक विद्यार्थ्याला एक निश्चित अमुकअमुक कालावधी दिला होता. ज्यानंतर त्याचा परीक्षेचा वेळ संपत होता. आणि मला ह्याची कल्पना दिली होती, "एका ठरावीक टप्प्यानंतर तुला समीकरणं सोडवता येणार नाहीत आणि म्हणून मी तुला म्हणत राहिलो होतो, आधी हे सोडव म्हणून. तू जर त्या वेळीच धिम्या गतीनं सोडवत बसला असतास तर ती वेळ संपली असती आणि मग मी

म्हटलं असतं – 'तुला अर्थातच पुढचं येतंय सर्व सोडवायला, बरोबर?' पण तू इतक्या वेगानं सोडवत गेलास की शेवटी सर्वांना आपसूकच कळून चुकलं की तू मध्येच कुठेतरी अडकला होतास म्हणून!''

आता अशी तीन उदाहरणं तुमच्या वहीत लिहायचा प्रयत्न करा ज्यांत धिमेपणा हा वेगापेक्षाही वरचढ ठरू शकतोय.

वेगाचं आणखी एक वैशिष्ट्य म्हणजे काहीएक विशिष्ट कालावधीनंतर त्याचं एक स्वतःचंच आयुष्य सुरू होतं. जसजसं जास्ती, आणखी जास्ती आणि जलद, आणखी जलद करायला जाऊ तेव्हा एक क्षण अस येईल जेव्हा अति श्रमानं थकून गती आपसूकच धिमी होईल. आणि मग ते भरून काढण्यासाठी आणखी वेगात काम केलं जाईल... ज्याने पुढे चुका होत जातील आणि मग एकूण उत्पादनात घट होईल. आणि मग अशा परिस्थितीत त्या काम करणाऱ्याला आपण जर 'काही क्षण थांबून विश्रांती घ्यायला' सुचवलं तर आपल्याला गोंधळात टाकणारी प्रतिक्रिया मिळेल. समोर इतकं काम पडलेलं असताना कुणी विश्रांती घ्यायचं कसं मनात आणू शकेल? एक तर अंतिम तारीखेची टांगती तलवार आहे डोक्यावर! खरं तर विश्रांती घ्यायची वेळ तेव्हाच जेव्हा विश्रांती घेण्यासाठी वेळच नसते.

स्काउट आणि गाइडची मुलंमुली त्यांच्या नियोजित ठिकाणी कमीतकमी वेळेत पोहोचण्यासाठी 'स्काउट स्ट्राइड' नावाचं तंत्र वापरतात. यामध्ये आपण अगदी पडेपर्यंत जलद गतीने चालायचं नसतं तर उलट अधनंमधनं आपली चालण्याची गती धिमी करायची असते. उदाहरणार्थ – आधी २०० ढांगा अंतर पळा. नंतर तितकंच अंतर चाला. मग पुन्हा २०० ढांगा पळा मग पुन्हा चाला...आणि असंच करत जा. आवश्यकतेअनुसार हे अजिबात विश्रांती न घेता अनेक तास चालू ठेवा. तुम्ही जर धिम्या गतीनं चालण्याची गल्लत रेंगाळत, रमतगमत चालण्याशी करत नसाल आणि आळशीपणा किंवा सुस्तपणाची गल्लत काहीच काम न करणे ह्याच्याशी करत नसाल तर तुम्हालाच नवल वाटेल की शांततासुद्धा आपल्याला जलद गती देते ते!

लाओ त्झूचं एक छान वाक्य आहे–''खूप प्रयत्न करून हाती काही न लागण्यापेक्षा, काहीच न केलेलं चांगलं!''

याआधी आपण शिकलोय की आपण लोकांना किंचित जबरदस्ती करून/ भरीस पाडून चुका करण्यासाठी उद्युक्त करू शकतो. आणि तरीसुद्धा अनेक लोकांना हा विश्वास वाटत राहतो की, आपण सगळं काही लवकरात लवकर घाईघाईने शिकायला हवं.

मग ते पियानो वाजवणं असो, जादूचे प्रयोग करणं असो, मार्शल आर्ट्सचं ट्रेनिंग असो – लोकांना वाटतं आपल्या चुका आपण गती वाढवून भरून काढू शकू. असं दिसतं की सरावाचं मुख्य उद्दिष्ट हे अचूकतेनं काम पूर्ण करणं नसून लवकरात लवकर संपवणं असावं. वस्तुतः शाओलिन कुंग फूसारख्या मार्शल आर्ट्सच्या तंत्रामध्ये एकेका बोटाची स्थितीसुद्धा प्रचंड महत्त्वाची असताना तशा प्रकारे काम संपवायला जाणं हे धोकादायक ठरू शकतं. अनेक तपशिलाच्या गोष्टींकडे दुर्लक्ष होऊ शकतं. शाओलिन मंदिरात आलेल्या नवशिक्यांना सांगितलं जातं की तुम्ही जर काही गोष्टी पटकन करू शकलात तर त्याचा अर्थ असा नाही होत की त्या गोष्टी तुम्ही धिम्या गतीनेसुद्धा करू शकाल. एखादी गोष्ट अगदी जलद गतीनं करता येण्यासाठी तुम्हाला तीच गोष्ट सावकाशपणे करता येतेय का ते शिकावं लागेल. तुम्हाला सतत स्वतःला धिम्या गतीत आणण्यासाठी यत्न करावे लागतील. मग जलद गती आपोआप येईलच. तुम्ही एकदा का धिम्या गतीने काम करण्यात सफाई मिळवलीत की मग त्याच गोष्टी जलद गतीनंही संपवता येऊ शाकतील. हे जे जलद गतीने भारलेलं युग आहे त्याच युगात धिम्या जीवनाबद्दल आकर्षणसुद्धा आहे.

स्वतःची गती पुनश्च शोधा

आपल्याला एखाद्या योद्धा साधूच्या आक्रमणावेळच्या सपसप फिरणाऱ्या तलवारीच्या हालचाली कॅमेऱ्यातून पाच पट टाइमलॅप्सरामध्ये बघायच्या नाहीत तर प्रत्येकच हालचाल धिम्या गतीमध्ये अभ्यासायची आहे. शाओलिनचं तत्त्व आपल्याला शिकवतं की धिमी गती आणि स्थैर्य ही सामर्थ्यशाली शस्त्रं आहेत. एखादा जर सावकाश आणि शांतपणे बोलत असेल आणि दुसरा कोणी उत्तेजितपणे स्वतःचा जोरजोराने बोलून बचाव करत असेल तर आपला कल हा शांतपणे बोलणाऱ्याकडे असेल, दोघांपैकी खरं कोण बोलतोय हे नंतरचं! पण आजच्या घडीला धिमी गती हा अशक्यप्राय पैलूच मानला जातो.

मला बऱ्याच वेळा लोकांकडून ऐकायला मिळतं, ''काश, माझा स्वभाव तुझ्याएवढा शांत असता.'' मग मी मनात म्हणायचो, ''तर मग मी तुला आनंदाने देऊ केला असता. पण तू नुसतं बोलतोयस. तुला मनापासून तसं नक्कीच नको असणार.'' एक लक्षात ठेवा, जो तुमच्या गतीवर, वेगावर नियंत्रण ठेवू शकतो तो तुमच्या आयुष्यावर नियंत्रण ठेवू शकतो आणि मला आशा आहे की ती व्यक्ती तुम्ही स्वतःच असावं!

स्वाध्याय

तुमचा वेग कमी करा.

आपला वेग कमी करण्याआधी आपल्याला ठाऊक हवं की आपली सुयोग्य गती काय आहे ते! खाली दिलेले प्रश्न तुम्हाला ते समजून घ्यायला उपयोगी पडतील.

....

तुम्हाला धावपळीसाठी भरीला पाडलं जातंय असं का वाटतं?

....

तुम्ही रोजच्या तीन वेळच्या खाण्यासाठी किती वेळ घेता? आणि तो खरा किती वेळ असावा असं तुम्हाला वाटतं?

....

तुम्ही धिम्या गतीनं चालूनही लवकर पोहोचला असता अशी ठिकाणं?

....

अति जलद गतीनं चालल्यामुळे तुमच्या चुका उघडकीला आल्या असं कुठे घडलं, ज्या अन्यथा उघडकीला नसत्या आल्या?

....

जर का सगळ्याच गोष्टींचा वेग १०० वर्षांपूर्वी असायचा तसाच झाला, तर त्याचा तुम्हाला काय तोटा होईल? आणि कुठल्या ठिकाणी फायदा

होईल?

....

तुमच्या आयुष्यात अति जलद गतीनं घडणाऱ्या गोष्टी कोणत्या?

....

त्यांना ब्रेक लावण्यासाठी, अकस्मात थांबवण्यासाठी तुम्ही काय कराल?

....

“शहाणा माणूस स्वत:च्या चुकांमधनं शिकतो; जास्त हुशार माणूस दुसऱ्यांच्या चुकांमधनं शिकतो.”

- कन्फ्यूशिअस

७. अनुकरणाचं तत्त्व

"जे छोटे आहेत त्यांना मोठे कोण हे माहीत असायलाच हवं
आणि जे मोठे आहेत त्यांनाही छोटे कोण
हे माहीत असायलाच हवं."

– मियामोटो मुसाशी

तुम्ही लोकांचं अनुकरण करत त्यांना अधिक चांगल्या प्रकारे जोखू शकता, हे शिका!

१५०० वर्षांपूर्वी जेव्हा हाओ-शान पर्वतावर बोधिधर्म आणि इतर साधूंनी शाओलिन मठाची स्थापना केली तेव्हा त्यांना दोन मुख्य समस्यांना तोंड द्यावं लागलं.

पहिली म्हणजे त्या मठाच्या सभोवताली लुटारू आणि भटक्या टोळ्यांचा सुळसुळाट असल्याने असुरक्षित वातावरण होतं. कालांतराने ह्या समस्येवर उपाय शोधता येणं शक्य झालं परंतु दुसरा जास्त मोठा धोका होता। तो आजूबाजूच्या जगलात असणाऱ्या हिंस्र श्वापदांचा, कारण ते अचानक कधी समोर उभे ठाकतील ह्याचा नेम नसे. ह्या संकटावर मात कशी करायची? चांगला योद्धा समोरच्या माणसापासून आपला बचाव करू शके, पण जंगली श्वापदासमोर बचाव कसा करायचा?

सुरुवातीला मठात वास्तव्य करणाऱ्यांनी एक उपाय शोधला जो डोकेबाजही होता। आणि साधा-सरळसुद्धा : जेव्हा एखाद्या प्राण्यावर दुसरा प्राणी हल्ला करतो तेव्हा दुसऱ्याविरुद्ध बचावासाठी तो प्राणी जी पद्धत

वापरतो तीच आपण माणसांनी का वापरू नये? जंगली प्राण्यांचं निरीक्षण करून त्यांच्यानुसारच वागत त्यांना का पराभूत करू नये? मग मठातल्या साधूंनी प्राण्यांचं निरीक्षण करत त्यांच्या बचावपद्धतींचा अभ्यास करत त्यानुसार अनुकरण करायला सुरुवात केली आणि मग अचानकच त्यांना त्या हिंस्र प्राण्यांना पराभूत करणं शक्य होऊ लागलं.

मानवाला नेहमीच सृष्टीच्या निर्मितिप्रक्रियेत, उत्क्रांतीच्या अगदी सर्वोच्च टप्प्यावर स्वतःला बघायला आवडतं, जरी त्याच्याकडे इतर सजीवांच्या बऱ्याच क्षमता नसल्या तरी! मानव काही खूप मोठा किंवा खूप सामर्थ्यशाली नाही. मजबूत किंवा चपळ नाही. इतर सजीवांपेक्षा मानव वेगळा ठरतो तो त्याच्या मुद्दाम अनुकरण करू शकण्याच्या क्षमतेमुळे. ह्यामुळेच तो पृथ्वीवर आजतागायत तग धरून राहिला आहे.

इतर प्राण्यांची शक्तिस्थळं हेरून त्याला आपल्या बुद्धीची जोड दिल्यामुळे मानवाला वेगवेगळ्या परिस्थितींवर वर्चस्व मिळवता येत आलेलं आहे.

साधू आणि नाकतोडा

शाओलिन मठामध्ये वांग लँग साधूची अत्यंत अनुभवी योद्धा म्हणून ख्याती होती, ज्याने सतरा प्रकारच्या कुंग फूच्या पद्धतींवर प्रभुत्व मिळवलं होतं. पण इतकी सगळी कठोर साधना करूनही तो आपल्या बरोबरीच्या साधूंना द्वंद्वामध्ये हरवू शकत नसे. सरतेशेवटी आत्यंतिक निराश होऊन तो मठाबाहेरच्या जंगलात राहायला गेला. एक दिवस जंगलात फिरताना त्याने एक छोटा नाकतोडा आणि एका मोठ्या रातकिड्यासारख्या किड्याची झुंज बघितली. त्या झुंजीत त्या छोट्या नाकतोड्याने त्याच्यापेक्षा आकाराने मोठ्या रातकिड्यासदृश किड्याला अनेकदा हरवलं.

वांग लँगला त्या नाकतोड्याचं भारी कौतुक वाटलं. त्याने तो छोटा नाकतोडा हातात उचलला आणि त्याचं निरीक्षण केलं. पुढे अनेक आठवडे त्याने त्या छोट्या नाकतोड्याचं निरीक्षण करत त्यावर आधारित एक नवीन लढ्याचा प्रकार शोधला. छोटा नाकतोडा झुंजीदरम्यान त्याच्या हातांचा जास्त वापर करतो म्हणून वांग लँगने तशा प्रकारचं तंत्र विकसित केलं. पुढे माकडांचं निरीक्षण करून पायांच्या हालचालीचं तंत्र विकसित केलं आणि मग शेवटी त्याला ज्ञात असणारी सर्व मार्शल आर्ट्सची तंत्र ह्यांचं मिश्रण केलं.

त्याने आपलं नवीन तंत्र विकसित करून त्यात सुधारणा केल्या, सफाई आणली आणि नंतरच तो शाओलिन मठामध्ये परतला. तिथे त्याने आपलं नवीन तंत्र वापरून अनेक खेळीमेळीच्या लढतींमध्ये अनेक साधूंना पराभूत केलं; तेव्हा तिथल्या मठाधिपतीने खूश होऊन वांग लँगचं तंत्र अधिकृतरीत्या शाओलिनच्या दप्तरी शामील करून घेतलं. शिष्यांनी त्यांच्या गुरूंकडून त्याचं अनुकरण केलं आणि पुढे जाऊन आपल्या विद्यार्थ्यांना तेच तंत्र शिकवलं.

गेली ४०० वर्षं 'हात जोडलेल्या नाकतोड्याची पोझ' ही शाओलिन कुंग फूमधली महत्त्वाच्या तंत्रांमधली एक मानली जाते.

अनुकरणातून शिकणे

निसर्गाच्या अनुकरणातून शिकण्यासाठी फक्त मार्शल आर्टच प्रेरित झाले आहे असं नव्हे. पृथ्वीवरच्या जीवनाच्या सुरुवातीपासूनच अनुकरण चालत आलेलं आहे. आज आपल्या समाजात अनुकरणाकडे थोडं नकारात्मक दृष्टिकोनातनं पाहिलं जातं, पण अनुकरणावाचून सृष्टीचं अस्तित्वंही नसतं.

अनुकरण नसतं तर एकाही लहानग्या प्राण्याला शिकार कशी करायची किंवा स्वतःला कसं शिकवायचं हे कळलं नसतं. तो आपल्या आईकडून शेकडो वर्षं संक्रमित होत आलेली तंत्र शिकत असतो. पोहणे, उंचावर चढणे, झुंज देणे...कुठलाच प्राणी अस्तित्वात असलेल्या गोष्टींचा नव्यानं शोध लावत नाही. तो त्याचं जगणं सुलभ होण्यासाठी ज्या कशाची मदत होईल ते भोवतालातून घेत असतो. जे अस्तित्वात आहे ते पुन्हा नव्याने शोधण्यापेक्षा आहे त्यात सुधारणा करणं केव्हाही श्रेयस्कर!

शाओलिनच्या साधूंनी नेमकं हेच तत्त्वं अंगीकारलं. जर निसर्गात लढण्याच उत्कृष्ट तंत्र उपलब्ध आहे तर मग नव्याने कशाला शोधत बसा? जे निसर्गात उपलब्ध आहे त्याचं निरीक्षण करण्यात आणि त्याला स्वीकारण्याकडे आपली ऊर्जा वळवण्यात शहाणपणा आहे.

ग्रीक तत्त्ववेत्ता ॲरिस्टॉटलने नोंदवलंय की निसर्गातल्या घटनांवर, कृतींवर जे जे आधारित असतं ते ते स्वाभाविकपणे जितकं चांगलं असायला हवं तितकं असतं!

वेगवेगळ्या वाद्यांची रचना करताना, वाद्यं घडवताना माणसाच्या आवाजाची पट्टी संदर्भासाठी वापरली जाते. जगातल्या कुठल्याही तांत्रिक उपकरणांपेक्षा मानवी डोळा हा जास्त रंग बघू शकतो. कुठलाही सुपर कम्प्यूटर हा मानवी मेंदूसमोर फिकाच पडतो. कुठलाही जिवंत माणूस कितीही बुद्धिमान असला तरीही त्यापेक्षा प्रगल्भ असं काही बनवू शकत नाही.

त्यामुळे पुढे जाऊन मानवाने जे काय शोध लावले त्यांना खरं पाहता सृष्टीतल्या अनेक गोष्टींची नक्कलच (अनुकरणच!) म्हणता येईल! हेच बघा ना – चाकाचा शोध, हवेत उडण्याचा शोध, कृत्रिम बुद्धिमत्तेचा शोध. प्रत्येक गोष्ट निसर्गात अत्यंत प्रगत स्थितीत असलेली आढळते ज्याची मानवानं फक्त नक्कल केली आहे. ह्यात खरं म्हणजे काही समस्या असू नये नाही का? एक जुनी म्हण सांगते –''वाईट शोध लावण्यापेक्षा चांगली नक्कल (अनुकरण) केलेलं चांगलं!''

आणि तरीही ह्या संदर्भात लोक नाक मुरडत कपाळ्यावर आठ्या घालताना आढळतात. लोक शेकडो आणि हजारो तास घालवतात अशा गोष्टींचे नव्याने शोध लावण्यात ज्या निसर्गात आधीपासून अस्तित्वात आहेत. कशासाठी? तर प्रसिद्धीसाठी. पुढे जाऊन फुशारकी मिरवण्यासाठी – ''मीच शोध लावलाय त्याचा!''

मी कधीतरी स्वतःलाच प्रश्न विचारतो की जर शाओलिनमधल्या साधूंनी अशा प्रकारचा विचार केला आसता तर तिथल्या सर्व कुंग फूच्या तंत्राचं आणि इतर लढाईच्या तंत्राचं काय झालं असतं? आणि जर त्या साधूंनी निसर्गात जे आयतं उपलब्ध आहे ते न स्वीकारता स्वतःची तंत्रं विकसित करत बसले असते तर? आणि हे सांगणे न लगे की तुम्ही इतरांकडून कल्पना उसन्या घेतल्यात तरी त्यांचा फायदा फक्त सुरुवातीपुरताच होतो. इतरांच्या निर्मितीवर किंवा गौरवशाली गोष्टींच्या पायावर तुम्ही तुमची इमारत उभी करणं हे कमीपणाचं किंबहुना अपमानास्पदच, पण ते तेवढ्यानंही होत नसतंच.

तुमची वही काढा आणि त्यात अशा पाच गोष्टी लिहा ज्या तुम्हालाच शोधून काढायच्या होत्या, जरी तुम्ही इतरांचं अनुकरण किंवा नक्कल करून तोच परिणाम कमी वेळेत साधू शकला असतात. कदाचित ती एखाद्या ट्रिपसाठीचा सर्वांत छान रस्ता शोधणं असू शकेल ज्यासाठी तुम्ही

कुणाचाही सल्ला घेतला नव्हतात. किंवा तुम्हाला कुणाला एखादं उपकरण वापरण्यासाठीचा सोपा मार्ग विचारणं असू शकेल. आणि हेही वहीत लिहा की कुणाचं अनुकरण करून ती प्रक्रिया सोपी करून टाकणं तुम्ही का टाळलंत?

तुम्ही कधी यावर विचार केलायत का की लहान मूल कसं शिकतं? ते शिकतं त्याची काळजी घेणाऱ्यांच्या सवयींचं वागणुकींचं अनुकरण करत! त्यांना हवं ते साध्य करण्यासाठी लहान मुलं ही दुसऱ्यांच्या यशस्वी वागणुकीच्या उदाहरणांची नक्कल करतात. त्यांना तुमचं लक्ष वेधायचं असेल किंवा प्रेम हवं असेल किंवा खायला हवं असेल तर अशा प्रसंगी मोठी माणसं कसं वागतात, काय शब्द वापरतात ते लक्षात घेत तसेच उच्चारण्याचा त्यांचा प्रयत्न असतो.

अनुकरण आणि आदर्श

मुलांनी जर मोठ्यांचं अनुकरण करणं म्हणजे काहीतरी नकारात्मक किंवा चुकीची गोष्ट, असं मनात ठेवत त्यांची अशी एक नवीन भाषाच शोधली आसती तर मग लहान मुलांशी संभाषण करणं आपल्याला विसरायलाच लागलं असतं! पण लहान मुलं फक्त भाषेचंच अनुकरण नाही करत. जसं लहान प्राणी त्यांच्यातल्या मोठ्यां प्राण्यांचे शिकार करतानाचे आवेश आणि हालचालींचं अनुकरण करतात, तसं मानवाची लहान मुलंदेखील त्यांच्या जवळच्या मोठ्या माणसांना बघत, निरखत त्यांची नक्कल करतात. एखादा यशस्वी उद्योजक जर सूट आणि टाय घालून वावरत असेल, तर आपणही आपल्या छबीची छाप पाडण्यासाठी सूट आणि टाय घालतो. खरं पाहता, फॅशन ही संकल्पना आणि त्यायोगे निर्माण होणारं आर्थकारण हा सगळा अनुकरणाचाच परिणाम! एखादा कुणीतरी एकदम 'हट के' पद्धतीचे पोशाख घालतो तर त्याला आधुनिकतेचं लेबल मिळतं. कुणीतरी एखादा लोकप्रवाहाविरुद्ध चालणारा असतो आणि मग स्वतःच्या व्यक्तिमत्त्वाचं वेगळेपण ठसवण्यासाठी डोकं भादरून घेऊन टक्कल मिरवतो, तर बाकीचेसुद्धा ज्यांना असं वेगळेपण ठसवायचं असतं ते तसंच डोकं भादरून टक्कल करून वावरतात. आता, हे जरी फार शिष्टसंगत किंवा दर्जेदार नसलं तरी एकूणच दूसऱ्यांचं अनुकरण करण्याची गरज किंवा ऊर्मी आपल्यात खोलवर रुजलेली मात्र दिसते.

जोरदार विक्रीची पद्धत

आधुनिक विक्रीच्या आणि जाहिरातीच्या शस्त्रांमधलं एक महत्त्वाचं शस्त्र ह्याच माहितीवर आधारित आहे. ते छुपं असल्यामुळे अगदी परिणामकारक आहे. टेलिव्हिजनमध्ये आपण बघतो की एक 'क्ष' श्रीमंत सेलेब्रिटी असतो ज्याचा पैसा 'अ' बँकेत असतो, तो 'ब' कंपनीचं मोबाइल नेटवर्क वापरतो, त्याच्याकडे 'क' कंपनीची कार असते. दुसरा एक 'य' सेलेब्रिटीसुद्धा त्याच सगळ्या ब्रँण्डची जाहिरात करत असतो. आता हे कुणीही म्हणत नाहीत की 'क्ष' आणि 'य' हे यशस्वी सेलेब्रिटी आहेत कारण ते 'अ', 'ब' आणि 'क' कंपन्यांची उत्पादनं वापरतात. आणि हे कुठे आपल्याला माहित्येय की कदाचित 'क्ष' सेलेब्रिटीच्या मनात 'अ' बँक फारच वाईट सर्व्हिस देत आहे असं असू शकेल म्हणून?

पण काही असो, आता ती छुपी तलवार म्यानातनं बाहेर काढली गेलीय. जगात कुणी असं आहे का की ज्याला यशस्वी बनायचं नाहीये? मग बळी जाणाऱ्यांचं डोकं विचार करायला लागतं – ह्या 'क्ष' आणि 'य' दोघांना ह्या उत्पादनांची जाहिरात करावीशी वाटत्येय याच्या मागे काहीतरी कारण असणारच! आणि ते यशस्वी असण्यामागेही काहीतरी कारण असेलच, आणि जरी ही कारणं त्यामागे नसली समजा तरी काहीतरी संबंध जरूर असणारच! आणि हो, एक मित्र 'ठ' म्हणत होता त्याचंही त्याच 'अ' बँकेत खातं आहे आणि त्याचा अनुभवही चांगला आहे म्हणून!

सरतेशेवटी कुणाचीतरी शिफारस हा तर भक्कम पायाच की अनुकरणाचा! मग जर 'फ' कुठेतरी जाऊन बघतोय आणि समाधानी आहे तर मग मलाही बघायला हवं. जर का 'त' आणि 'थ' हे 'झ' ब्रँडबाबत समाधानी आहेत तर मलाही तो वापरून बघायला हवा.

मतप्रणेता

जाहिरात क्षेत्रामध्ये ज्या मंडळींचं इतर अनेक लोक अनुकरण करतात त्यांना 'मतप्रणेता' (मत बनवणारे प्रभावशाली नेते) म्हटलं जातं. जाहिरात उद्योगामध्ये मग अशा मंडळींचं महत्त्व जाणून घेतलं जाऊन मग त्यांना बरोबर घेतलं जातं. अशी मंडळी मग पत्रकार असतील, लेखक असतील, डॉक्टर्स असतील, कोर्स घेणारे प्रशिक्षक असतील. वगैरे. अशा मंडळींचं

मत बहुधा कसलीही शंका मनात न आणता लगेच स्वीकारलं जातं. क्वचित एखाद्या वेळी असे मतप्रणेते चुकूही शकतात. कदाचित ते जाहिरातीमधून सल्ला देताना पूर्ण निःस्वार्थी नसू शकतात पण अशा वेळी आपण गृहीत धरतो की कदाचित आपलीच चूक झाली असणार म्हणून. बालपणी आपण आपल्या अस्तित्वासाठी मोठ्यांचं अनुकरण करत असतो. मोठे झाल्यावरसुद्धा बऱ्याच लोकांना दुसऱ्यांचं अनुकरण केल्याविना जगणं कठीण होतं.

वहीमध्ये लिहा– तुमच्यावर कोणाचा प्रचंड प्रभाव आहे आणि असं कोण आहे ज्याच्यावर तुमचा जबरदस्त प्रभाव आहे. दोन्ही प्रकारांसाठी अशी तीन माणसं किंवा तीन संस्थांची नावं लिहा आणि बाजूला लिहा की कोण कोणाची नक्कल करतं किंवा अनुकरण करतं ते.

तुम्ही जर अनुकरणाचं तत्त्व अचूक प्रकारे लागू केलंत तर तुम्ही त्याचं पूर्ण सामर्थ्य वापरू शकाल. एक तर इतरांनी एकदा केलेल्या चुका करणं टाळण्यासाठी तुम्हाला मदत होऊ शकते. आणि दुसरं म्हणजे प्रतिस्पर्ध्यांच्या मनात शिरल्यामुळे त्यांच्या विचार करण्याच्या आणि कृती करण्याच्या पद्धतीचा नक्की अंदाज येतो.

जो दुसऱ्यांचं अनुकरण करतो तो त्यांनी केलेल्या चुका पुन्हा करणं टाळतो. माकडांनी त्यांच्या झगड्यात वापरलेलं तंत्र हे अगदी सुरुवातीला परिपूर्ण नव्हतं आणि त्या वेळी त्यांच्यातल्या बयाच जणांना आपले प्राणही गमवावे लागले असणार. कदाचित त्या प्रार्थनेच्या पोझमध्ये असणाऱ्या नाकतोड्याच्या युद्धकौशल्यातसुद्धा सुधारणेला वाव असणार. आपले मागच्या भागातले पाय कौशल्यानं वापरून तो कदाचित मस्त लढाया जिंकूही शकेल. आणि नेमक्या ह्या – कदाचित जीवघेण्या ठरू शकणाऱ्या – चुका त्यांचं निरीक्षण करून, अनुकरण करताना टाळता येऊ शकतात. तथापि, कुठल्याच नाकतोड्याला माकडांची पायांची हालचाल वापरण्याचं तंत्र अभ्यासण्याचं डोक्यातही येणार नाही आणि त्याला स्वतःच स्वतःचं तंत्र विकसित करावं लागणार... मानव मात्र ह्या बाबतीत वरचढ! माझं म्हणणं इतकंच की जरी अनुकरण होत असणं हे वैतागवाणं असलं तरी त्याचे काही सकारात्मक पैलूसुद्धा आहेत.

कन्फ्यूशिअसने म्हटलंय की शहाणपणा शिकण्याच्या तीन पद्धती आहेत. पहिली म्हणजे दुसऱ्याचं शहाणपण आपल्यावर परिवर्तित होणं, ही सर्वांत उदात्त पद्धत. दुसरी म्हणजे अनुकरणाने– जी सर्वांत सोपी पद्धत. आणि तिसरी म्हणजे स्वतःच्या अनुभवातून, जी सर्वांत कटू पद्धत!

तुम्ही जर अशाच प्रकारचं पुस्तक लिहायचं ठरवलंत तर मी तुम्हाला थांबवू शकणार नाही. का बरं करेन मी तसं? तुम्ही ते तंतोतंत असंच्या असं असण्याची खात्री बाळगू शकणार नाही, त्यामुळे कदाचित मलाच तुमच्या पुस्तकातून काही शिकता येईल. म्हणजे असं की – तुम्ही काही उदाहरणं द्याल ती अधिक चांगली असू शकतील ज्यांचा मी विचार केला नसेल आणि मग मी ती माझ्या पुस्तकाच्या पुढल्या आवृत्तीत वापरू शकेन. परिणामी अशी नक्कल केली जाणं माझ्यासाठी फायद्याचंच ठरेल.

बऱ्याच लोकांना असं भय असतं की अनुकरण केलं गेल्यास त्यांचं काही हिरावून घेतलं जातं वगैरे. उदाहरणार्थ– तुम्ही माझ्या पुस्तकातलं एखादं प्रकरण घेऊन अगदी अशाच प्रकारचं पुस्तक लिहायचा प्रयत्न कराल. कृपा करून कराच असं मी म्हणेन. जरी तुम्हाला आता पुस्तकाचा गोषवारा माहीत झालेला असला तरी तुमचं पुस्तक माझ्यासारखं नाहीच होणार. मला अस्वस्थ होण्याचं कारणच नाही आणि यासाठी तर घाबरायला नकोच की कुणी जरी युक्तिवाद करायचा म्हटलं की अशा प्रकारचं आधीही उपलब्ध होतंच म्हणून! त्याला महत्त्व नाहीच. जर जगरहाटी अशीच चालत असती तर मग एकच सूट बनवणारी कपड्यांची कंपनी असती जी एकाच प्रकारचे सूट्स, शर्ट्स आणि ट्राउझर्स बनवत असती. आणि मग एकाच प्रकारचे कंम्प्यूटर्स, म्युझिक सिस्टम्स आणि स्वयंपाकाची साधनं असती.

अनेक वर्षं जपानी कंपन्यांनी 'नक्कल करा आणि मग त्यात सुधारणा करत उत्पादन करा' या तत्त्वावर काम केलं. सोनी, यामाहा आणि कॅननसारख्या कंपन्या त्याची पुष्टी देतात. पण मी मात्र घाबरत नाहीये, कारण माझ्या पुस्तकाची तशा अर्थाने नक्कल नाहीच होणार. मला एका फोटोग्राफर सहकाऱ्याचं एक वाक्य आठवतंय, प्रकाशयोजनेचं तंत्र सांगताना तो म्हणाला होता, ''जरी मी तुला मी दिव्यांची रचना, ते कुठे ठेवतो आणि कॅमेरा कुठे ठेवतो यांची अचूक जागा जरी सांगितली तरी तू ते तसं वापरून माझ्यासारखे रिझल्ट्स नाहीच मिळवू शकणार!'' पण त्या

प्रक्रियेमध्ये त्यालाच अजून काहीतरी नव्याने सुचून तो आतापेक्षा अधिक चांगलं पुढल्या खेपेला करून जाईल.

अनुकरणीय नक्की काय ह्यावर मंथन करा

आणि काही असो, अविवेकी किंवा निर्बुद्ध अनुकरण हे अंगलट येण्याचीही शक्यता असते आणि तेही आपला प्रतिस्पर्धी ते आपल्या विरुद्ध वापरेल म्हणून नव्हे. मी आधी लिहिल्याप्रमाणे, नवं काही शिकण्याची कल्पना अनुकरणातून मिळते. त्यामुळे अनुकरणीय गोष्ट नक्की कोणती ह्याचा पुरेसा विचार आधीच व्हायला हवा. आपल्याला अधिकारी व्यक्तींना मान देण्याची इतकी सवय लागू गेलेली असते की आपण कृती करण्याआधी बऱ्याचदा उलट प्रश्नही करत नाही. पण विचार करा, जर प्रत्येकच जण गुरूने सांगितल्याबरहुकूम तेवढंच आणि तितकंच करत गेला तर प्रगती होणार कशी? जर्मन उपहासकार कुर्ट टुखालस्कीने छान शब्दांत मांडलंय– ''एखादा तज्ज्ञ जेव्हा तुम्हाला ऐकवतो की, दोस्ता, मी हे गेली वीस वर्षं करत आलोय! तेव्हा त्याने अजिबात भारले जाऊ नका, प्रभावित होऊ नका. कारण एखादा जण, एखादी चूकसुद्धा वीस वर्षं करत राहिलेला असू शकतो!'' अनुकरण करताना त्यामागे काही विचारमंथन नसेल तर निव्वळ अनुकरणात बदलाची संधी मारली जाते. एखाद्या देशातल्या राजकीय परिस्थितीचा प्रत्येकालाच उबग आलेला असू शकतो, पण तरीसुद्धा केवळ आपले आईवडील आणि आजोबाआज्जी एखाद्या 'क्ष' पक्षाला मत देत आलेत म्हणून ती मंडळी सारासार विचार न करता त्याच पक्षाला मत देत राहतात.

तुम्हीसुद्धा निव्वळ सवयीचा भाग म्हणून 'का?' असा प्रश्न न विचारता, काही गोष्टींचं अनुकरण करता का? अशा पाच गोष्टी तुमच्या वहीत लिहा.

दुसरीकडे, एखाद्या व्यक्तीचं किंवा गोष्टीचं पूर्णपणे निर्दोष असं अनुकरण केलं गेलं असेल तर त्याने तुमच्या प्रतिस्पर्ध्यालाही चुकीची अनुमानं काढायला भाग पडू शकतं. सृष्टीमध्ये ह्याचं सुंदर उदाहरण बघायला मिळतं ते छद्म वेश (कॅमोफ्लाज) धारण करणारे सजीव! पण आपण तिकडे सर्कशीतल्या विदूषकाच्या ज्या त्या गोष्टीला 'यडचाप'सारखं अडखळून पडण्यावरही आनंदानं विश्वास ठेवतोच.

शाओलिनच्या साधूंनी ह्याचा वापर प्रतिस्पर्ध्याला फसवण्यासाठीची पद्धत विकसित करण्यासाठी केला. ते एखाद्या दारुड्यासारखं झोकांड्या खाण्याचा बेमालूम अभिनय करायचे ज्यामुळे प्रतिस्पर्ध्याला वाटे की आपल्या समोर कुणी दारूच्या नशेमुळे ताबा गेलेला असहाय माणूस उभा आहे. पूर्वीच्या जमान्यात मग बऱ्यांचदा ही चूक भलतीच महागात पडत असे.

शाओलिनचं तत्त्व आपल्याला सांगतं की यशस्वी अनुकरणामध्ये दोन गोष्टींची पूर्तता व्हायला हवी – अनुकरणाच्या मूल्यमापनाचा निवाडा नको आणि ते सर्वांगीण परिपूर्ण असावं! पुढे दिलेल्या उदाहरणावरनं हे स्पष्ट होईल – एखादा कलाकार जेव्हा खलनायकाची भूमिका करतो तेव्हा त्याने त्यात स्वतःला पूर्णपणे झोकून देऊन ती करायला हवी. त्याने उठता, बसता, खाता, पिता, विचार करता दुष्ट प्रवृत्तीचाच असायला हवा. जरी प्रत्यक्ष जीवनात त्या कलाकाराला असल्या गोष्टींची घृणा असेल तरी त्याने नीतिमत्ता मेकअपरूममध्येच ठेवून भूमिकेत शिरायला हवं. त्या भूमिकेत तो खल प्रवृत्तीचाच असायला हवा. अन्यथा तो नखशिखान्त खलनायक न वाटता केवळ ती भूमिका पांघरलेला मूळ नटच वाटेल. शाओलिनमध्ये आपण शिकतो– ''जेव्हा तुम्ही माकडाचं अनुकरण करता तेव्हा तुमचं संपूर्ण शरीर, हृदय आणि मनासकट तुम्ही माकड बनायला हवं!''

झेन प्रकारच्या ध्यान-चिंतनामध्ये असं दुसऱ्याच्या शरीरप्रवेशाच्या तंत्राचा वापर करून आपल्याला मनाची निर्विकार अवस्था प्राप्त करता येते ज्यायोगे आपण ज्ञानप्राप्तीकडे जाऊ शकतो. जेव्हा तुम्ही एक ड्रॅगन असल्याप्रमाणे वागत असता तेव्हा तुमच्या मनात काळजी किंवा दुसऱ्या इच्छांना जागा नसते. जसे ते साधू सांगतात – ''सच्चं अनुकरण खऱ्या गोष्टींसाठी आपल्या मनाला मुक्त करतं.''

शाओलिनचं तत्त्व आपल्याला शिकवतं की अनुकरण, दुसऱ्यांमधलं मूलतत्त्व किंवा अर्क जाणून घ्यायला मदत करतं. त्यामुळे दुसऱ्यांच्या भावना, दुसऱ्यांची विचारपद्धती आपल्याला समजायला मदत होते आणि आपल्या वागणुकीवर, हालचालींवर दुसऱ्यांची काय कृती आणि प्रतिसाद असेल ह्याचा अंदाज वर्तवण्यासाठी मदत होते.

बुक आफ फाईव्ह रिंग्ज ह्या आपल्या पुस्तकात मुसाशीने म्हटलंय– ''प्रतिस्पर्धी होणं म्हणजे स्वतःला प्रतिस्पर्ध्याच्या जागी ठेवून, त्याच्या चश्म्यातनं बघणे आणि त्याच्या दृष्टिकोनातनं विचार करणे.'' खऱ्या जीवनात बऱ्याचदा आपल्या प्रतिस्पर्ध्याच्या ताकदीविषयी अवास्तव कल्पना करण्याकडे आपला कल असू शकतो. उदाहरणार्थ– चोरी करायला आलेल्याने स्वतःला घरातच अडकवून घेणं. त्या चोराच्या नजरेतून बघता सगळं जगच त्याच्या विरुद्ध असतं. जो आत अडकलाय तो ती तर आहे आणि जो आत जातोय तो ससाणा आहे. वैयक्तिक द्वंद्वामध्येसुद्धा आपण स्वतःला प्रतिस्पर्ध्याच्या ठिकाणी ठेवून बघायला हवं. तुम्ही जर प्रतिस्पर्ध्याच्या कौशल्याने भारले जाल आणि तुम्ही जर प्रतिस्पर्ध्याचं युद्धतंत्रावर प्रभुत्व आहे असं मनोमन मानाल तर तुम्ही ते द्वंद्व हरलातच म्हणून समजा.

एखाद्या कळपात किंवा गर्दीच्या ठिकाणी लोक वाईट अनुकरणकर्ते असतात. ह्याची सत्यता पडताळायची असेल तर संधी मिळताच एक करून पाहा – पुढल्या खेपेला जेव्हा तुम्ही मेट्रो, बस किंवा ट्रेन स्टेशनवर असाल, तेव्हा इतके हळूहळू चाला की तुमच्यामागून चालणाऱ्यांचा एक जमाव तयार होईल... तसेच पुढे हळूहळू चालत राहा आणि मग एकाएकी सर्वांच्या लक्षात येईल अशी एक नजर हातावरच्या घड्याळाकडे टाकून पळायला सुरुवात करा. तुम्हाला आश्चर्याचा धक्का बसेल जेव्हा तुमच्या मागून चालणाऱ्यांचा एक ग्रूपसुद्धा त्यांची चालण्याची धिमी गती बदलून तुमच्या मागून धावायला लागेल.

मागे मी एका स्पेशल पोलीस युनिटबरोबर एका 'मॉक होस्टेज ड्रिल'मध्ये (अतिरेक्यांनी एखाद्या निरपराध नागरिकाला पकडून ओलीस ठेवल्यास त्या नाट्यमय प्रसंगाची तालीम) ज्या आधिकाऱ्याबरोबर होतो त्याला मी एकदा विचारलं, ''तुम्ही अशा प्रकारची प्रशिक्षण शिबिरं कशी ठरवता?'' त्यावर तो उत्तरला, ''आम्ही स्वतःला त्या गुन्हेगारांच्या जागी ठेवून बघतो आणि मग ते काय व कसे वागतील ह्यावर विचार करतो!''

दुसऱ्या शब्दांत सांगायचं तर तुम्हाला एखाद्याबरोबर वागताना कसं वागायचं याचा अंदाज घेत प्लॅनिंग करायचं असेल तर तुम्हाला त्या

माणसाच्या बुटांत शिरून विचार करावा लागेल. असं धरून चालू की तुम्ही मला एखादी गोष्ट विकू पाहताय जी मला नाही विकत घ्यायची. तुम्ही जर वाईट विक्रेते असाल तर तुम्ही त्या उत्पादनाची वारेमाप स्तुती चालू कराल, आणि मग मी वैतागून रस काढून घेतल्यावर निराश व्हाल. तुम्ही तुमचा अमूल्य वेळ तर वाया घालवला असालच; वर एक ग्राहकही कायमचा घालवला असाल जे की अगदीच सहज अंदाज बांधता येण्याजोगं! तुम्ही स्वतःला माझ्या जागी ठेवून बघा. तुम्ही जर तीनतीनदा मला तुमचं उत्पादन नकोय, असं सांगितलंत आणि मी त्याकडे दुर्लक्ष करत मला पुन्हा तीच टेप ऐकवत बसलो तर तुम्ही कसे वागाल? तेच तर...!!

प्रतिस्पर्ध्याच्या अपेक्षित युक्तिवादाची तयारी असू द्या

शाओलिनच्या तत्त्वांनुसार लढणारा एक बलवान प्रतिस्पर्धी म्हणून तुम्ही स्वतःला माझ्या जागी आधीच ठेवलं असेल. तुम्हाला जर ते उत्पादन नको असेल तर त्यासाठी काय युक्तिवाद करायचा याचाही तुम्ही अगोदरच विचार करून ठेवला असेल. तुम्ही जर माझ्या जागी असता तर तुम्हाला कशामुळे पटवता आलं असतं हेही तुम्हाला ठाऊक असेल.

आता इतकी सगळी तयारी असल्यामुळे माझ्या प्रतिक्रियेने तुम्ही बिलकूल आश्चर्यचकित झाला नसाल आणि तुम्ही तुमच्या प्रतिवादाचीही तालीम करून झाली असेल. तरीही तुम्ही मला काहीही विकू शकला नसाल पण तुम्हाला माझी पसंती आणि गरज कळली असेल ज्यामुळे तुम्ही माझ्यात भविष्यातला ग्राहक हेरून ठेवला असेल.

हे काहीसं आपण कुणाशीतरी भांडतो त्यासारखंच. जेव्हा एक जण चिडतो तेव्हा रागाच्या भरात दुसऱ्याला लागेल असे शब्द उच्चारतो. त्या शिव्या असतात असंही नाही कारण काही जण नाही वापरत अपशब्द. अशा प्रसंगी तुमचा प्रतिस्पर्धी काय प्रकारचे शब्द वापरतो ते पाहा. जर एखाद्या खरोखरच गंभीर आणि वाईट झगड्यात तुमचा प्रतिस्पर्धी तुम्हाला 'नीच' म्हणाला तर मात्र हा शब्द तुम्हीही त्याच्यासाठी वापरून त्याला मानसिकरीत्या घायाळ करू शकता. तुमच्या रागाचा जरी कडेलोट जरी झाला तरी कधीही 'कंबरेखालचे' म्हणतात तसले वाईट शब्द कधीही वापरू नका. कदाचित तुमचा प्रतिस्पर्धी तसल्या शब्दांप्रति 'इम्यून'

(रोगप्रतिकारशक्ती असलेला) असेल आणि तुम्ही उगाच तुमची ऊर्जा वाया घालवाल. तुमच्या प्रतिस्पर्ध्यासाठी सर्वांत वाईट कोण असेल तर तो 'नीच' माणूस. मग अर्थातच नेमकं हे विशेषण त्याला स्वतःसाठी वापरलेलं नक्कीच आवडणार नाही!

सहानुभूतीने जिंका

अनुकरणाने तुम्ही केवळ प्रतिस्पर्ध्याच्या प्रतिक्रियांचा आगाऊ अंदाजच लावू शकता असं नाही तर त्याना हवं तसे फेरफार घडवत बदलवूही शकता. ह्या तंत्राला 'मनाची तार जुळवणे' असंही म्हणतात. समोरच्याने आपल्याला समजून घेणं लोकांना आवडत असतं. समजा एखाद्या चर्चेच्या वेळी तुम्ही एखाद्याचं म्हणणं अगदी सुरुवातीच्या वाक्यालाच खोडून काढलंत तर तुम्ही एक शत्रू तयार केलाय म्हणून समजा जो तुम्ही मांडलेला प्रत्येक मुद्दा नंतर अमान्यच करेल.

परंतु जर तुम्ही जर तुमच्या प्रतिस्पर्ध्याचं म्हणणं पाच वेळा मान्य केलंत आणि मग सहाव्या वेळेला त्याच्या म्हणण्यावर युक्तिवाद करत तुमचं मत मांडलंत तर तो तुम्हाला तुल्यबळ समजेल आणि तुमच्या विचारांचा आदरही करेल.

शाओलिनचं तत्त्व आपल्याला सांगतं की अनुकरण हे अतिशय शक्तिशाली तंत्र आहे. याच्या साहाय्याने आपण आपल्या विरोधकांना समजून घेऊ शकतो, त्यांचं वागणं पारखू आणि ओळखू शकतो आणि आपल्याला हव्या त्या दिशेने आपण त्यांना नेऊ शकतो.

स्वाध्याय

शॅमेलिऑन (रंगबदू सरड्याचे) डावपेच

अनुकरणामुळे तुम्हाला वैयक्तिक फायदा होऊ शकतो हे तुम्हाला माहीत आहे का? खाली दिलेल्या प्रश्नांच्या मदतीने ते तुम्हाला समजून घेता येईल.

कुठला प्राणी तुमच्याशी साधर्म्य साधतो?

....

मांजरीच्या युद्धतंत्रांचं वर्णन करा.

....

इतरांनी कुठल्या चुका तुमच्यासाठी आधीच करून ठेवल्या आहेत?

....

त्यातल्या कुठल्या तुम्ही शेवटी टाळू शकला आहात?

....

तुम्हाला चीड आल्यावर तुम्ही कोणते शब्द वापरता?

....

त्या शब्दांचा तुमच्या स्वतःवर काय परिणाम होतो?

....

इतर कुणाहीकडून तुम्ही कोणत्या लकबी/ सवयी उचलल्या आहेत?

....

का?

....

“जवळून जात असणारी संधी (झडप घालून) जे हस्तगत करतात त्यांना छान छान स्वप्नं पाहायची आवश्यकता नसते.”

- चिनी म्हण.

८. संधीचे तत्त्व

"संधी हस्तगत केल्याने निम्न स्तरातली आणि गरीब माणसंदेखील श्रीमंत आणि उच्च श्रेणीतल्यांच्या पुढे जाऊ शकतात आणि छोटी आणि दुबळी माणसंदेखील मोठ्या आणि बलवान लोकांना भारी पडू शकतात."

– लू बुवेई

संधी निर्माण करणं शिका, संधी आपल्या समोर साकार होण्याची वाट पाहा, नंतर संधींचा स्वतःसाठी फायदा करून घेत त्यांना प्रतिस्पर्ध्यांविरुद्ध वापरा.

तुमचं ध्येय जर एखादं पुस्तक लिहून प्रकाशित करायचं असेल, तर तुम्हाला ते दोन प्रकारे साधता येईल.

पहिला मार्ग म्हणजे आधी एक योजना बनवा. ती आगदी काटेकोर आखलेली असू द्या, तिच्यामध्ये अगदी बारीकसारीक सर्व मुद्द्यांचा समावेश असू द्या. आधी पुस्तकाची योजना बनवा. त्याचं शीर्षक, त्याचं अंतरंग, त्याच रूप... सगळं नीट लिहून काढा. नाही तर विक्रीसाठी लोकांसमोर काय आणणार? ही झाली पहिली पायरी.

आता दुसरी पायरी म्हणजे अशी प्रकाशन संस्था शोधणे जी हे पुस्तक प्रकाशित करायला तयार आसेल. ह्या टप्प्यावर ते कसं करावं तेही आलंच. रोज पाच प्रकाशन संस्थांना फोन करा, तिथला प्रमुख कोण ते जाणून घ्या आणि तुमच्या पुस्तकाची संकल्पना त्यांच्या गळी उतरवण्याचा प्रयत्न करा.

जर एका प्रकाशकाने काही बदल सुचवले किंवा काही काळानंतर पुस्तक प्रकाशित करता येईल म्हटलं तर दुसऱ्या प्रकाशकाला फोन लावा. जेव्हा तुमच्या यादीतल्या ३० प्रकाशकांशी बोलणं झाल्यावरही कुणाकडून सकारात्मक प्रतासाद आला नाही तर मग तुमचा बेत रहित करा. शेवटी प्रत्येकालाच पुस्तक लिहायला जमतं असं नाही. आणि तुमचा मूळ प्लॅनही तेच सांगेल.

दुसरा एक मार्ग म्हणजे संधीचं तत्त्व. तुम्ही पुस्तक लिहायचं ठरवल्यावर तुमच्या नातेवाइकांना, मित्रमंडळींना आणि परिचितांना त्याबद्दल सांगा आणि योग्य वेळ येण्याची वाट पाहा. तुम्हाला माहीत आहे की जर का ते पुस्तक येणं हे होणारच आसेल तर एखादा प्रकाशक आपणहून तुम्हाला पुस्तक लिहून देण्याविषयी विचारेल. आणि जर का पुस्तक येणं होणार नसेल तर अशा वेळी अलिप्ततेचं तत्त्व आपला प्रभाव दाखवेल आणि मग इतर काही छान संधी समोर येतील.

कृपया तुमची वही उघडा. एका कोऱ्या पानावर एक आडवी रेघ मारा. त्या रेघेच्या डाव्या कोपऱ्यात 'प्लॅन' असं लिहा आणि उजव्या कोपऱ्यात खाली 'संधी' असं लिहा. आता स्वतःचं प्रामाणिकपणे परीक्षण करा. तुम्ही प्लॅननुसार चालणारे आहात की संधी मिळवून त्यानुसार जाणारे? तुम्हाला जे जास्त वाटतं त्यानुसार त्या रेघेवरच त्याप्रमाणे एक फुलीची खुण करा. आणि मग थोडं मनन करा आणि ठरवा की तुम्हाला कुठे असायला आवडेल आणि त्यानुसार आणखी एक फुलीची खूण करा. आता हे प्रकरण वाचून संपवल्यावर पुन्हा एकवार तशीच खूण करा.

आपल्यामध्ये एक मोठा जनसंघ असाही असतो की जो व्यवस्थित प्लॅन्स आखून त्यानुसार चालत असतो, आणि एक अगदी छोटा समूह असा असतो जो संधीअनुसार चालत असतो. दोघंही आपापल्या भूमिकेचं समर्थन करत असतात, तरी संधीअनुसार जाणारे हे प्लॅन्सनुसार चालणाऱ्यांपेक्षा थोडे पुढे असतात. प्लॅन्सनुसार चालणाऱ्यांच्या नजरेतनं एक गोष्ट निसटते ती म्हणजे एखादी कल्पना कितीही चांगली असली तरी ती गोष्ट बळजबरीने कुणाच्या डोक्यावर थोपवता येत नाही. फ्रेंच उमराव कार्डिनल ड रेट्झ एकदा म्हणाला होता, "जगात अशी कुठलीच गोष्ट नाही जिला एक

खास निर्णायक क्षण नाही!'' जीवनाला प्लॅन्समध्ये स्वारस्य नसते आणि ते त्यानुसारच चालतदेखील नाही. जेव्हा जीवनाला एखादी वेळ योग्य आहे असं वाटतं तेव्हा ते आपल्या प्लॅन्सची पूर्तता करण्यासाठी आपणहून आपल्या समोर संधी उभी करतं. आणि मग ती संधी हस्तगत करणारेच मग जेते ठरतात.

प्लॅन करणाऱ्यांकडनं संधी निसटते

आपणच ठरवलेल्या प्लॅननुसार आपण आखलेल्या रस्त्याला वेड्यासारखे चिकटून मार्गक्रमण करत राहणाऱ्यांना त्यांच्या मार्गाच्या दुतर्फा उमलत असणाऱ्या संधी दिसतही नाहीत. एकदा का ठरवलेल्या मार्गावरनं निकराने पुढे जात राहिलं की त्यांना आपल्या आसपास घडणाऱ्या हालचालींची जरासुद्धा चाहूल लागत नाही.

परंतु एखादी संधी हस्तगत करणं म्हणजे वाहत्या प्रवाहाबरोबर जात राहणं नव्हे. प्लॅन करण्याची निकड भासणं हा नक्कीच मनुष्याचा गुणधर्म मानला जाईल, त्याचप्रमाणे जरूर भासल्यास त्या प्लॅनपासून बाजूला ढळण्याची क्षमता हासुद्धा! परंतु बऱ्याच मंडळींकडनं हा दुसरा गुणधर्म हरवलायच जणू! जेव्हा भूक लागते आणि खाण्यायोग्य भक्ष्य समोर दिसतं तेव्हा प्राणी खातात. माणसं मात्र खातात जेव्हा ते त्यांच्या वेळापत्रकात बसतं. मला जर प्लॅन करणाऱ्या मंडळींचं वर्णन करायला सांगितलं तर मी असं करेन – ''आत्ता वा कधीच नाही.''

पण आयुष्य तुमच्या अपेक्षेअनुसार घडत नसलं म्हणून तुम्ही तुमच्या स्वप्नांना तिलांजली देऊन कसं चालेल? तुम्ही जर संधीअनुसार चालणार नसाल तर तुम्ही अगदीच एक सोपा प्रतिस्पर्धी बनाल. असं समजा की मी तुमचा मालक आहे आणि तुम्हाला बढती हवी आहे. तुम्ही असा प्लॅन करता की जेवणाच्या सुट्टीदरम्यान मला माझ्या ऑफिसमध्ये येऊन भेटायचं आणि सांगायचं की तुम्हाला दुसऱ्या विभागात बदली हवी आहे. मला तुमची बदली करण्यात काहीच अडचण नाहीये. पण तुम्हाला माहीत नाहीये की मी सकाळपासनं कटकट्या ग्राहकांशी बोलून बेजार झालो आहे. त्यामुळे तुमचं नेमकं माझ्या त्या मनःस्थितीत गला भेटणं हे चुकीचंच. तुम्हाला बदलीच्या ठिकाणी हवं असणारं स्थानसुद्धा सध्या उपलब्ध नाही आणि त्यामुळे त्या परिस्थितीत मला लगेच मुद्दामहून काही करता येणंही शक्य

नाही. तुम्हाला काहीच मिळत नाही, मी आपलं बोलणं विसरून जातो. जेव्हा त्या विभागात ती जागा रिकामी होते तेव्हा मला ऑफिसमधल्या कॉफी व्हेंडिंग मशीनजवळ भेटलेला एक सहकारी त्या जागेसाठी उत्सुक असल्याचं सांगतो. आता मला जर ती जागा लवकरात लवकर भरायची आहे तर कोणाला मिळेल ती जागा? तुम्हाला काय वाटतं?

मांजर आणि उंदीर

शाओलिनमध्ये एका शेतकऱ्याची गोष्ट सांगतात, ज्याच्या घरामध्ये उंदीर घुसलेला असतो. म्हणून तो एक भलीमोठी, दणकट आणि शूर मांजर आणतो. पण त्याने काहीच फरक पडत नाही. कारण तो उंदीर अत्यंत चपळ असल्यामुळे तो मांजरीला दाद देत नाही.

मग तो शेतकरी दुसरी मांजर आणतो. ती फारच हुशार आणि धूर्त असते. पण तो उंदीरही काळजीपूर्वक स्वतःचा बचाव करतो. जेव्हा ती झोपलेली असते तेव्हाच बाहेर येत असतो.

मग तिथे जवळच असणाऱ्या मंदिरातला साधू त्याला आपल्या जवळची मांजर देतो. ती सर्वसाधारणच मांजर असते. तिचा खास असा काही गुण नसतो. ती दिवसभर झोपा काढते. शेतकरी निराशेने खांदे उडवतो. त्यावर तो साधू तरीही 'मांजर तिथेच राहू दे,' असा आग्रह करून जातो. ती मांजर पुन्हा अख्खा वेळ झोपण्यात घालवते, तिच्या आजूबाजूला काय चालू आहे, याची तिला जणू फिकीरच नसते. आता तो उंदीर चांगलाच धीट बनतो. तो आता सुस्त पसरलेल्या मांजरीसमोरूनही तुरूतुरू पळायला सुरुवात करतो. तरी मांजर ढिम्मच! पण अकस्मात एक दिवस ती मांजर उठून चपळाईनं त्या उंदरावर झडप घालते आणि पंजाच्या एका फटक्यातच त्याला लोळवते. ही गोष्ट आपल्याला दोन गोष्टी शिकवते. एक म्हणजे योग्य वेळ येईपर्यंत वाट पाहणे आणि तशी वेळ येईल तेव्हा तडफेनं कृती करण्यासाठी तयार असणे!

शाओलिनच तत्त्वं हे शिकवतं की, आपण आपल्या प्रतिस्पर्ध्याला संधी हस्तगत करू न देता दीर्घ काळासाठी विकलांग करू शकतो. आपण जेव्हा हे तंत्र वारंवार वापरलं गेलेलं पाहतो तेव्हा याचं बलस्थान लक्षात येतं. अर्थात आक्रमणकर्ता त्याचा खरा हेतू छपवूनच असतो. ते आपल्याला

त्यांचा प्लॅन विकतात, पण दाखवतात असं की तो आपल्यासाठी किती फायद्याचा आहे असं! एक उदाहरण बघा–

एक मोबाइलचं नेटवर्क देणारा 'अ' अशी ऑफर देतोय ज्यामध्ये एक नवीन मोबाइल जवळपास मोफत मिळतोय. अर्थातच तुम्ही जाणता की तो त्या मोबाइलची किंमत वसूल करत असणारच आणि पुढे जाऊन असं एक-दोन वर्षांसाठीचं कॉन्ट्रॅक्ट आकर्षक दराने आपल्याकडून सही करून घेणार. म्हणजे पुढची दोन वर्षं तुमचे हात बांधलेले राहणार आणि उद्या जरी त्याच्या स्पर्धक कंपन्या 'ब', 'क' आणि 'ड' यांनी दोन महिन्यांतच 'अ'पेक्षा ५०% कमी दरानं जरी सर्व्हिस देऊ केली तरी तुम्ही आधीच दोन वर्षांसाठीची रक्कम देऊन बसला असल्यानं तुम्ही त्या संधीचा फायदा घेऊसुद्धा शकणार नाही.

आता वहीमध्ये असे तीन प्रसंग लिहा जेव्हा तुमच्या प्रतिस्पर्ध्यामुळे किंवा तुमच्या स्वतःच्याच निर्णयामुळे तुम्ही जखडून गेला आहात आणि त्यामुळे तुम्हाला समोर संधी दिसत असूनसुद्धा तिचा फायदा उठवता आला नाही.

संधीच्या तत्त्वानुसार चालणारा कुणीही योग्य वेळ येताच कृती करण्यासाठी आपली सगळी शक्ती पणाला लावेल आणि अशा वेळी त्यांचे प्रतिस्पर्धी मात्र त्यांना तसं करू देण्यापासून रोखण्याचा आटोकाट प्रयत्न करतील. जरी आपण म्हटलं की संधी चालून येते वगैरे तरी तशी संधी आपोआपच प्रकट होत नसते. तुम्ही योग्य वेळेला आणि योग्य हेतूनं तशी बीजाची पेरणी करून ठेवणं आवश्यक असतं आणि मग पुढे जाऊन तुम्हाला त्याची फळं चाखायला मिळू शकतात. अर्थात, तुम्हाला हे माहीत असायला हवं की ते रोपटं कुठल्या मार्गाने जात फुलेल/ फळेल. रोमन तत्त्वज्ञ सेनका यानं म्हटलंय– "जर तुम्हाला कुठल्या बंदराच्या दिशेनं तुमचं जहाज जातंय हे ठाऊक नसेल तर कुठल्याही वाऱ्याचा फायदा नसतो."

संधीची निर्मिती

हे ऐकायला जरा विरोधाभासच वाटेल पण संधीचा पुरेपूर फायदा घ्यायचा असेल तर त्यासाठीसुद्धा काहीएक प्लॅन्स असणं आवश्यक असतं, जशी

काही मंडळी प्लॅनला चिकटून असतात तशी. फरक इतकाच की हा प्लॅन काय उद्दिष्ट असेल त्याची विस्तृत माहिती देणारा असेल, केवळ उद्दिष्ट साध्य करण्यासाठीचा एक मार्ग म्हणून नसेल.

आपल्या आधीच्या उदाहरणाकडे वळू या – तुम्हाला जर पुस्तक लिहायचं असेल तर तुमच्याकडे प्लॅन हवा. कोणीतरी प्रकाशक फोन करेल म्हणून नुसतं बसून राहण्यानं तुमचं उद्दिष्ट साध्य होणार नाही. जगात कोणालाही कसं काय ठाऊक असणार की तुम्हाला लेखक बनायचंय ते? पण हेच जर तुम्ही अनेक लोकांना सांगितलंत तर ते सर्व जण तुमच्याकरिता मदत करतील आणि जास्तीतजास्त लोकांपर्यंत तुमची इच्छा पोहोचेल जी तुम्ही व्यक्तिशः संपर्क साधायचा म्हटलं तर दहा जन्म लागतील आणि असेही काही लोक ज्यांच्यापर्यंत तुम्ही तसेही पोहोचू शकलाच नसतात.

अमेरिकन मानसोपचार तज्ज्ञ स्टन्ली मिलग्रमने आपल्या 'सिक्स डिग्रीज ऑफ सेपरेशन' या पुस्तकात म्हटल्यानुसार पृथ्वीच्या पाठीवरची सगळी माणसं एकमेकांपासून 'सहा सामाजिक बंध' इतक्या अंतरावर असतात. जो कुणी संधीच्या तत्त्वाला अनुसरून जगतोय त्याला ह्या जगड्व्याळ जाळ्याचा फायदा होऊ शकतो. पण त्याच वेळी हे लक्षात घ्या की संधी निर्माण करणं म्हणजे निम्मंच काम होणं. आपण जर ह्यासाठी झाडावरच्या फळांची उपमा वापरली तर हे म्हणजे फळं पिकणं, ती पिकल्यापिकल्या झाडावरनं तोडून गोळा करणं आणि मग सुरक्षित ठिकाणी ठेवणं. कारण त्या फळांवर डोळा असणारे तुम्ही एकटेच खचितच नसणार.

तुम्ही अशा कार्टून फिल्म्स बघितल्या असतील ज्यामध्ये एका सफरचंदाच्या झाडावर लटकत असलेल्या एकुलत्या एक सफरचंदाकडे आशाळभूतपणे पाहत भोवताली अनेक प्राणी जमलेले असतात. त्या सगळ्यांच्या मनात एकच विचार असतो, ते झाड ते पिकलेलं सफरचंद खाली कधी पाडेल? आणि मग ते इतका वेळ त्याकडे बघत जमलेल्या इतक्या साऱ्या प्राण्यांपैकी कुणा एकाला छान खाऊ मिळेल म्हणून! गंमत म्हणजे कुणाचंच लक्ष तिथे मागे असणाऱ्या दुसऱ्या सफरचंदाच्या झाडाकडे जात नाही जे झाडसुद्धा सफरचंद पाडत असतं खाली! इकडे फक्त एकाच कुणाला ते सफरचंद मिळणार असतं, बाकीच्यांना काहीच नाही. आता, इतक्या सगळ्यांनी इतका वेळ ते सफरचंद पडेल म्हणून त्या आशेने बघत काढलेला असल्यामुळे उपाशी राहायचं नसेल तर आता दुसरं काही खायला

शोधायला हवंच. जरी त्या सुंदर चवदार लालचुटूक सफरचंदासारखी आणखी सफरचंदं दुसऱ्या झाडांवरनं नजीकच्या भविष्यात मिळणार असली तरी सध्या त्यांना जमिनीवर सांडलेल्या तपकिरी सफरचंदांवर गुजराण करणं भाग पडणारेय...

संधीचं तत्त्व सांगतं की आत्ता जी नुकतीच पिकलेली सफरचंद आहेत ती घ्यावी खुडून आणि ताव मारावा छानपैकी काहीतरी डिश बनवून! तुम्ही जर मुद्दामहून संधी निर्माण करत बसलात तर भुकेलेले राहाल.

व्यवसायानिमित्त माझी अनेकांशी भेट होत असते ज्यांना स्वतःचा उद्योगधंदा सुरू करायचा असतो. त्यासाठी ते लोकांच्या सल्ल्यानुसार सगळ्या गोष्टी करतात – ते एक प्लॅन करून त्यासाठी ते लोकांच्या सल्ल्यानुसार सगळ्या गोष्टी करतात – ते एक प्लॅन करून त्याप्रमाणे वागतात, एक कंपनी काढतात, ऑफिस उघडतात, उपकरणं विकत घेतात, विमा काढतात वगैरे वगैरे. एकदा हे सगळं केल्यावर मग संभावित ग्राहकांच्या ईमेल्सची यादी मिळवून मग तशा सर्व ग्राहकांना पत्र धाडायला सुरुवात करतात. आणि मग वाट बघत बसून राहतात. हाच तो क्षण असतो जेव्हा त्या कंपनीच्या संस्थापकाची हार झालेली आसते.

आपण या प्रसंगाची तुलना अशा एका मुष्टियोद्ध्याशी करू शकतो जो त्याचा प्रतिस्पर्धी रिंगणात उतरण्याच्या आधी हवेतच ठोसे मारत सुटतो. धंद्यामधला खर्च वाढत जातो पण ग्राहक आलेले नसतात. ठीकंय हरकत नाही, रोम काही एका दिवसात बांधून झालं नव्हतं. अखेर पहिलावहिला चौकशीचा फोन येतो, ''क्काय? इतकं महाग? मला दुसरा एक जण माहितीये तो तुमच्यापेक्षा निम्म्या किंमतीत देईल.'' ''ठीकंय, मला काम हवंय. अनेक बिलं तुंबलीयेत. म्हणून मी तुम्हाला चांगली ऑफर देतो...'' ज्यांची खरंच ऐकायची इच्छा आहे त्यांना मी सांगेन की याच्या बरोबर उलट करा. बियाणं पेरा, तुमच्या दिशेनं येणारी संधी हस्तगत करा. उगाचंच भलीमोठी स्वप्नं पाहण्याच्या नादात वाहवत जाऊ नका. एक गोष्ट चांगली घडली म्हणजे चांगल्या गोष्टींचा सुकाळ सुरू झाला समजू नका! उगाच ऊर्जा वाया घालवू नका, नेहमी ती प्रतिस्पर्ध्याच्या ताकदीशी ताडून बघा. पुढच्या वळणावर कोण उभं असेल आपण सांगू शकत नाही.

योग्य संधी पकडा!

मी एकदा माफियांसंबंधीच्या पुस्तकात वाचलं होतं की त्यांच्या तग धरून राहण्याच्या युक्त्यांमधली एक युक्ती ही होती की त्यांच्या सोयीच्या वेळेलाच ते पाहुण्यांचं आगतस्वागत करत असत. आपण सगळे हे जाणतोच की काही सोयीच्या वेळा असतात तर काही गैरसोयीच्या. अर्थातच तुम्हाला माझी सोयीची वेळ माहीत नसणार पण तुम्हाला कुठची वेळ सोयीची हे तुम्ही नक्कीच जाणता.

व्यक्तिशः सांगायचं तर मी निशाचर घुबड आहे. तुम्हाला जर व्यावसायिक कामांसाठी माझी भेट हवी असेल तर मी सकाळी ११ नंतरचीच वेळ देत असतो केवळ एवढ्यासाठी की मी त्या वेळेला अतिशय उत्साहात असतो. (स्वाभाविकच आहे की मी तुम्हाला ह्या उशिराच्या वेळेचं खरं कारण नाहीच सांगणार, मी इतकंच सांगेन की मला सकाळी स्टाफाबरोबर मीटिंग्ज असतात म्हणून!)

तुम्ही जर माझे बॉस असता आणि हे तुम्हाला ठाऊक असतं तर तुम्ही माझ्या बरोबरच्या सगळ्या मीटिंग्ज सकाळी शक्य तितक्या लवकर ठेवल्या असतात, आपण बऱ्याचदा हे विसरतो की प्रत्येक गोष्टीसाठी एक विशिष्ट वेळ असते वैयक्तिकरीत्या प्रत्येकासाठी.

असं धरून चालू की तुम्हाला तुमच्या बॉसकडून फार काही प्रश्न न विचारले जाता काही कागदपत्रांवर सह्या हव्या आहेत. तुम्हाला विश्वासू सूत्रांकडून अशी माहिती मिळालीय की बुधवारी त्याची काही परदेशी पाहुण्यांबरोबर लंचच्या सुमारास मीटिंग असणार आहे आणि अशा वेळेस तिथे सर्व जण मुक्तपणे मद्याचाही आस्वाद घेणार आहेत. त्यामुळे मग गुरुवारी सकाळी लवकर जरुरी कागदपत्रांवर सह्या करण्यासाठी द्यावेत का याचा विचार करायला हरकत नसावी.

चांगले योद्धे हे नेहमीच स्वतःची एकाग्रता शिखरावर असताना आणि प्रतिस्पर्ध्याची विचलित असताना आक्रमण करतात. मुसाशी म्हणतो त्यानुसार वैयक्तिक मार्शल आर्टमध्येसुद्धा तुम्ही शरीर आणि मनानं अत्यंत आरामशीर अवस्थेत असणं गरजेचं असतं, प्रतिस्पर्धी कधी ढिला पडतोय ते टिपणं आणि मग अत्यंत चपळाईनं पूर्ण सामर्थ्यानिशी त्याच्यावर हल्ला करून जिंकायचं!

तुम्ही तुमच्या सर्वोत्तम तयार अवस्थेत कधी असता? आणि सर्वांत असुरक्षित व दुर्बळ कधी असता? ते आपल्या वहीत लिहा.

झडप घालून हस्तगत करण्याजोग्या संधी ह्या फक्त क्षणाशीच संलग्न नसतात. अगदी सुरुवातीपासूनच शाओलिनच्या साधूंना वेगळी ओळख मिळाली ती कुठलीही गोष्ट शस्त्रामध्ये रूपांतरित करण्याच्या त्यांच्या कौशल्यामुळे! त्यांच्यातल्याच एका साधूने एक दिवस माझा कॅमेऱ्याचा ट्रायपॉडसुद्धा लक्षपूर्वक न्याहाळला होता की त्याचा द्वंद्वासाठी शस्त्र म्हणून वापर करता येईल का त्या दृष्टीने. एखादा हातात बंदूक नेसलेला नेमबाज आणि हातात तलवार नसलेला एखादा शूरवीर हे दोघे सारखेच असाहाय्य!

त्यांच्या हातातली शस्त्रं काढून घेऊन त्यांना शस्त्रहीन, अक्षम बनवणं पुरेसं आहे.पण एखाद्या उत्तम योद्ध्याला मात्र त्याचं स्वतःचं आसणंदेखील पुरेसं असतं. बाकी सगळ्या गोष्टी मिळवता येतात. मग ती जमिनीवर पडलेली माती का असेना, तीसुद्धा प्रतिस्पर्ध्याच्या डोळ्यांत भिरकावता येते, शेतकऱ्याच्या धान्य झोडण्याच्या काठीपासूनपण भयानक शस्त्र बनवता येतं, किंवा अगदी एखादी काठी जिच्या साहाय्यानं प्रतिस्पर्ध्याला दूर अंतरावर ठेवता येतं.

एखादा शाओलिन योद्धा अशी संधी हस्तगत करतो जी त्याच्या प्रतिस्पर्ध्याला दिसूही शकलेली नसते. योद्ध्याला ठाऊक असतं की त्याला आवश्यक ती सर्व संसाधनं त्याला लढाईच्या जागेवरच मिळतील म्हणून!

शाओलिन साधूंना संधीच्या तत्त्वावर आणि स्वतःच्या कौशल्यांवर पूर्ण विश्वास असतो. यामुळेच ते त्यांच्या प्रतिस्पर्ध्यांसाठी अनाकलनीय आणि धोकादायक ठरतात.

परंतु संधीच्या तत्त्वामध्ये आणखी एक जबरदस्त तंत्र लपलेलं असतं ते म्हणजे संयम! शाओलिनमध्ये म्हटलं जातं, ''जो नदीकाठी अत्यंत संयमाने वाट बघत थांबतो त्याला त्याच्या शत्रूचे मृतदेह तरंगत जाताना दिसतात.''

निळा आणि पिवळा

एक कथा आहे निळ्या माणसांनी पिवळ्या माणसांविरुद्ध छेडलेल्या युद्धाची. दोन्ही बाजूचे लोक खंदकात दडून बसले होते विरुद्ध बाजूच्या लोकांनी पाहू

शकू नये म्हणून. पिवळ्या माणसांच्या संयमाचा अभाव जगजाहीर आहे. निळ्या माणसांना ते ठाऊक होतं त्यामुळे त्यांनी त्याचा फायदा घेतला. बराच काळ शांततेत गेल्यानंतर निळा अधिकारी ओरडतो जोरात, ''पिवळा नंबर १..पिवळा नंबर १.''

आणि ताबडतोब पलीकडून एक जण उभा राहतो, ''होय... होय... मीच!'' मग काय? पिवळ्यांची संख्या १ ने कमी होते. अशा पद्धतीने अनेक पिवळे मारले गेल्यावर पिवळ्यांना गडबड समजते आणि ते निळ्यांचे डावपेच त्यांच्यावर उलटवायचे ठरवतात. मग पिवळ्यांचा सेनापती ओरडतो, ''निळा क्रमांक १..निळा क्रमांक १.'' पण काहीच हालचाल होत नाही. सेनापती पुनःपुन्हा तसाच ओरडतो. पण उत्तर येत नाही. पाचव्या आरोळीनंतर तिकडच्या बाजूने आवाज येतो, ''आत्ता कोण ओरडलं निळा क्रमांक १ म्हणून??'' लगेच पिवळ्यांचा सेनापती आवेशात खंदकाच्या बाहेर येतो, ''हा काय मी. मी ओरडलो...''

संयमच यशाकडे घेऊन जातो

अनुकरणासंबंधी प्रकरणात तुम्ही वाचलंत की शाओलिनमधले साधू दारुड्या माणसाची नक्कल करतात. परिस्थितीअनुसार ते झोपलेल्या माणसाची अथवा गलितगात्र माणसाचीही नक्कल करू शकतात. उद्देश एकच असतो आपल्या प्रतिस्पर्ध्याला शांत करणे ज्यामुळे तो बेसावध होतो आणि मग त्यावर विद्युतवेगानं प्रहार करणे.

तंतोतंत आनुकरणाखेरीज यशाकडे जाण्यासाठी सच्चा संयमदेखील उपयोगी पडतो. जेव्हा योद्धे निद्रित माणसाची नक्कल करतात त्या वेळीसुद्धा त्यांना प्रत्येक क्षणाचं भान असतं, लक्ष केंद्रित असतं आणि ते हल्ला करण्यासाठी तयारीत असतात. जर त्यांनी जरा जरी अगदी सेकंदाच्या अल्प भागात जरी आपलं स्वरूप उघड केलं तरी प्रतिस्पर्धी सावध होऊन त्यांची वरचढ बाजू कमकुवत होऊ शकते. कधीकधी लोक योग्य संधीची वर्षानुवर्षं वाट बघतात आणि तरी केवळ संयम सुटल्यानं शेवटच्या क्षणांमध्ये सगळं घालवून बसतात. ज्या प्रतिस्पर्ध्यानं संधीला संयमाची जोड दिलेली असते त्यानं आश्चर्याचा धक्का देण्याच्या तंत्रावर हुकमत मिळवलेली असते. आधुनिक 'कराटे-दो'चा संस्थापक फुनाकोशी गिचिननं म्हटल्याप्रमाणे- ''जेव्हा गरुड आपल्या भक्ष्यावर झडप घालण्यासाठी जमिनीकडे झेपावतो

तेव्हा पंख पसरत नाही. आपल्या सावजावर झडप घालणारा वाघ आपलं शरीर आक्रसून घेत आपले कानसुद्धा मिटून घेतो. तद्वत, द्वंद्वामध्ये शहाणासुद्धा आपण अकस्मात कृती करतोय ह्याचं कुठेही बिंग फुटू देत नाही.''

मियामोटो मुसाशीने ज्याच्या वडिलांना आणि काकांना नुकतंच पराभूत केलं होतं, अशा एका तेरा वर्षांच्या मुलाने त्यांना द्वंद्वाचं आव्हान दिलं. मुसाशी त्या ठिकाणी खूप आधी जाऊन पोहोचले आणि तिथे लपण्यासाठी एक जागा शोधून वाट पाहत बसले. त्या मुलानं त्यांना ठार मारायचं ठरवलं होतं त्यामुळे तो आपल्या शस्त्रधारी आनुयायांना घेऊन सज्ज होऊन ठरलेल्या जागी आला परंतु मुसाशी दिसेनात. जेव्हा त्या सर्वांची खात्री पटली की मुसाशी घाबरून पळून गेले आहेत आणि म्हणून ते सर्व जण निघण्याच्या तयारीत असतानाच मुसाशी काळोखातनं अचानक पुढे आले आणि त्यांनी त्या मुलाला खाली पाडलं आणि मग दोन्ही हातांत तलवारी घेतलेले मुसाशी त्या अनुयायांची फळी कापत वेगानं तिथनं सटकलेदेखील. आपण नक्की काय करायला हवं ह्यावर ते अनुयायी बोलेपर्यंत मुसाशी तिथनं बेपत्ता झाले होते.

कृतीसाठी सज्ज

शीतयुद्धाच्या काळात जेव्हा यूएस आणि सोव्हिएट युनियन एकमेकांचे हाडवैरी होते, तेव्हा माझ्या आजोबांनी मला समजावण्याचा प्रयत्न केला होता की सोव्हिएट युनियनसारखी हुकूमशाही धोकादायक का असते ते! ''एका बाजूला सध्याची धोरणात्मक परिस्थिती आणि वातावरण अनुकूल असल्यामुळे जरी अमेरिकेने युद्धाला सुरुवात करण्याचं ठरवलं तरी त्यासाठी त्यांना आधी अमेरिकन काँग्रेसची आणि त्यांच्या सर्वोच्च नेतृत्वाची एकत्रित परवानगी लागेल. पण तोपावेतो ती संधी गेली असेल. पण त्याच वेळी दुसरीकडे सोव्हिएट युनियनच्या अध्यक्षाने ठरवायचं अवकाश की पुढल्या तासाभरात आपल्याला हल्ला करण्याची नामी संधी आहे, तर बस्स. तेच घडेल लगोलग!'' जरी आज मला कळत असलं की ते सगळं तितकं सोपं नसतं, मला एक महत्त्वाची गोष्ट कळली. आपल्या प्रतिस्पर्ध्याला झटका द्यायचा असेल तर त्याला एका समूहाचा भाग बनवायचं. आणि मग त्या लोकवचनानुसार, ''दहा माणसांची दहा डोकी आणि दहा भिन्न मतं, म्हणजे न संपणारे विवाद'', ''तू हे आव्हान स्वीकारू शकणारेस की मीच योग्य आहे त्यासाठी?'', ''आपण इतरांनाही विचारायला हवं'', ''पण 'क्ष' तर बुधवारी परत येणारेय...''

प्रतिस्पर्धी जितका कमी लवचीक तितका तो कमी धोकादायक.

मुसाशी एकदा म्हणाला होता– ''मोठ्या समूहाच्या वागणुकीचा अंदाज लावणं सोपं असतं कारण मोठ्या समूहाला अकस्मात डावपेच बदलणं कठीण असतं, पण तेच एखादा एकांडा शिलेदार असेल, जो एकट्याच्याच निर्णयानुसार चालेल तो पटकन निर्णय घेऊन डावपेचात बदल करून कृती करू शकतो जी कल्पना करणंही कठीण जाईल विरोधकांना!''

लढाईत हे तंत्र असं वापरलं जाऊ शकतं – असं धरून चालू की तुम्ही आणि मी सहकारी आहोत आणि आपण बऱ्याच काळापासून अशा संधीची वाट पाहत होतो जी आपल्या समोर येऊन उभी ठाकलीय. तयारी दोघांची झाली असली तरी कुण्या एकालाच शेवटी त्याचा फायदा होणार आहे. खरं तर, तुमची शक्यता माझ्यापेक्षा अधिक आहे, पण आपल्याला पुढच्या एका मिनिटात निर्णय घेणं भाग आहे. त्या आणीबाणीच्या क्षणी मी तुम्हाला विचारलं, ''तुम्हाला नक्की पक्की खात्री आहे तुमच्या जोडीदाराला हे मान्य असण्याची? कारण ह्यामुळे दोघांत मोठा बदल अपेक्षित आहे...'' तुम्हाला वेळेअभावी तुमच्या जोडीदाराशी बोलणं शक्य नाहीये. तुम्ही अगोदर तशी कल्पना देऊन ठेवलेली आहे तरी पण त्या महत्त्वाच्या क्षणी मी तुम्हाला शांत आणि दुर्बळ करत तुमचा निर्णय घेण्यापासून आडकाठी आणत तुम्हाला त्या स्पर्धेबाहेर करतो.

समूह हा नेहमी शक्तिशाली भासतो आणि म्हणून 'जास्त संख्येमध्ये जास्त शक्ती', असं चुकीचं गृहीतक मांडलं जातं. पण खरे धोकादायक प्रतिस्पर्धी तेच असतात जे एकटे योद्धे असतात आणि चपळ असतात. एकांडा शिलेदार जवळून जाणारी संधी पकडू शकतो, जी एखादा समूह त्यांच्यातल्या सुस्तीमुळे धड विचारही करू शकत नाही.

जेव्हा शाओलिनच्य साधूंना इ.स.६२१मध्ये त्यांच्यापेक्षा संख्येनं जास्त असणाऱ्या तरबेज सैन्याशी लढायला मदतीसाठी बोलावण्यात आलं, त्यांच्या मुख्य धर्मगुरूंनी १३ साधूंना पाठवण्याचं ठरवलं जो प्रतिस्पर्धी सैन्यबळ बघता खूपच छोटा आकडा होता. आणि तरीही त्या साधूंनी शेतकऱ्यांमध्ये मिसळत त्यांच्या शेतकी अवजारांना शस्त्र बनवत त्यांच्या साहाय्यानं शत्रुसैन्यावर विजय मिळवला. संधी हस्तगत करायची तर आपल्यात लवचिकता हवी. पण याची अहंभावाशी किंवा निर्दयीपणाशी

गल्लत करू नये. संधी समोर उभी ठाकल्यावर नव्हे तर तुमचं ध्येय निवडलंत की त्वरित निर्णय घ्या. अन्यथा तोवर बराच उशीर झालेला असायचा.

तयारीदरम्यान दमछाक होऊ देऊ नका

सरतेशेवटी शाओलिनचं तत्त्व आपल्याला सांगतं की आपण कायमच एक पायरी पुढे असायला हवं. दुसऱ्या शब्दांत सांगायचं तर ''जेव्हा काही गोष्टींची माहिती असण्याची आवश्यकता आहे, तेव्हा शिकायला सुरुवात केली'' – असं होऊ देऊ नका अन्यथा तुम्ही कायमच दुसऱ्या स्थानावर राहाल.

प्राण्यांमध्ये अशा किती क्षमता असतील ज्या ते आयुष्यात कधीही वापरत नसतील? आणि तरीही त्यांना कधी वापरायची वेळ आलीच, तर ते तत्क्षणी अशी कुठलीही क्षमता चटदिशी वापरात आणू शकतात. जरी समोर कुठलाही प्रतिस्पर्धी त्यांच्या कौशल्याच्या बरोबरीचा नसला तरी. शाओलिनमधले साधू का बरं आपल्या तंत्रामध्ये सर्वोच्च सफाई आणण्यासाठी धडपडत असतील? कारण पुढे काहीही वाढून ठेवलां असो, ते कायमच शस्त्रसज्ज आसतात. खूप लोक अख्ख आयुष्यभर पळत राहतात त्यांनी गमावलेल्या संधींच्याच मागे आणि तरीही त्यांना ते उमगत नाही. जर एखाद्यानं 'उगाउगा' भाषा येत नाही या कारणासाठी एखादी नोकरी गमावली असेल, तर ते चरफडत आता उशीर नको म्हणत उगाउगा भाषा शिकायच्या मागे लागतात. हो उगाच ती भाषा येत नाही म्हणून पुढे एखादा जाब जायला नको! आणि मग आर्थिक धोरणांमुळे त्यांचा 'अगुअगु' देशाशी व्यापार वाढला आणि 'उगाउगा' देशाशी व्यापार थंडावला तरी ही मंडळी आपली उगाउगा भाषा शिकून पुढच्या मुलाखतीसाठी सज्ज होतात. आणि तेव्हा जॉब मिळतो ज्याला थोडीफार 'अगुअगु' भाषा येत असते त्याला...

एका भारतीय म्हणीअनुसार– ''आपण केलेलं काम हे अनंतात विलीन होत नसतं. प्रत्येक गोष्ट फळण्याची ठरावीक वेळ असते आणि मग त्याची घटका आली की ते पिकतंच!''

तुमच्याकडे आलेली संधी हस्तगत करा आणि तुमची सुखद स्वप्नं जगा!

स्वाध्याय

सफरचंद पिकल्यावरच खुडा!

तुम्ही संधी मिळाल्यावर कसे वागता हे खाली दिलेल्या प्रश्नांवरून जाणून घ्या. तुमच्याकडे चालत आलेल्या संधीपासून तुम्हाला वंचित ठेवणं सहज शक्यआहे का?

तुम्ही विजयाच्या समीप आलेले असताना केवळ संयम संपल्यानं शेवटी हरलात असं कधी घडलंय?

....

तुम्हाला लाभलेल्या संधीपासून तुम्हाला कोणी कशा प्रकारे वंचित ठेवू शकतो? आणि असं शेवटचं कधी घडलं?

....

तुमच्या इच्छाआंकांक्षानुसार कुठल्या संधीची जोड हवी असं वाटतं?

....

पुढच्या दहा मिनिटांत अशा अशा कुठल्या हव्या असणाऱ्या तुमच्या संधी तुम्ही झडप घालून मिळवाल जर त्या तुमच्या समोर आवतीर्ण झाल्या तर?

....

कुठल्या संधीने तुम्हाला पाठलाग करायला भाग पाडलं होतं?

....

पुढे कधीतरी उपयोगी पडेल म्हणून असं कोणतं कोशल्य तुम्ही मिळवलं आहे?

....

असा कुठला प्रसंग सांगता येईल की ज्या वेळी तुम्ही संधी मिळण्यासाठी वाट पाहिलीत आणि त्याचं चीज झालं?

....

“तुम्ही जर तुमच्या प्रतिस्पर्ध्यावर मात करू शकत नसाल तर त्याला मिठी मारा.”

- चिनी म्हण

९. माघारीचं किंवा लीनतेचं तत्त्व

"संताप असा वारा आहे जो मनाची ज्योत विझवतो."
– रॉबर्ट ग्रीन इंगरसॉल

गाघार किंवा लीन होणं ही एकाच वेळी बचावाचा भाग आणि प्रतिस्पर्ध्याने स्वतःविरुद्ध केलेला हल्ला बनू शकते हे शिका!

वाचक नक्कीच विचारतील – हे काय शक्तिसामर्थ्याच्या प्रकरणामध्ये 'माघार' किंवा 'लीनता' या विषयावर प्रकरण? हा लेखक आता कोलांटी उडी मारत फिरतोय का काय? माघार ही दुर्बलतेचंच प्रतीक नव्हे का? मी माझ्या प्रतिस्पर्ध्याविरुद्ध न लढता आखाड्यातनं पळ काढू आणि त्यांना जिंकू देऊ? छे: छे:! अजिबात नाही!

गेल्या प्रकरणामध्ये आपण ज्या यशस्वी उपायांची यादी बघितली, तर माघारीची क्षमता ही तर वैश्विक आणि सर्वांत शक्तिशाली क्षमता म्हणावी लागेल. माघारीला किंवा लीनतेला दुर्बलता मानणं ही वस्तुस्थिती म्हणजेच ती आपल्या गुप्त भात्यातला एक हुकमी बाण समजता येईल. आपण हा बाण वापरल्याचं विरोधकांना वरवर पाहता कधीच लक्षात येणार नाही आणि त्यामुळे याविरुद्ध बचाव ही तर अशी अशक्यप्राय गोष्टच! निसर्ग दाखवून देतो की जे प्रसंगी माघार घेतात ते टिकून राहतात.

लाओ त्झू म्हणाले होते, "ताठरपणा हा मृत्यूचा साथी असतो, तर लवचिकता ही जीवनाची! त्यामुळे जे सैन्य माघारीला नकार देतं किंवा माघार घेऊ शकत नाही ते पराभूत होतं. सोसाट्याच्या वाऱ्यात एखादं झाड वाकलं नाही तर मोडतं. कठीण आणि ताठरपणा असणारे मोडतात, मृदू आणि लवचीक असणारे विजयी होतात."

क्षणभर विचार करा, सृष्टीनं माघार किंवा लीनता ही दुर्बलता मानली आणि म्हणून त्या संदर्भात काहीच केलं नाही. ज्या ज्या गोष्टींशी तुमची टक्कर होईल त्या गोष्टी त्या क्षणी मोडतील. तुमचा इतक्यातच गवताच्या पात्यावर पाय पडला? तर मग ते मोडलंच म्हणून समजा. तुमची सुंदर झाडं एखाद्या झुळुकीनं उद्ध्वस्त होतील. उंदीर तरी – ते अस्तित्वात असताना – मांजरांपासून दूर का पळावेत? किंवा झेब्रांनी सिंहांपासून का पळावं? अर्थात, उंदरांनी हे स्वतःला सिद्ध करून दाखवावं की ते भित्रे नाहीत आणि ते मांजराबरोबर जोरदार भांडणात उतरू शकतात. पण त्याने काय साध्य होईल? बहुसंख्य उंदरांना तसल्या प्रसिद्धीपेक्षा जगणं महत्त्वाचं असणार.

प्रतिस्पर्ध्याच्या शक्तीची धार बोथट करणे

काही प्राण्यांनी 'लढणं टाळण्याचं तत्त्व' चांगलंच परिपूर्ण केलेलं आढळतं. उदाहरणार्थ, हेजहाग हा प्राणी. ह्याच्या जवळ बचावाचं तंत्र नाही. त्याला जर एखाद्याने लढाईसाठी आव्हान दिलं तर तो साफ नकार देतो. अगदी नमुनेदार भांडणांतसुद्धा त्याचा विरोधक भरपूर ऊर्जा खर्च करून शेवटी कंटाळून निघून जातो.

मानवी विरोधकांमध्येही ते पाहायला मिळतं. आपण समतेच्या तत्त्वात पाहिलं होतं की जेव्हा कुणी एक जण ओरडतो, अपमान करतो किंवा तुम्हाला कुठल्यातरी पद्धतीनं डिवचतो तेव्हा त्याला तुम्हाला झगड्यामध्ये हरवायचं असतं. स्वाभाविकपणे, तुमची अस्मिता तुम्हाला त्या आव्हानाकडे दुर्लक्ष करू देत नाही आणि तुम्ही ते स्वीकारता – आणि मग परिणती माहितीच आहे सगळ्यांना! शाओलिनचं तत्त्व आपल्याला शिकवतं की वाका (माघार घेतल्यागत), ज्यामुळे प्रतिस्पर्ध्याची शक्ती कमी व्हायला मदत होईल. अजिबातच प्रतिकार करू नका, फक्त एकटक प्रतिस्पर्ध्याकडे पाहत राहा. काही कालावधीनंतर त्यांना स्वतःलाच मूर्ख असल्यागत वाटेल. आता, तुम्हाला त्यांना उचकवून काहीतरी चूक करायला भाग पाडायचं असेल तर चक्क त्यांचं म्हणणं मान्य करायला सुरुवात करा. ही खरी लीनतेची कला!

तुमच्या प्रतिस्पर्ध्यांच्या म्हणण्याचं खंडन करू नका, उलट आगीत तेल ओता. त्यांना खात्रीनं पटवून द्या की तेच कसे बरोबर आहेत आणि तुम्हीच

मूर्ख आहात ते. हेच, हेच नेमकं तुमच्या प्रतिस्पर्ध्यांना ऐकायचं नसतं. मग ते तुम्हाला बचावासाठी डिवचत तुमच्यावर जोसाचा हल्ला करतील. त्यानं तुम्हाला काय साध्य होईल? समोरच्याला पूर्ण जोर लावून एका क्षणापर्यंत बोंबलू द्या, किंचाळू द्या...

मग त्यांची पूर्ण शक्ती संपेल आणि त्यांनी जी काय बडबड केली असेल त्यामुळे ते तुमच्या ऋणात येतील.

यासाठी, ह्या प्रकरणात सांगितलेलं तत्त्व प्रत्यक्षात सिद्ध होण्यासाठी एक छोटी आगाऊ अट मात्र आहे – तुमचं संपूर्ण ध्यान हे लढाईवर नको तर अंतिम विजयाकडे हवं, तुमच्या शौर्याचं प्रात्यक्षिक नको पण तरीही नक्कीच तुम्ही वरचढ ठरणं हवं!

जेव्हा आपण एखाद्या कठीण पदार्थावर, कठीण वस्तूवर मुठीनं प्रहार करतो, तेव्हा तो प्रहार अकस्मात अडवला जातो आणि त्या आघाताचा काही हिस्सा आपल्याकडेच उलटा परततो. पण जर आपल्या आघाताचं लक्ष्य हे पडदा असेल तर मात्र आपली संपूर्ण ऊर्जा तिथे वापरली जाते.

स्वाध्याय

माघारीची (लीनतेची) शक्ती

माघारीच्या (लीनतेच्या) तत्त्वात जास्त खोल डुबकी मारण्याआधी, मला तुम्हाला प्रात्यक्षिक द्यायचंय की त्यामुळे काय फायदा होतो ते! या स्वाध्यासाठी तुम्हाला भिडूची गरज आहे त्यामुळे कुणी बरोबर आसेल तेव्हा अवश्य सोडवा हा स्वाध्याय. अन्यथा लगेचच करण्याचा प्रयत्न करा नेहमीप्रमाणे.

- जमिनीवर पायांत साधारण एका हाताइतकं अंतर ठेवून पाय रोवून उभे राहा. तुमचे शरीर टाचेच्या लंबरेषेत ठेवा. डोळे मिटा.
- मनाच्या सजगतेच्या प्रकरणात सांगितल्यानुसार तुमच्या संपूर्ण शरीरावर ध्यान केंद्रित करा. टाचेपासून सुरुवात करा, त्याचा जमिनीशी स्पर्श अनुभवा. तुमचं वजन जमिनीवर कसं ठेवलं गेलंय ते जाणवतंय? एखादं झाड जसं जमिनीत रुतलेलं असतं तसं तुम्ही स्वतःला जमिनीशी जखडून

घेताय? प्रामाणिकपणे विचार करा. उगाच तसं स्वतःला बजावू नका त्याचा फायदा होणार नाही. साधारण पाच ते दहा मिनिटं लागतील त्या अनुभूतीसाठी. आता शांत, धिमेपणावर विचार करा.

- जेव्हा तुम्हाला वाटेल की तुम्ही जमिनीवर एखाद्या झाडाप्रमाणे रुतलेले आहात तेव्हा तुमच्या भिडूला बोलवा. त्यांचं काम म्हणजे काळजीपूर्वक तुमचा तोल घालवणं.
- तुमचा भिडू त्याचा पंजा तुमच्या छातीवर ठेवून तुम्हाला हळूहळू ढकलेल.
- ह्या वेळी जर तुम्ही त्या ढकलण्याचा विरोध केलात तर तुम्ही पडाल. पण तुम्ही झाड आहात हे विसरू नका. जमिनीत मुळं (पाय) रुतवलेलं झाड, पण लीनता (माघार) शक्य असणारं.
- त्यामुळे त्या क्षणाबरोबर वाहा. विरोध न करता. तुमच्या भिडूला त्याचा जोर वाढवायला सांगा.
- तुम्ही उलटा जोर लावू नका. फक्त तोल सांभाळा. तुम्हाला 'देणे आणि घेणे' ही संकल्पना येतेय ध्यानात? 'यिन आणि यँग'ची?

यिन आणि यँग

आशियाई तत्त्वज्ञान आपल्याला शिकवतं की ही दोन अविभाज्य विरोधी बलं आहेत जगात. गडद यिन हे शुभ्र यँगचं पोषण करतं. आणि मजबूत यँग मृदू यिनचं रक्षण करतं. यिन आणि यँग एकमेकांना पूरक असतात आणि दोघं मिळून एक अविभाज्य पूर्णत्वाची निर्मिती करतात. जिथे एक कमी असतं तिथे दुसरं जास्ती असतं आणि असंच याउलटही. जरी ती एकमेकांविरोधी तत्त्वं असली तरी यिनमध्येच यँग असतं आणि पुन्हा यँगमध्ये यिन असतं.

असं म्हटलं जातं की यँग हे बदलाचं तत्त्व आहे ज्याचा परिणती कृतीमध्ये होते. त्याविरुद्ध यिन हे अखंडतेचं, सातत्याचं तत्त्व आहे आणि ते निष्क्रियता देतं. एखाद्या आक्रमक हल्लेखोराच्या कृतीला उत्तर हे निष्क्रिय लीनता (माघारी) होऊ शकतं; निष्क्रिय विरोधकाची कृतिहीनता पण ती दृढ निश्चयी बलाने!

एखाद्या लढाईत लीनता किंवा माघार ही केवळ दोन प्रकारे दर्शवता येते. तुम्ही झुकून किंवा मार्गातनं हटून प्रतिस्पर्ध्याच्या हल्ल्यातली शक्ती तशीच विरू देऊ शकता किंवा तुम्ही केवळ माघारीची हूल देत

प्रतिहल्ल्यासाठी जागा निर्माण करू शकता. सच्ची लीनता किंवा माघार जरी अगदी क्षणिक असली तरी ती लढाईचा कौल बदलण्यासाठी निर्णायक ठरू शकते जरी तशा माघारीला कमी लेखलं जात असलं तरी.

मुष्टियुद्ध

तुम्ही दोन मुष्टियोद्ध्यांची रिंगणातली लढाई झुंज बघता? त्यांनी एकमेकांना पकडलंय आणि पंच लक्ष देत नाहीये. दोघांपैकी कुणीच दुसऱ्याला पकडीतून सोडून द्यायला तयार नसतो कारण दुसऱ्याला लगेच फायदा होऊन तो ठोसा मारू शकेल म्हणून. असं धरून चालू की लाल चड्डीवाल्या मुष्टियोद्ध्याने प्रथम हालचाल करण्याचं ठरवलं. त्याने आपला हात मागे नेत सर्व शक्ती मुठीत एकवटून एक वर्मी ठोसा मारला. जर तो बसला बरोबर तर लढत संपलीच म्हणायची. त्या निळ्या चड्डीतल्या लहान चणीच्या प्रतिस्पर्ध्याला काही आशा आहे? बघू या.

लाल मुष्टियोद्ध्याला आपल्या शारीरिक वर्चस्वाची जाणीव असल्यानं तो एका तांत्रिक निर्णायक तडाख्याच्या जोरावर लढत संपवू पाहतोय. त्यामुळे प्रचंड आत्मविश्वासाच्या जोरावर तो सर्व शक्ती मुठीत एकवटून हात मागे करत वेगाने तो निर्णायक ठोसा लगावतो...आणि त्या वेगातच जमिनीवर कोसळतो. त्या निळ्या मुष्टियोद्ध्याने आपल्या ठोसे लगावण्यातल्या हुशारीचं उगाचंच प्रदर्शन करायचं न ठरवता शांतपणे मागे झुकून तो ठोसा चुकवलेला असतो. त्याचं ध्येय हे आपण किती ठोसे पचवू शकतो हे दाखवण्यापेक्षा लढत जिंकणं हे असतं. आणि ते ध्येय तो साध्य करतो माघारीचं तत्त्व वापरून.

जोरजबरदस्तीने कामं नाही होत

हे अगदी आपल्या रोजच्या जगण्यासारखं. तुम्ही जरा बाजूला हटत वार चुकवला तर तो बाजूने हवा कापत निघून जातो. जे लोक आडदांडपणे, धसमुसळेपणे वागत जोरजबरदस्ती करायला जातात ते स्वतःच गारद होतात. संधीच्या तत्त्वानं आपल्याला शिकवलंय की अचूक वेळ साधा आणि कृती करा. तो नेमका क्षण महत्त्वाचा आधीही नाही आणि नंतरही नाही. ज्या माणसाला स्वतःबद्दलचा अहंभाव आणि प्रतिष्ठा आपल्या आपल्या आयुष्यापेक्षा महत्त्वाची वाटल्यामुळे जो माणूस वाकायला, लीन व्हायला

तयार नसतो, त्या माणसाचं जीवन हे समोरच्याकडून आव्हान मिळून, हवं तसं बदललं जाऊ शकतं. सताड उघड्या डोळ्यांनी त्यांना आलेली संधी नष्ट होताना बघावी लागते.

''तुम्हीच म्हणाला होतात नं तुम्ही हे मार्चपर्यंत कराल म्हणून? मग आता नक्की कधी संपवताय? तुम्ही हे इतक्या काळापासून तेच तेच सांगताहात आणि मग सारखं पुढे ढकलताय, आम्हाला वाटतं तुमच्याच्याने हे काम होणारं नाहीये कारण तुम्ही प्रचंड घाबरलायत.''

एखादा गर्विष्ठ, अविचारी योद्धा या युक्तीसमोर फसेल. लोकांनी आपल्याला 'भित्री भागूबाई' म्हणू नये ह्या विचारानं ते कृती करतात आणि ती फारच गडबडीत लवकर करतोय हे माहीत असूनसुद्धा! दुसरीकडे, जो एखादा लीनतेचं, माघारीचं तत्त्व पाळतो तो झगडा टाळेलच! ते त्यांच्या आव्हानवीरांना म्हणतील, ''हो. बहुधा तुमचंच बरोबर आहे. आणि मला ते कधीच जमणारं नाही. पण तुम्हाला त्यात काही अडचण? कुणी सांगू शकेल मला?'' नाही. अर्थातच कुणी सांगणार नाही आणि तो वाद तिथेच संपेल.

ढोंगी लीनता

ढोंगी लीनतेचं तत्त्व तर आणखीच परिणामकारक आहे कारण ते लक्षात येणं जवळपास अशक्यच! जरी हा अगदी सर्वत्र आढळणारा प्रघात असला तरी फारच कमी लोकांना त्याची जाणीव असते. ह्यातली युक्ती म्हणजे आपल्या प्रतिस्पर्ध्यासमोर आपण अगदी हतबल असल्याचं दाखवून द्यायचं. त्यामुळे आक्रमणकर्त्याचा आत्मविश्वास जास्तच बळावून तो त्याला लाभलेल्या फायद्याचा वापर करण्याच्या नादात बाजी त्याच्यावरच उलटते.

तुम्हाला एक व्यवहारातलं उदाहरण देतो. श्रोत्यांसमोर बसून तुम्ही माझ्या बरोबर चर्चा करत आहात आणि चर्चेचा विषय तुम्हाला अगदीच सुपरिचित आहे आणि त्यात मला फारशी माहितीही नाहीये असं तुम्हाला कुठेतरी जाणवतंय. आपल्या चर्चेच्या फेरीनंतर श्रोते कौल देणार आहेत त्यांच्या मते सखोल माहिती दोघांपैकी कुणाला होती यावर! त्यामुळे अर्थातच तुम्ही माझं त्या विषयातलं अज्ञान लोकांसमोर उघड करण्याचा प्रयत्न कराल हे साहजिकच.

आपल्या चर्चेदरम्यान मी अचानकच म्हणतो, ''याच विषयाशी संबंधित एका प्रसिद्ध प्रोफेसरसाहेबांचं एक अतिशय परिणामकारक वाक्य आहे बघा... नेमकं त्या प्रोफेसरचं नाव आठवत नाहीये मला...'' आता, असा कुणी प्रोफेसर आणि त्याचं प्रसिद्ध वाक्य तुम्हाला माहीत असेल तर तुम्ही नक्कीच धाडदिशी ते सांगून स्वतःची पाठ थोपटून घ्याल.

आणि माझी अशी चूक होईल जर मी असं म्हटलं, ''हो..हो..हेच म्हणायचं होतं मला.'' तर तुम्हाला आणि श्रोत्यांना समजेल की मला फारसा गंध नाहीये त्या विषयातला आणि केवळ माझा अडाणीपणा लपवण्यासाठी मी काहीतरी बोलायचं म्हणून बोलतोय वगैरे. या ठिकाणी माझी आक्रमकता केवळ निष्फळच ठरणार नाही तर उलट माझ्या विरुद्धच जाईल.

'आर्ट आफ वॉर' या आपल्या पुस्तकात सून त्झूने लिहिलंय- ''तुम्ही दुर्बल असल्यासारखं दाखवा, ज्याने तुमचा प्रतिस्पर्धी गर्विष्ठ होत जाईल.''

पण जर मी म्हटलं असतं, ''मला अर्थातच ते माहीत आहे. पण नाही, मी म्हणतोय ती वेगळी जास्त प्रसिद्ध व्यक्ती... अगदी जिभेच्या टोकावर आहे नाव...'', तर मी वरचढ ठरेन. स्वाभाविकच आहे की तशी कुणी दुसरी जास्त प्रसिद्ध व्यक्ती किंवा वाक्य नसणारेय पण ते तुम्हाला आणि श्रोत्यांना दोघांनाही माहीत नसणारेय. तुम्ही दोघंही आता मला तज्ज्ञ समजाल कारण तुम्हाला दोघांनाही माहीत नसणाऱ्या प्रसिद्ध माणसाबद्दल मी बोलतोय. आणि त्याहून महत्त्वाचं म्हणजे मी तुमच्या आत्मविश्वासाला धक्का पोहोचवलाय. ''ह्या यडचापाला असं काय माहितंय जे मला माहत नाहीये?'' किंवा ''कोणाबद्दल बोलतोय हा?'' यांसारखे विचार तुम्हाला दुर्बल करतील. फसव्या लीनतेचं हे महत्त्वाचं तंत्र म्हणजे 'वरवरचा न्यूनगंड'.

जिंकू देण्याची रणनीति

लोकांना जिंकण्याची एवढी हाव असते की तसं करण्याची संधी मिळाली की ते बाकी सर्व काही विसरतात. लिलावाच्या सभेत असंच घडताना दिसतं. मी असं लोकांच्या बाबतीत ऐकलंय की त्यांनी लिलावात अशा काही चढ्या बोलीनं अशा काही जुन्या वस्तू विकत घेतल्यात ज्याची त्यांना खरं तर गरजच नाहीये आणि तसल्याच अगदी नवीन वस्तू तर त्याहीपेक्षा

स्वस्त आहेत बाजारात! केवळ त्यांना लिलावात माघार घेणं प्रशस्त वाटलं नाही म्हणून!

पण हे पुढचीही पातळी गाठू शकतं. "३% सवलत कशी वाटते? खूप कमी वाटतेय? पण मी ५% पेक्षा जास्त सूट देऊ शकत नाही. काय म्हणताय, १०% सूट दिली तर घ्याल विकत? तुमच्यासारखा ग्राहक घालवणं परवडणार नाही मला. ठीकंय. हे तुमच्यासाठी छान गुंडाळून, बांधून देऊ?" आणि ह्यातली गोम अशी की हीच वस्तू अगदी २०% सवलतीत तुम्हाला देऊनसुद्धा तुम्ही मला जी रक्कम दिलीत, तीच वस्तू तुम्हाला पुढच्या दुकानात सवलत नसूनसुद्धा ह्यापेक्षाही कमी किमतीत मिळू शकली असती, हे त्या भावात घासघीस करण्याच्या भरात तुमच्या लक्षातच आलेलं नसतं. आणि तरीही तुम्हाला वाटत असतं की तुम्हीच जिंकला आहात म्हणून!

पण खरं तर तो माझा विजय होता कारण मी ती वस्तू मूळ किमतीला विकूच शकणार नव्हतो - अगदी सवलत जमेस धरूनही!

मी ऐकलं होतं मागे की एका मोठ्या सुपर मार्केट्सची साखळी असणाऱ्या अमेरिकेतल्या समूहाने एक साखरेच्या गोळ्यां विकणारं दुकान खरेदी केलं होतं. जरी नवीन मालकानं किमतीत बदल केलेला नसला तरी अचानक तरी त्यांच्या प्रमुख गिऱ्हाइकांमध्ये - म्हणजे लहान मुलांच्या संख्येत एकाएकी घट झालेली आढळली. जेव्हा त्या मुलांना कारण विचारलं तेव्हा ती मुलं म्हणाली की जुना दुकानदार त्यांना प्रत्येक वेळी थोड्या जास्त गोळ्या टाकून देत असे. पण खरी गोष्ट अशी होती की तो दुकानदार गोळ्या वजन करून पुड्यात भरतानाच किंचित कमी भरायचा आणि मग मुलांच्या हातात पुडा देताना थोड्या गोळ्या जास्त देत असे. आणि सुपर मार्केटमधला कामगार याच्या बरोबर उलट करायचा - तो वजनात किंचितसुद्धा जास्त भरणाऱ्या गोळ्या पुडा देताना काढून घेत असे. ग्राफिक डिझाइनर्स कधीकधी त्यांच्या ग्राहकांना डिझाइन्स देताना मुद्दामच लक्षात येईल अशी एक सहज चूक करून ठेवतात आणि मग ग्राहकाच्या ती लक्षात येऊन त्याने दाखवली की तसं करताना डिझाइनरची चूक काढून वरचढ ठरल्याबद्दल आनंदाने ग्राहक सुखावतो!

शाओलिन तत्त्वं आपल्याला शिकवतं की नेहमी प्रतिस्पर्ध्याला वरकरणी तोच जिंकल्याचं समाधान मिळू द्या! किंवा सून त्झू म्हणायचा तसं-

''जेव्हा तुम्ही एखाद्या सैन्याला घेरता तेव्हा निसटण्यासाठी एखादी फट ठेवा. जिवावर उदार झालेल्या शत्रूचा अति कोंडमारा करू नका. याचा अर्थ असा नाही की शत्रूला निसटू द्यायचं. हे फक्त शत्रूची समजूत होण्यासाठी की त्याला सुरक्षित ठिकाणी जायला एक मार्ग आहे. असं करायचं याचं कारण जर का शत्रूला चहुबाजूंनी घेरून त्याला अगतिक केलं तर जिवाच्या आकांताने तो 'करू वा मरू' धोरणाने संपूर्ण शक्तिनिशी आपल्यावर प्रतिहल्ला करूच शकतो.

बरीच मंडळी स्वतःबद्दलच्या अभिमानानं आंधळी होतात आणि त्यांच्या प्रतिस्पर्ध्याच्या मनातला सच्चा डाव ओळखू शकत नाहीत. क्योटोगधल्या एका कथीड्रलचा प्रमुख होता काईचू हा प्रसिद्ध झेन गुरू. एक दिवस क्योटोचा राज्यपाल प्रथमच त्याला भेटायला आला. काईचूच्या नोकराने राज्यपालाचं व्हिजिटिंग कार्ड आणून दिलं ज्यावर लिहिलं होतं-'किटागाकी, गव्हर्नर आफ क्योटो'. काईचूने त्याच्या नोकराला सांगितलं, ''मला अशा माणसांना भेटण्यात स्वारस्य नाही. त्याचं काय काम इथे? त्याला निघून जायला सांग.'' नोकराने जाऊन ते कार्ड परत करत भेट होऊ शकत नसल्याचं सांगितलं. ''माझी चूक झाली'' असं म्हणत त्या राज्यपालानं पेन्सिल घेऊन कार्डवरचं आपल्या नावापुढचे 'गव्हर्नर आफा क्योटो' शब्द खोडून पुन्हा कार्ड नोकराला देत, ''तुझ्या मालकाला पुन्हा एकदा दे''असं सांगितलं. ''आरे वा, किटागाकी आलेत? मला आवडेल त्यांना भेटायला.''

मला आठवतंय माझी आजी मला गोष्ट सांगायची- दोन प्रकारच्या माणसांची. 'अ' देशामधली माणसं जी अयशस्वी, उद्धट आणि गर्विष्ठ होती आणि 'ब' देशामधली माणसं जी प्रचंड यशस्वी आणि खूपच साधीसरळ, कायम जमिनीवर असणारी होती.

आज्जी सांगायची- '''अ' देशामध्ये जर जमिनीवर पडलेला डाग धुवायचा असेल तर बॉस त्याच्या सेक्रेटरीला सांगतो, सेक्रेटरी त्याच्या साहाय्यकाला सांगतो की सफाई कर्मचाऱ्यांना बोलाव. म्हणजे एका कामासाठी चार माणसं जुंपली जातात. पण दुसरीकडे बघायचं तर 'ब' देशामध्ये तसाच जमिनीवरचा डाग असेल तर बॉस त्याचा कोट उतरवून पांढरा डगला घालतो, जमिनीवरचा डाग पुसून चकाचक करतो, हात स्वच्छ करून डगला काढून, कोट घालून पुन्हा बॉसच्या भूमिकेता शिरतो.

करकोचा आणि साप

शाओलिनमध्ये दाखल झालेल्या नवशिक्यांचं मार्शल आर्ट्सचं शिक्षण लागलीच सुरू होत नाही.

सुरुवातीला त्यांना हलक्या दर्जाची कामं करावी लागतात जेणेकरून त्यांचा अभिमान, गर्व गळून पडेल. शाओलिनच्या मार्शल आर्टच्या शिक्षणतंत्रात लीनतेच्या तत्त्वाला फार महत्त्व आहे. एका साधूने बघितलेल्या करकोचा आणि सापाच्या झुंजीची गोष्ट तिथे सांगितली जाते. करकोचा अतिशय जलद गतीने सापाला चोचीने टोचायचा प्रयत्न करत असतो पण साप त्याच्या तावडीत सापडत नसतो. साप त्याच्यावर अजिबात प्रतिहल्ला करत नसतो किंवा धोकादायक अंग वळवळत नसतो. फक्त करकोच्याचे चोचीचे प्रहार धिमेपणे पण प्रवाहीपणे अंग हलवत चुकवत असतो. शेवटी करकोचा थकून ती झुंज सोडून निघून जातो. त्या साधूला ह्या झुंजीमध्ये त्या जुन्या कल्पनेची पुष्टी मिळाली की मृदुता काठिण्यावर विजय मिळवते. सौम्य गोष्टी कणखर गोष्टींविरुद्ध जिंकतात. लीनता ही आक्रमणाविरुद्ध विजयी होते. विरोधाच्या तत्त्वावर यिन आणि यँगवर आधारित त्याने मार्शल आर्टचा एक नवा प्रकार विकसित केला ज्याला नंतर 'ताई ची' म्हटलं जाऊ लागलं.

विरोधकांना स्वयंपराजित होऊ द्या!

अशा एका प्रसंगाची कल्पना करा. तुमच्या कंपनीतला एक विभागप्रमुख प्रचंड आक्रमक आहे आणि त्याचे सहकारी त्याला घाबरून असतात. जरा थोडंसं काही घडलं तरी तो आरडाओरडा करायला सुरुवात करतो आणि कायम त्याच्या हाताखालच्यांना तुच्छ लेखायचा प्रयत्न करतो. परंतु त्याच्या विभागाची कामगिरी ही व्यवस्थापनाच्या उद्दिष्टांची पूर्तता करत असल्यामुळे त्यांच्या नजरेत तो एक प्रसन्न वृत्तीचा सहकारी आणि चांगला प्रमुख ठरतोय. पण ते काही असलं तरी, कंपनीच्या व्यवस्थापकांचं म्हणणं आहे की ते त्याच्या विरुद्ध जरूर कारवाई करतील जर तसाच ठोस पुरावा मिळाला तर...

पुढल्या एका प्रसंगी तो अजिबात समर्थनीय नसणाऱ्या कारणावरून लोकांवर डाफरायला आणि आरडाओरड करायला सुरुवात करेल, तेव्हा

तुम्ही दोन प्रकारे प्रतिक्रिया देऊ शकता. एक तर तुम्ही त्याच्यावर उलटे ओरडा आणि म्हणा की तो किती बिनडोक आहे, आणि तुम्ही कदाचित योग्यच असाल पण याचा शेवट तुमच्याकरिता वाईट होऊ शकतो. शेवटी तुम्ही तुमच्या विभागप्रमुखावर ओरडताय आणि तेही फार आक्रस्ताळे पद्धतीनं. पण योग्य पद्धत म्हणायची तर तुम्ही शांत राहायचं जरी त्या प्रसंगात ते अवघड असलं तरी! त्यामुळे बघणाऱ्याला असं दिसेल की एका शांत, संयमी माणसावर त्याचा बॉस अकारण आरडाओरड करतोय. आणि मग तुमच्या बॉसचा बॉस तिथून त्या वेळी जात असेल तर त्याला हे दिसेल किंवा मग तुमच्या सहकाऱ्यांपैकी कुणी जाऊन त्यांच्या कानावर ते घालायचं.

शाओलिन तत्त्व आपल्याला शिकवतं की कठोरावर सौम्य विजय मिळवतो. लीनता हा बचावाचा एक भाग आहे पण त्याच वेळी तो एक हल्ला आहे तुमच्या विरोधकाने स्वतःवरच केलेला!

बुद्धीबळाचा डाव

जेव्हा शाओलिनमधले तरुण साधू अनुकरणाचं तत्त्व शिकण्यासाठी स्वतःला मानसिकदृष्ट्या तयार करत असतात, त्यांना झेन मठात गेलेल्या एका माणसाची कथा सांगण्यात येते.

तो आपल्या गुरूला म्हणाला, ''मी निर्वाणाचा शोध घेतोय पण माझ्याकडे एखाद्या गोष्टीच्या मागे खूप काळ लागण्यासाठी लागणारी सहनशीलता नाही. मला वर्षानुवर्षं ध्यानधारणा आणि कडक शिस्तीत जगणं झेपणारं नाही. तरीही मग माझ्यासारख्याला साक्षात्कार होण्यासाठी लागणारा एखादा मार्ग आहे का?''

त्यावर गुरू उत्तरले, ''जरूर आहे. ज्याच्यावर तू सर्वांत जास्त वेळ एकाग्र चित्त होऊ शकलायस अशी कोणती गोष्ट तुझ्या आयुष्यात आहे?''

तो तरुण काही क्षण विचारात पडला. ''खरं सांगायचं तर ज्या गोष्टीवर मी खूप मनापासून एकाग्र झालो असेन अशी गोष्ट म्हणजे बुद्धीबळाचा खेळ. मी आयुष्यातला खूप काळ त्यात घालवलाय.''

'उत्तम,' तो गुरू उद्गारला आणि त्याने एका बुजुर्ग साधूला बोलावणं पाठवलं जो उत्तम बुद्धीबळ खेळणारा म्हणून सुपरिचित होता. तो बुजुर्ग आपला बुद्धीबळाचा पट घेऊन आला आणि त्याने डावाची मांडामांड केली.

त्या वेळी त्या गुरूने आपली तलवार काढली आणि अधिकारवाणीने सांगितलं, ''तुम्ही दोघं आता इथे बुद्धीबळ खेळाल आणि जो हरेल त्याचं डोकं उडवलं जाईल.''

दोघांनी पाहिलं की गुरू खरोखरच पूर्ण गंभीरतेनं बोलतायत आणि त्यांनी डाव खेळायला सुरुवात केली. त्या तरुणाला जाणवलं की आपल्या कपाळावर घामाचे थेंब जमा व्हायला सुरुवात झालीय आणि पाहता पाहता समोरचा बुद्धीबळाचा पट हेच जणू त्याचं जग झालं. तो प्रत्येक चाल अत्यंत एकाग्र होऊन खेळू लागला. सुरुवातीला डाव त्याच्या विरुद्ध जात राहिला होता पण तितक्यात त्याच्या प्रतिस्पर्ध्याने एक घाईची चाल खेळली आणि त्या क्षणापासून खेळ पालटला आता तो नवशिका तरुण त्या बुजूर्ग साधूचा बचाव भेदत पद्धतशीर चाल खेळू लागला.

जसजसा त्याने बुजूर्ग साधूचा एकेक मोहरा टिपायला सुरुवात केली तसं त्याने साधूच्या चेहऱ्याकडे एक चोरटा कटाक्ष टाकला. साधूचा चेहऱ्यावर अत्यंत प्रामाणिक भाव होते आणि वर्षानुवर्षांच्या ध्यानधारणेने उच्च श्रेणीला पोहोचून दिव्य ज्ञानप्राप्तीसाठी आतुरलेले. मग त्याला स्वतःच्या अर्थशून्य जीवनाचा विचार मनात आला आणि मग त्या साधूप्रति करुणा जागृत होऊन त्याने एकामागोमाग एक चुका करण्याचा सपाटा लावला.

अचानक गुरूंनी त्यांचा पट आणि सोंगट्या ढलून जमिनीवर उधळल्या. तरुणाकडे वळत गुरू म्हणाले, ''कुणीही विजेता किंवा पराभूत नसतो. दिव्य ज्ञानप्राप्तीच्या मार्गासाठी दोन गोष्टी फार महत्त्वाच्या आहेत – एकाग्रता आणि करुणा. आणि आज तू त्या दोन्ही शिकलायस. तूझी एकाग्रता परिपूर्ण होती आणि तरीही तुझ्यात करुणा जागली. आता इथे राहा आणि तुझ्यातल्या आत्म्याला ह्याच वृत्तीने जप आणि मग तुला निर्वाणप्राप्ती होईल.''

स्वाध्याय

कोमलतेचा कठोरतेवर विजय

खूप खोल आपल्या अंतर्मनात लोक स्वतःला कोमल समजत असतात. खाली दिलेले प्रश्न तुम्हाला जाणीव करून देतील तुमचं स्थान कुठे आहे त्याची.

कुठल्या प्रसंगी तुम्हाला हार मानणं कठीण जातं?

....

का?

....

एखाद्या माणसाने स्पष्टपणे तुम्हाला तुमच्या नामाआधीच्या उपाधीने संबोधायला नकार दिला तर तुम्ही त्याच्या बरोबर व्यवसाय कराल का?

....

वरकरणी लीनता भासल्यामुळे तुम्ही फसलात असं कधी घडलंय?

....

तुम्ही हार मान्य करूनही जिंकलात असं कधी घडलंय?

....

तुमचा शब्द हाच अंतिम शब्द असावा असं तुम्हाला नेहमीच वाटतं?

....

कोमलतेचा कठोरतेवर विजय, याचं एखादं उदाहरण सांगा.

....

तुमच्या समान अधिकारावर असणारी व्यक्ती संतापली तर कशी वागते?

....

भाग तिसरा

जिंकायला शिका

"शहाणा माणूस हिंसेचा मार्ग न वापरता अगदी मोजकं करायला हवं तेवढंच करून विजयी होतो."

- लाओ त्झू

''सर्वोत्तम श्रेष्ठत्व हे शत्रूशी न झगडता त्याचा प्रतिकार मोडून काढणे यात असतं.''

- सून त्झू

१०. सर्वश्रेष्ठत्वाचं तत्त्व

''धनुष्य सरसावा पण तीर सोडू नका – आघात अंगावर घेण्यापेक्षा आपला दरारा असणं चांगलं.''

– चिनी म्हण

खरं श्रेष्ठत्व म्हणजेच न लढता जिंकण्याची कला.

शाओलिनमध्ये एका राजाची गोष्ट सांगितली जाते ज्याला कोंबड्यांच्या झुंजीसाठी एक झुंझार बळकट कोंबडा हवा होता. त्यासाठी त्याने एका साधूला तसा कोंबडा तयार करण्याची आज्ञा दिली. साधूने कोंबड्याला झुंजीचं तंत्र शिकवायला सुरुवात केली.

दहा दिवसांनंतर राजाने विचारलं, ''आता मी झुंजीसाठी लोकांना आमंत्रण धाडू का?''

साधू उत्तरला, ''नाही, नाही. तो दिसतो बळकट पण आतनं फोकशा आहे. त्याला फक्त झुंजायला आवडतंय पण त्याची शक्ती अनियमित आहे.''

आणखी दहा दिवस गेल्यावर राजाने पुन्हा विचारलं, ''आता तरी स्पर्धा भरवता येईल?'' ''छे; छे:, अजून नाही,'' साधू उत्तरला,''अजूनही तो चिडका मस्तवाल आहे. त्याला फक्त झुंजायचंय. तो जेव्हा दुसऱ्या कोंबड्याचा आवाज ऐकतो अगदी तो बाजूच्या गावात जरी असला तरी हा इथे फडफडणं चालू करतो लगेच झटापट करण्यासाठी.''

आणखी दहा दिवस जातात. राजा पुन्हा विचारतो,''आता तरी?'' या वेळी साधू म्हणतो, ''आता त्याला भावनांवर नियंत्रण जमतंय, जेव्हा तो दुसऱ्या कोंबड्याला बघतो तेव्हाही तो शांत असतोय. त्याचं उभं राहणं

आणि चालणं ऐटदार आहे. तो उगाचंच भडकत नाही आणि त्याची शक्ती व उर्जाही वरवरची राहिलेली नाही.'' स्पर्धा भरली. दुसरा कुठलाच कोंबडा ह्या कोंबड्यासमोर टिकत नव्हता. ते सगळे घाबरून पांगले देखील. त्याला लढायला लागलंच नाही. तो झुंजीच्या तंत्राच्या वगैरे कधीच पुढच्या पातळीवर पोहोचला होता. तो खरोखरच सर्वश्रेष्ठ कोंबडा बनला होता.

आपण सर्वश्रेष्ठ असण्याची सुरुवात मनापासून होते

आपल्याला हे माहीत आसायला हवं की सर्वश्रेष्ठ असणं हा गुणविशेषणात्मक पैलू नसून ते एक तत्त्व आहे, शक्ती म्हणजे असं काही एखाद्याला मिळणारं भेटण्याजोगं बक्षीस नव्हे. ती एखाद्याने जबरदस्तीनं मिरवण्याची आणि मनात जागृत ठेवण्याची गोष्ट आहे.

एक उदाहरण देतो. असं समजा की मी आणि तुम्ही– आपण दोघंही बंगल्यांचे मालक आहोत. आपण दोघंही श्रीमंत आहोत त्यामुळे दोघांचेही बंगले एकदम भव्य, अत्यंत श्रीमंती थाटाचे आहेत आणि म्हणूनच चोरांना भुरळ पाडणारे आहेत. आता नक्की कोणत्या बंगल्यात डल्ला मारायचा ते ठरवायला चोरांना उपयोगी पडेल ती एक कडक अफवा!

गावामध्ये माझ्या बंगल्यात असलेल्या एका प्रचंड आक्रमक आणि निर्दयी कुत्र्याची चर्चा आहे ज्याने नुकतंच एका चोराला फाडलं होतं. मग कोणाचा बंगला फोडायला येतील चोर असं वाटतं तुम्हाला? माझ्याकडे कुत्रा नाही आणि त्याने कुणाला फाडलंही नाहीये पण ही जी अफवा मीच पसरवलीये ती पुरेशी आहे. मी माझं चोरांवराचं श्रेष्ठत्व दाखवण्यात यशस्वी झालोय. आता बहुतांश शक्यता अशाच की ते तुमचा बंगला फोडायला पसंती देतील.

स्वाध्याय

कुणीही अजेय नाही

तुम्ही जेव्हा या प्रकरणाचं शीर्षक बघितलंत तेव्हा तुम्ही स्वतःला विचारलं असेल की सर्वश्रेष्ठत्व हे तत्त्व असू शकतं? जो माझ्यापेक्षाही वरच्या श्रेणीत आहे त्याच्यापेक्षा मी श्रेष्ठ कसा होऊ शकेन? आपण या प्रश्नांकडे वळण्याआधी कृपया तुमच्या वह्या काढा.

- वही आडवी ठेवा आणि एक जोडपानावर तीन स्तंभ आखा.

- डावीकडच्या पहिल्या स्तंभात अशा तीन व्यक्तींची नावं लिहा ज्या तुमच्या मते तुमच्यापेक्षा श्रेष्ठ आहेत.
- मधल्या स्तंभात त्या तीन व्यक्तींची तुम्हाला आवडलेली स्वभाववैशिष्ट्यं लिहा. त्या बलवान आहेत? श्रीमंत आहेत? त्यांच्याकडे अनेक उपाध्या आहेत? त्या लबाड आहेत? प्रत्येक माणसासाठी पाच स्वभाववैशिष्ट्यं लिहा.
- शेवटच्या तिसऱ्या स्तंभात त्या सर्व माणसांना कसं हरवता येईल ते लिहा. उदाहरणार्थ – जो माणूस प्रचंड ताकदीनं प्रहार करू शकतो त्याला लीनतेच्या तत्त्वानं, किंवा मग श्रीमंत माणसाला त्याच्याच लालसेचा वापर करून...

यावर सखोल विचार करा. जगात कुणीही अजेय नाही. लिहिलेल्या स्वभाववैशिष्ट्यांपैकी तुमचा स्वतःचा कस लागला अशी कोणती आहेत?

काही वर्षांपूर्वी मी दोन शाओलिन साधूंसह एका अनाथाश्रमात गेलो होतो. तिथे त्या साधूंनी त्यांच्या तंत्राचं सुरेख प्रात्यक्षिक दाखवलं आणि तिथल्या मुलांनी अक्षरशः तोंडाचा 'आ' वासत त्या सगळ्याचा आनंद लुटला. त्यानंतरच्या प्रश्नोत्तराच्या चर्चेत एकाने विचारलं की न लढता जिंकणं म्हणजे श्रेष्ठ युद्धतंत्र कसं?

मी उत्तरलो, ''ह्यांपैकी एकाही साधूने तुमच्या अंगाला स्पर्शही केला नाही. पण तुम्ही त्यांना झुंजीचं आव्हान द्याल?'' तुम्ही स्वतःला विचाराल, आता हे सगळं जर इतकं सोपं असेल तर आणखी लोक शक्ती का नाही मिळवत?

दुसऱ्यांच्या अधीन होणं ही सुखासीनता

कारण अनेक लोकांना ते नकोच असतं. लोकांचा आदर्श ठेवण्यात बरेच फायदेही असतात. स्वतःचा फार विचार करावा लागत नाही. त्यांनी दिलेल्या सूचना पाळायच्या, कसली जबाबदारी घ्यावी लागत नाही कारण शेवटी निर्णय घेणारे दुसरेच असतात. आपल्याला शांती मिळते, सदैव लढावं लागत नाही.

पण इतर बऱ्याच गोष्टींप्रमाणेच लढण्याचं तत्त्व हीसुद्धा एक नैसर्गिक प्रवृत्ती आहे जी आपल्यात अकुरलेली असते. नीतिमत्तेच्या दृष्टिकोनातनं बघता लढणं हे चांगलं नाही आणि वाईटही नाही. निसर्ग असे काही

भेदभाव पाळत नसतो. एखादा अनाहूत कुणी एखाद्या जंगली प्राण्याच्या इलाक्यात शिरला तर तो प्राणी तमा न बाळगता हल्ला करणारच! म्हणून तर आपण प्राण्यांचा आदर करतो आणि त्यांच्या प्रांतात लुडबुड करत नाही. आणि ज्यांच्याकडे शक्ती आणि सामर्थ्य आहे अशा माणसांच्या बाबतीतही हे खरं आहे. अनेक जण त्यांचा आदर्श घेतात आणि त्यांचे अनुयायी बनण्यात वावगंही वाटत नाही. याचं उदाहरण हवंय?

तुम्हाला एक दिवस पोस्टाने पत्र येतं ज्यात लिहिलेलं असतं-''तुम्ही जर मला लवकरात लवकर २० युरोज दिले नाहीत तर मी कोर्टात धाव घेईन आणि मग तुम्हाला मला व्याजासकट पैसे द्यावे लागतील.'' तुम्ही ते पत्र कचरापेटीत टाकता मनाशी म्हणत-''बेलाशक! कर तक्रार. मला नाही वाटत कोर्ट २० युरोसाठीची केस सुनावणीला घेईल म्हणून!'' तुम्ही ती फुटकळ रक्कम भरत नाही कारण तुम्हाला ठाऊक असतं ती मागणी समर्थनीय नाही म्हणून!

कागदी वाघांना घाबरू नका!

तसाच प्रसंग पण वेगळं पत्र : ''माझ्या अशीलाच्या तक्रारीअनुसार मी ही नोटीस पाठवत आहे की तुम्ही उशीर न करता माझ्या अशीलाच्या खात्यात २०.०७ युरोज अधिक स्मरणपत्र आणि किरकोळ खर्च धरून एकूण ५७.६२ युरोज भरावेत. दिलेल्या वेळेत रक्कम भरली न गेल्यास आम्ही पैसे वसुलीसाठी पुन्हा नोटीस न पाठवता थेट कायदेशीर प्रक्रिया करू.''

अजूनही तुम्ही नाही भरणार ती रक्कम? तुम्ही विचार कराल, वकिलाशी कुठे उगाच पंगा घ्या? तो वकील गेलाच खरोखर कोर्टात तर त्याचे लागेबांधे कुणाकुणाशी असतील काय ठाऊक? पण तुम्ही नाही लागत कुणाचं देणं. तुम्ही मनाच्या सजगतेच्या तत्त्वाच्या प्रकरणात शिकला आहात की हा पत्र लिहिणारा कुणीही सामान्यांपैकी एक असू शकतो आणि तुम्हाला आता हेही कळून चुकलं असेल की ह्या प्रकारे लोकांना धमकावून लोकांकडून पैसे उकळायचे धंदेही चालू झाले असतात कुणाकुणाचे. आपण या बाबतीत काहीतरी कृती करण्याचं ठरवायला मात्र हवं.

जेव्हा मी माझा व्यवसाय सुरू केला होता आणि माझ्या पहिल्यावहिल्या कामगिरीबद्दल पैसे मागायचे होते त्या वेळी तो एक मोठा नाटकाचा सीनच तयार व्हायचा. एक तर आधी योग्य संधी साधायला लागायची. प्रिय

ग्राहक, आता आपण आपलं खात्याचं देण्याघेण्याचं काम संपवायचं का? ती कामगिरी नक्की संपली आहे का? मी त्या ग्राहकाला बिल पाठवण्याआधी त्याच्या डोक्यात पुन्हा काही बदल नसतील ना सुचलेले? मी पुन्हा एकवार त्या इनव्हाइसमधल्या सगळ्या बाबी तपासाव्या का? त्यातली ओळन् ओळ? सगळं योग्य, समर्थनीय आहे नं? उगाच फार महागडी रक्कम नाही नं?

मी हे सगळं केलं आणि त्यानंतर मला ज्येष्ठ असणाऱ्यांकडून शिकलो. "फोनवरच ३ मिनिटांत सल्ला? काहीच हरकत नाही. मी पोस्टानं पाठवलंय बिल. फार महाग वाटतंय? काळजी नको. मला फोन करा असं बंधन नाही."

तुम्हाला जर वरचढ स्थान हवं असेल तर लढण्याची तयारी हवी. तुम्ही हे मानणं सोडूनच द्यायला हवं की प्रतिस्पर्धी नीतिमत्तेला धरून असेल तेच करेल आणि हे मान्य करायला हवं की बऱ्याचदा तसं नसतंच होत. आणि तुम्ही अत्यंत कुशलतेनं लढायला शिकायला हवं म्हणजे मग अशीही वेळ येईल की तुम्हाला लढण्याची अजिबातच गरज भासणार नाही.

श्रेष्ठत्वाला पुष्टीकरणाची गरज नसते

मागील प्रकरणांमधून तुम्ही मानवी वागणुकीसंदर्भात खूप काही ऐकलंत. एक स्वभाववैशिष्ट्यं जे अधनंमधनं डोकावत राहिलंय आणि ज्यामुळे तुम्ही असुरक्षित राहू शकता ते म्हणजे गर्व!

जरा आठवून बघू : जर का मी तुम्हाला म्हटलं की मला मनापासून आनंद होतोय की तुम्ही अशा काही निवडक लोकांमधले आहात ज्यांना माझं पुस्तक खरंच कळलंय, तर ते ऐकून तुमची छाती गर्वानं फुलून येईल. माझ्या असं म्हणण्यानं तुम्हाला गर्व वाटलेला बघून मलाही आनंद होईल, आणि तसाच विचार केला तर ह्यात चुकीचं काहीच नाही. हां, पण जर भविष्यातही इतर लेखकांच्या तुलनेत (ज्यांनी तुम्हाला माझ्याप्रमाणे काही म्हटलेलं नाही) तुम्हाला माझंच पुस्तक जास्त उजवं वाटलं, तर मग त्याचा अर्थ मी तुम्हाला हाताळण्यात यशस्वी ठरलोय म्हणता येईल. शाओलिनचं तत्त्व आपल्याला शिकवतं की आपल्या अंतर्मनाच्या पार गाभ्यापासून आपल्याला स्वतःला समाधान वाटायला हवं.

उदाहरणार्थ – तुम्हाला कदाचित, काहीही कारणांसाठी तुमचे केस हिरव्या आणि निळ्या रंगांच्या पट्ट्यांमध्ये रंगतून घ्यावेसे वाटलेत.

समाजात मिसळताना तुम्ही बिनधास्त तसं करूच शकता. तुम्ही तुमच्या नव्या केशरचनेवर जाम खूशही असाल पण रस्त्यातनं चालताना तुमच्याकडे बघणारे लोक तुमच्याकडे चमत्कारिक नजरेनं बघतील. तुमचे परिचित तुमची हेटाळणी करतील. मग तुमच्या अंतर्मनात द्वंद्व सुरू होईल. विचारांचं मोहोळ उठेल –''मला वाटतं त्यांची प्रतिक्रिया बरोबरच आहे, हे काही शिष्टसंमत नाही नै का? कदाचित मी सुट्टीवर असतो कुठे तर चाललं असतं पण इथे बरोबर नाही हे.'' इथे मी जरा तुम्हाला थांबवेन आणि विचारेन, ''तुम्ही इतर लोक काय विचार करतायत याची पर्वा का करताय?''

तुम्ही जर इतरांकडून प्रशंसेची अपेक्षा ठेवणारे असाल तर तुम्ही असुरक्षित राहाल. तुम्हाला कायम ज्यांना खूश ठेवायचंय अशांच्या मग तुम्ही कायमच अधीन राहाल.

तुम्हाला खरं तर तसेच केस ठेवायला आवडलंय, पण केवळ इतरांच्या नजरेत तुम्ही जसे असायला हवे आहात तसे दिसण्यासाठी तुम्ही मग परत तुमच्या केसांचा रंग पूर्ववत कराल. हीच ती वेळ जेव्हा तुम्ही तुमचा झगडा हरता. तुमच्यावर आपण कसे अधिकार गाजवू शकतो हे दाखवण्यात इतर यशस्वी ठरलेत.

याचा संबंध सत्तेशी कसा लावता येईल? प्रामाणिकपणे बघू या : दुसऱ्या कुणाच्यातरी केसांच्या स्टाइलमुळे वैतागण्याचं काय कारण असू शकतं? खरं तर काही नाही. पण समाजमान्य शिष्टाचार मोडून कुणी कुठल्या प्रकारे वागायला जात असेल तर काही जणांना त्रास होत असतो. ''मला असं स्वच्छंदी, बिनधास्त जगायला आवडेल पण माझी हिंमत नाही तेवढी, म्हणून मग दुसऱ्या कुणीसुद्धा तसं वागू नये!'' आता, तशा बंडखोरांकडे जर पुरेसा आत्मविश्वास नसेल आणि म्हणून ते डळमळीत होत एक पाऊल मागे जात असतील तर मग इतरांमधली लढाऊ वृत्ती जागृत होते. खरं पाहिलं तर केशरचना हा आक्रमणकर्त्यांसाठी मोठा मुद्दा नसतोच. अगदी तशीच रंगीबेरंगी केशरचना कुण्या पॉपस्टारने एखाद्या आठवड्यानंतर केली तर हेच महाभाग त्याच्या बुद्धीचं कौतुक करतील आणि अगदी त्याच केशरचनेबद्दल टाळ्याही वाजवतील. ''अर्थातच, त्यांनी करावं तसं, सरतेशेवटी पॉपस्टार आहेत ते. त्यांचा हक्कच आहे तो! त्याबद्दल त्यांना दूषणं द्यायचं कारणच नाही – पॉपस्टार हे आपल्यापेक्षा वेगळ्याच पातळीवरचे असतात!''

वहीमध्ये पॉपस्टार्सपेक्षा तुम्ही कसे वेगळे, हे लिहून काढा. कुठलाही वैचारिक गोंधळ टाळण्यासाठी हे लक्षात घ्या की तुम्ही केवळ चिथावणीखोर बनण्यासाठी डिवचणारे होत असाल तर तुमचा काहीतरी समजुतीचा घोटाळा होतोय. मग कृपया पुन्हा एकवार आधीची प्रकरणं वाचा.

श्रेष्ठ असणं म्हणजे युद्धभूमीवर उतरण्याआधीच युद्ध जिंकणं. तुम्ही पाहता की लोक आपल्यावर वर्चस्व गाजवतात कारण ते आपल्याकडनं ते खेचून घेतात आणि आपणच त्यांना ती शक्ती (संधी) बहाल करतो.

एका चिनी म्हणीअनुसार ''वारा नव्हे, तर होडीचं शीड ठरवतं होडी कुठल्या दिशेनं प्रवास करणार ते!'' शक्तीची किंवा वर्चस्वाची काही चिन्हं ही छान प्रकारे ही संकल्पना समजवायला मदत करतील. जेव्हा एखादा शक्तिशाली प्रतिस्पर्धी समोर येतो तेव्हा काही प्राणी मेल्याचं सोंग घेतात. ते स्वतःच्या बचावासाठीसुद्धा लढत नाहीत, त्यांना वाटत असतं की तसं केल्यांनं शत्रुसंकट टळेल म्हणून. तसले प्राणी तुम्हाला पकडायचे असल्यास त्यांना तुमच्याकडून धोका संभावतो इतपत कळेल असं धमकावा बस्स!

आणि असंच काही माणसांच्याही बाबतीतही. ते प्रतिस्पर्ध्यांने पांघरलेल्या मुखवट्यामुळे स्वतःला आंधळं करून घेतात आणि त्यायोगे प्रतिकार करणंच विसरतात. एखादा माणूस कडक गणवेशात असला किंवा सुटाबुटात असला की तो अधिकारपदावरचा कुणी अधिकारी व्यक्ती, अशी कल्पना करून आपण स्वतःला थिजवतो आणि त्यामुळे आपली विचारक्षमता आणि कृतिक्षमता जणू लुळी पडते. आपण त्यांच्याकडे असणाऱ्या अधिकारशक्तीला इतके घाबरतो की आपण त्यांच्या आज्ञा बिनतक्रार पाळतो. मला एक समजत नाही की असले गणवेश आणि सूट तर कुणालाही कुठल्याही दुकानात विकत मिळतात, त्यावरनं खरं म्हणजे ते परिधान करणाऱ्या माणसाविषयी काहीच कसलाच थांगपत्ता लागत नाही. अजूनही तुम्हाला तो ट्रेनमधला तिकीट तपासनीस आठवतो?

आशियामधून मी प्रवास करत असताना मी बहुतेकदा रात्रीचा प्रवास केलाय. एकदा अशाच एका प्रसंगी, मध्यरात्रीच्या वेळी मला दोन शस्त्रधारी आणि गणवेशातल्या माणसांनी मला जबरदस्तीनं उठवत मला काहीतरी कारणासाठी पैसे देण्सासाठी धमकावलं. ते कदाचित जागेच्या आरक्षणासंबंधीच्या पैशावरून असावं. मी पैसे द्यायला नकार दिल्यावर ते

जास्तच बिथरले आणि "पैसे हवेत," असं म्हणत आक्रमक झाले. त्या वेळी मी खिशातनं पेन काढून दोघांची नावं आणि ओळखपत्राचा नंबर टिपून घ्यायला सुरुवात केल्यावर दोघं नरमले. एक जण तर हे कदाचित गैरसमजातनं घडलं वगैरे पुटपुटला आणि दोघांनी काढता पाय घेतला.

अधिकाराच्या खुणा पुढे येऊ घातलेल्या गोष्टींचं सूतोवाच करतात

अधिकाराच्या खुणांपुढे आपण स्वतःचे डोळे बंद करून वावरायची गरज नसते, आपण निश्चितपणे, ठामपणे कृती करायला हवी. आपलं वरचढ स्थान दर्शवण्यासाठी गणवेशापेक्षासुद्धा अधिकृत ओळखपत्र जवळ बाळगणं पुरेसं ठरतं.

अशी ओळखपत्रं म्हणजे खरं तर अनेक स्टँम्प्स आणि अधिकृत सीलचा छापा मारलेलं, आपला फोटो असणारं महत्त्वाचं असं दिसणारं पेपरचं कार्ड! त्या पेपरच्या तुकड्यामध्ये ते कार्ड दाखवणाऱ्यासंबंधी माहिती... ते कोण आणि त्यांना ते तसे असण्यामुळे काय काय करण्याची परवानगी वगैरे. बऱ्याचदा एखाद्या ओळखपत्रामुळे त्या माणसाला अफाट अधिकार मिळतात. प्रत्येकाला ओळखपत्रं आवडतात मग ते सर्व्हिस करणाऱ्यांचे पास असोत, पत्रकारांची ओळखपत्रं असोत वा असंच काही. माझा लेझर प्रिंटर अशी हवी तितकी कार्ड्स छापू शकतो.

आशियामध्ये असताना माझ्या जवळ एकदा पत्रकाराचं ओळखपत्र नव्हतं मग माझ्या रक्तदान ओळखपत्रात फेरफार करून तसं तयार केलं. पासपोर्ट फोटो डकवला आणि स्वाक्षरी ठोकली त्यावर. झालं तयार! आता आशियामध्ये बसलेल्या कुण्या कारकुनाला कशाला माहीत असतंय माझं ओळखपत्र कसं दिसायला हवं ते? अर्थात केवळ ओळखपत्र असून भागत नाही...तुम्ही कशा प्रकारे वावरता तेसुद्धा महत्त्वाचं असतं. उद्या जर मी तुमच्या दारावर येऊन बेल वाजवून भित्र्यासारखा तुम्ही दार उघडेपर्यंत बिचारा बनून उभा राहिलो आणि मग तुम्ही दार उघडल्यावर घाबरत घाबरत म्हटलं की मी एका 'क्ष' सरकारी विभागाकडून आलोय आणि घराची झडती घ्यायचीय, तर तुम्हाला नक्कीच माझ्या खऱ्या ओळखीबद्दल संशय येईल. माझं बॅड लक असेल तर तुम्ही कदाचित शोधूनही काढाल की तसा विभाग अस्तित्वातच नाही ते! पण तेच, मी जर तुमचं दार ऐटीत ठोठावलं आणि तुम्ही दार उघडल्या उघडल्या रुबाबात आत शिरत माझं ओळखपत्र हवेत

फडकवत आत शिरून माझी जोसात ओळख करून दिली तर चित्र वेगळंच असेल? स्वाभाविकच तुम्ही माझं ओळखपत्र बारकाईनं बघणारही नाही ते खरं असूच शकतं...बरोबर? तुम्हाला खरं तर पूर्ण अधिकार आहे तुमच्या घरी घुसणाऱ्याची पूर्ण माहिती घेण्याचा!

सत्ता कुणी 'देत' नसतं, ती खेचून मिळवावी लागते.

मला हे तत्त्व मी नेपाळमध्ये असताना अगदी १००% तंतोतंत आचरणात आणलेलं बघायला मिळालं. एक खूप उंचावरचं शिखर नुकतंच पादाक्रांत केलेला एक चमू विमानतळावर आला होता. नेपाळमध्ये गिर्यारोहणासाठी तुम्हाला एका कागदावर देतात तसं खास परवानगीपत्र लागतं. त्या चमूने कस्टम्समधनं तपासणी होऊन पुढे जाण्याआधी एका कडक गणवेशातल्या माणसाने पुढे येऊन त्या चमूला थांबवलं आणि सर्वांकडची ती खास परवानगीपत्रं गोळा केली. त्या चमूने काकुळतीला येत त्याची मनधरणी केली की गिर्यारोहणाची स्मृती म्हणून त्यांना ती जवळ ठेवायला आवडतील वगैरे. पण थोड्याच वेळानंतर ते सर्व गिर्यारोहक आपापल्या त्या खास परवानगीपत्रासह कस्टममधनं पुढे सरकले फक्त प्रत्येकाचा खिसा २० डॉलर्सने हलका होऊन! तात्पर्य काय ह्या प्रसंगाचं? अर्थातच ती परवानगीपत्रं द्यायला कुणी बांधील नव्हता. पण कुणावरही थोडं धैर्य एकवटून मात करता येते. श्रेष्ठत्वाचं एक महत्त्वाचं वैशिष्ट्य म्हणजे त्यासाठी त्याच्या विरुद्ध बाजूची कनिष्ठत्वाचीही उपस्थिती आवश्यक असते! याचा अर्थ असा नव्हे की आपण कुणासमोर कनिष्ठ म्हणून राहावं. ते तर शाओलिन तत्त्वाच्या विरुद्ध होईल. पण आपल्याला ह्याची जाणीव असायला हवी की आपण ज्यांना श्रेष्ठ मानतोय ते हेच करताहेत. आणि आपण त्यांना उघड्या डोळ्यांनी ते करू देतोय.

आता तुमची वही घ्या समोर. आता तुम्ही ह्या प्रसंगात आहात असं डोळ्यांसमोर आणा की तुम्ही ज्याला श्रेष्ठ, अधिकारी व्यक्ती मानता त्यानं तुमच्यावर अन्याय केलाय. पण तुम्हाला वाटतंय की तुमच्याकडे स्वतःचा बचाव करायला काहीच नाहीये आणि म्हणून तुम्हाला ती परिस्थिती सुधारता येत नाहीये. तुम्हाला नक्की कशाची भीती वाटतेय ते लिहून काढा. मग त्यापुढे ती अधिकारी व्यक्ती तुमच्या बाबतीत काय करू शकते ते लिहा.

बॉसचं भय

जेव्हा आपल्याला सांगण्यात येतं की आपला वरिष्ठ (बॉस) आपल्या कामाबाबत समाधानी नाही आणि त्याने तुम्हाला केबिनमध्ये बोलावलंय, तेव्हा तुमच्या पोटात गोळा आलेला असतो, जरी तुम्हाला माहीत असतं की तुम्ही काम बरोबरच करता आहात.

ह्यामुळे तुमच्या प्रतिस्पर्ध्यांना बळ मिळतं आणि तुमच्या इच्छेविरुद्ध ते फायदेशीर जागा घेतात. श्रेष्ठत्वाचं तत्त्व आपल्याला शिकवतं की तुमच्या विरोधकाची खरी ताकद ओळखा आणि त्यावरच हल्ला करा. तुमचा बॉस नक्की काय करू शकतो? जरी त्याने तुमचा पगार कमी करायचं ठरवलं किंवा तुम्हाला कामावरनं काढूनच टाकायचं ठरवलं, तरी जर तुमचं काम बरोबर असेल तर ती शक्यता तुम्ही कायदेशीर बाबी बघता जमेत न धरलेली बरी! तुमचा बॉस तुम्हाला मारूही शकत नाही किंवा बोंबलूही शकत नाही. जास्तीतजास्त तो काय करेल तर तुम्हाला सांगेल की त्याच्या मते तुमचं काम हे वाईट होतंय. तुम्ही तेवढं सहन करू शकता, बरोबर नं?

तुमच्या बॉसला वाटत असेल की त्याच्या समोर तुमची गरीब गाय होईल पण तुमच्या तशा वागण्याने त्याचा तीळपापड होईल कारण तो आता श्रेष्ठत्वाच्या पातळीवर नसेल आणि त्याहीपेक्षा तो जे काही सुनावतोय त्याचा तुमच्यावर ढिम्म परिणाम होत नाहीये.

मुसाशीने लिहिलंय, ''उंचावलेल्या तलवारीखालचा मृत्यू बघून तुम्ही थरथरत असाल. परंतु निधड्या छातीनं सामोरे जा. एक विलक्षण आनंदाचं जग तुमची वाट पाहत असेल.''

काही काळापूर्वीपर्यंत सरहद्दीच्या ठिकाणी कस्टम अधिकारी असायचे ज्यांना तिथनं जाणाऱ्या असहाय प्रवाशांना छळण्यात आनंद वाटायचा. अर्थात, मला माहितंय की ते अधिकारी त्यांचं कर्तव्य पार पाडत असतात पण एखादा ते करताना हद्द ओलांडू शकतोच!

एकदा मी असाच सरहद्दीवरच्या तपासणी नाक्यावर पोहोचलो जिथे एक कंटाळलेला अधिकारी वाट पाहत उभा होता. वैतागवाडी चेहऱ्यानं त्याने मला कारमधून उतरून कारची डिकी उघडायला सांगितलं. तत्क्षणी मला त्याच्या खेळाची कल्पना आली. आणि मला याची कल्पना होती की

मी विरोध दर्शवला किंवा खूप घाईत असल्याचं दाखवलं तर ते माझ्यावरच उलटेल. अशा सरहद्दीवरच्या तपासणी नाक्यांवर चारचार पाचपाच तास खोळंबणं हे लोकांना नवीन नव्हतं. जरा जास्तच प्रसन्नवदने मी कारमधनं उतरून डिकी उघडली आणि त्याचबरोबर एक सूटकेसही उघडून आणखी काय काय दाखवू, असं विचारलं. तो अधिकारी माझ्या आविर्भावानं इतका अवाक झाला की त्याने आणखी काही विचारलंच नाही. तीन मिनिटांनंतर माझी संभाव्य पीडा संपली होती.

शाओलिनच तत्त्व शिकवतं की श्रेष्ठत्व हेच तुमचं तत्त्व ठेवा. एखादा वरकरणी दुर्बल योद्धा मनातली भीती काढून टाकल्यास तुलनेनं तगड्या, बलवान प्रतिस्पर्ध्याला पराभूत करू शकतो.

स्वाध्याय

आत्मविश्वासपूर्ण बना!

खाली दिलेले प्रश्न वापरून शक्ती आणि श्रेष्ठत्व या संदर्भात तुमची वृत्ती ठरवा.

तुमच्यासाठी श्रेष्ठत्व म्हणजे काय?

....

अधिकार किंवा बलस्थान म्हणजे काय?

....

तुमच्या मते तुम्ही कुणासमोर श्रेष्ठ आहात?

....

का?

....

त्या माणसाने काय केलं म्हणजे तो तुमच्यापेक्षा श्रेष्ठ बनेल?

....

जबरदस्तीनं अधिकाराची जागा हिसकावून घेत तुम्हाला कधी कुणी पराभूत केलंय?

....

कुणीतरी निव्वळ धाडसाच्या जोरावर तुम्हाला हरवलं असं कधी घडलंय?

....

माकड आणि करकोचा

शाओलिन मठामध्ये एका वृद्ध साधूची गोष्ट सांगितली जाते ज्यानं एका मोठ्या माकडाला करकोचावर हल्ला करताना पाहिलं होतं. त्या वेळी अजिबात डगमगून न जाता त्या पक्ष्याने आपल्या पंखाचा जोरदार तडाखा माकडाला लगावला होता. त्यानंतर त्यानं दुसऱ्या पायावर तोल सांभाळत पुन्हा एकवार पसरलेल्या दुसऱ्या पंखाचा जोरदार तडाखा दिला आणि त्याच वेळी अणकुचीदार चोचीनं माकडाचा एक डोळाच बाहेर काढला. आसह्य वेदनेने कळवळत माकडाने जंगलाकडे पळ काढला. करकोचानं एकवार आपली पिसं ठीकठाक केली आणि पंख फडफडवत आकाशाकडे झेप घेतली.

श्रेष्ठत्वाच्या संकल्पनेला सर्व साधुजन अतिशय मानाचं स्थान देतात. एखादा गुरू जर शिष्याकडनं द्वंद्वात हरला तर गुरूचा लौकिक तसाच राहतो परंतु तो त्या शिष्याचा गुरू म्हणून स्थान गमावतो. त्यामुळे मठातल्या सर्व साधूंना आपली तंदुरुस्ती म्हातारपणापर्यंत टिकवावी लागते.

महागुरू लीन वो हे तर एकामागोमाग एक अशा तीस योद्ध्यांशी लढत आणि एकदाही त्यांच्या अंगाला कुणाचा फटका बसत नसे. आणि त्याच वेळी शाओलिनचं तत्त्व हेही सांगतं की श्रेष्ठत्व हे मनामध्ये असतं.

लाओ त्झू यांनी म्हटलंय की तेच गुरू महान असतात ज्यांचे शिष्य त्यांना मागे टाकून पुढे जातात. ''जेव्हा शिष्याची तयारी असते तेव्हा गुरू अवतरतो, जेव्हा शिष्य पूर्ण तयार होतो तेव्हा गुरू अंतर्धान पावतो.''

लढाई तेव्हा संभवतच नाही जेव्हा एक जण जो खऱ्या अर्थानं श्रेष्ठ असतो त्याला जिंकण्यासाठी लढण्याची आवश्यकताच नसते.

"अक्षय, अपरिवर्तनीय - मग तुमचं हृदय हे चिरंतनाकडे प्रस्थान करतं."

- योकान

११. क्षमाशीलतेचं, त्यागाचं तत्त्व

"क्षमाशील वृत्तीनं, त्यागानं सगळं काही आपसूक घडतं. जे क्षमाशील आणि त्यागी असतात ते जगावर नियंत्रण करतात."

– लाओ त्झू

इतरांकडून स्वीकारलेली मतं सोडून द्या आणि स्वतःच्या मतांचं पुनःपुन्हा परीक्षण करा.

सिकंदर (अलेक्झांडर द ग्रेट) राजासमोर एका गाड्याचा जू आणि दांड्याला जोडणाऱ्या दोरखंडाला बसलेली एक गुंतागुंतीची गाठ सोडवण्याचं आव्हान आलं आणि त्यासाठी काही नवी क्लृप्ती शोधणं भाग होतं. खूप बुद्धिमान आणि शक्तिशाली लोकांनी ती गाठ सोडवण्याचे निष्फळ प्रयत्न करून झाले होते. सगळ्यांचं लक्ष सिकंदराकडे लागलं होतं. त्याने गाठ सोडवण्याच्या सर्व जुन्या पद्धती बाजूला टाकून त्या गाठीवर सरळ तलवार चालवली आणि प्रश्न सोडवला.

ह्यापुढे दिलेल्या एका प्रसंगावर विचार करा – एक अगदीच वाईट नेमबाज, एक जरा बरा नेमबाज आणि एक अट्टल नेमबाज असे तीन पिस्तूलवाले नेमबाज असतात. प्रतिस्पर्ध्याला गोळीने उडवण्याच्या तिघांच्या द्वंद्वात उतरतात. जो अगदीच वाईट नेमबाज असतो त्याचा दहा राउंडपैकी एकदाच अचूक नेम बसतो. मध्यमवाल्याचा दहापैकी पाच वेळा आणि अचूक नेमबाजाचा कधीच चुकत नसतो.

द्वंद्व हे दोन फेऱ्यांमध्ये खेळवलं जाणार असतं. प्रत्येकाने दोन्ही फेऱ्यांमध्ये एकामागोमाग एक अशा गोळ्या झाडायच्या असतात. असं ठरतं की वाईट नेमबाज आधी गोळ्या मारेल नंतर मध्यम आणि शेवटी अट्टल नेमबाज! अशा वेळी त्या वाईट नेमबाजाने काय करावं?

तुम्हाला वाटत असेल की तुम्हाला उत्तर आलंय तर जरा क्षणभर थांबा. जरा विचार करा आणि आणखी चांगलं उत्तर मिळतंय का बघा. तुमचं उत्तर वहीत लिहा.

जर त्या वाईट नेमबाजाला आपला जीव वाचवायचा असेल तर त्याने हवेतच गोळ्या माराव्यात. मध्यम नेमबाज आहे त्याने अट्टल नेमबाजावरच नेम धरावा कारण नंतर अट्टल नेमबाज त्याच्यावरच नेम धरेल म्हणून. जर मध्यम नेमबाजाचा नेम लागला तर पुन्हा वाईट नेमबाजावर पाळी येईल. जर मध्यम नेमबाजाचा नेम चुकला तर नंतर अट्टल नेमबाज त्याच्यावरच पिस्तूल रोखेल कारण तो त्याला वाईट नेमबाजापेक्षा श्रेष्ठ समजेल – जो दहापैकी जेमतेम एकदाच बरोबर नेम मारतो.

अकरावं शाओलिनचं तत्त्व सांगतं की प्रत्येक प्रसंगाकडं नव्यानेच बघा. ते आपल्याला शिकवतं की आपल्याला खात्रीलायक माहीत असणारं सर्व काही म्हणजे तावून सुलाखून वापरलेल्या सर्व पद्धती किंवा पूर्वकल्पित उपाय वगैरे सर्व काही त्यागावं.

काही असो, त्या वाईट नेमबाजाला एक प्रतिस्पर्धी कमी असेल आणि तो पहिली फेरी नक्की पार करेल.

आणि दुसरीकडे, जर त्या वाईट नेमबाजाने अट्टल नेमबाजावर गोळी झाडली, ज्याचा तुम्ही विचार केलाही असेल आणि जर त्या वेळीच ती लागली, तर पुढे काय घडलं असतं शेवटी?

सम्राट आणि सुतार

शाओलिनमध्ये आणखी एक गोष्ट सांगितली जाते ती एका निष्णात सुताराची ज्याला सम्राटाने त्याच्या शयनगृहासाठी एक कपाट बनवायला

सांगितलेलं असतं. झेन साधू आसणारा तो सुतार सम्राटाला सांगतो की त्याला पाच दिवस काम करणं जमणारं नाही. त्या सम्राटाचे गुप्तहेर त्याच्या पाळतीवर असतात ते सम्राटाला जाऊन सांगतात की तो सुतार पाचही दिवस दुसरं काहीच न करता नुसता बसून राहिलाय म्हणून! पाच दिवस संपल्यावर साधू उठतो. पुढच्या तीन दिवसांतच त्याआधी कुणीही पाहिलं नसेल, असं एक अद्भुत कपाट तयार करतो.

ते पाहून सम्राटाला अत्यंत समाधानही वाटतं आणि उत्सुकताही. तो सुतार साधूला बोलावणं धाडतो. तो साधूला विचारतो की काम सुरू करण्याआधीच्या पाच दिवसांत त्याने केलं तरी काय?

साधू उत्तरतो, ''पहिल्या दिवशी मी माझ्या मनातल्या सर्व नकारात्मक भावना काढून टाकल्या. तुम्हाला माझं काम न आवडल्यास येणारं अपयश, भीती आणि काम वेळेत पूर्ण न केल्याबद्दलची शिक्षा हे सगळं काढून टाकलं. दुसरा पूर्ण दिवस मी काम करायला लायक आहे किंवा कसे, माझ्याकडे सम्राटासाठीच्या खास कपाटासाठीची कौशल्यं आहेत की नाहीत वगैरे- असे माझ्या मनातल्या सर्व विचारांचा मी त्याग केला. तिसरा पूर्ण दिवस मी माझ्या मनातल्या आशाआकांक्षा, प्रसिद्धीसाठीची हाव आणि नंतर सम्राटाला कपाट आवडल्यास मिळणारी बाक्षिसी यांच्या विचारांचा त्याग करण्यात घालवला.

''चौथा पूर्ण दिवस मी माझ्या कामात यशस्वी झाल्यास सम्राटांकडून मिळणारी प्रशस्तीची थाप यामुळे माझ्या मनात येऊ शकणारी प्रौढी काढून टाकण्यात घालवला.आणि पाचव्या दिवशी मी तुमच्यासारख्या सम्राटाला ते ज्या प्रकारच्या आकारात आणि डौलदार डिझाइनमध्ये आवडेल त्याचं मनातल्या मनात डोळ्यांसमोर सुस्पष्ट चित्र उभं करण्यात घालवला.''

तुमच्या मनीचे पूर्वग्रह ओळखा

एखाद्याने अचानकच कुणाला ध्यानीमनी नसताना अचानकच प्रश्न केला की, तुला मनात पूर्वग्रह आहेत? तर पटकन 'नाही' असंच उत्तर येईल. शेवटी काय, प्रत्येक जणच अजिबात पूर्वग्रह न बाळगणारा आणि वस्तुनिष्ठ दृष्टिकोन असणाराच असतो! खरंच? असं बघा की मी समजा तुम्हाला एक फोटोग्राफ दाखवला जो काळपट आहे आणि धड फोकसही बरोबर नाही

तर? मी जर म्हटलं की तो फोटो एका ऐंशी वर्षांच्या वृद्धाने काढलाय, तर आता मला तुम्ही त्यावर मान डोलावताना दिसताय? इतक्या वृद्धाच्या मानाने काय वाईट नाही म्हणायचा तो फोटो! अर्थातच त्या फोटोत तांत्रिक चुका आहेत पण ह्या बाबतीत मात्र ते फारसं मनावर न घेता त्यापलीकडे विचार करून बघायला हवं. पण तो फोटो ग्रेट नाही म्हणता येणार.

आता जर मी तुम्हाला गुपित सांगितलं की तो फोटोग्राफर हा जगातल्या नामवंत फोटोग्राफर्सपैकी एक आहे तर? प्रामाणिकपणे सांगा, तरीही तुमची आधीसारखीच प्रतिक्रिया असेल? की आता अचानक तुम्हाला तो अंडरएक्स्पोइझ्ड आणि ब्लर परिणाम आसणाऱ्या फोटोमध्ये खूप डोकेबाज डिझाइनचे घटक आढळतील? शेवटी इतका प्रसिद्ध फोटोग्राफर असं काहीतरी करताना त्याला निश्चित माहीत असणार नं तो का तसं करतोय ते!

तुम्ही अगदी एकाच फोटोचं मूल्यमापन किती वेगवेगळ्या प्रकारे करताय! का बरं? पूर्वग्रहामुळे कदाचित? उत्तरं तुमच्या वहीत लिहा.

१९९६ सालच्या एव्हरेस्ट मोहिमेवरचा गिर्यारोहक जान क्रकाउरने *इनटू थिन एअरमध्ये* त्या मोहिमेचा 'आँखो देखा हाल' लिहिताना म्हटलंय की एखाद्याने आपल्या पूर्वग्रहाचा त्याग नाही केला तर जिवावर बेतू शकतं. शिखर सर करून खालती उतरायला सुरुवात केल्यावर त्याला त्याच्या चमूबरोबर असणारा एक मार्गदर्शक भेटला. जरी त्या माणसांचं वागणं काहीसं वेगळं वाटलं तरी क्रकाउरला त्या माणसाला काही होत असेल असं डोक्यातच आलं नाही. "त्याला जर मी वेगळ्या परिस्थितीत कुठे भेटलो असतो तर मला लगेच लक्षात आलं असतं की त्याला अपुऱ्या ऑक्सिजनचा त्रास होतोय. पण त्या क्षणी तो माझ्यासाठी तो आमचा अनुभवी मार्गदर्शक होता, असा माणूस ज्याच्याकडे आम्ही आदराने बघत असू. मला स्वप्नातही वाटलं नसतं की अशा माणसाला तसला काही त्रास होऊ शकत असेल." क्रकाउर ने लिहिलंय. "दुर्दैवानं, जॉनच्या तसं गृहीत धरण्याच्या बदल्यात अँन्डी हॅरीसला आपले प्राण गमवावे लागले."

तुमचे पूर्वग्रह म्हणजे प्रतिस्पर्ध्यासाठी आयती हातात दिलेली शस्त्रंच

एखाद्या प्रतिस्पर्ध्यासाठी पूर्वकल्पित मतं म्हणजे तर अगदी देवाचा प्रसादच की! त्याचा उपयोग त्यांना अगदी हूकला आमिष लटकवल्यासारखा होतो आपल्या प्रतिस्पर्ध्याला गळाला लावायला आणि मग पकडून हवं तिथे ढकलायला!

ह्यातली आपल्या प्रतिस्पर्ध्याच्या बाजूने महत्त्वाची बाब म्हणजे त्यांचे पूर्वग्रह कोणी विचारात घेतलेले असत नाहीत. असा विचार करा की तुम्ही एक अत्यंत देखणं जॅकेट सवलतीच्या दरात विकत घेऊ इच्छिता. आणि मला ठाऊक आहे की तुमचा एका विशिष्ट विचारसरणीच्या 'क्ष' कळपावर राग आहे. तुमच्या हातात ते जॅकेट आहे आणि तुम्ही त्याचे पैसे भरणार इतक्यात मी म्हटलं, "अरेच्चा, हे जॅकेट तर त्या 'क्ष' मंडळींनी डिझाइन केलेलं दिसतंय. त्यांच्या विशिष्ट कलाकुसरीची छाप आहे ह्याच्यावर" आणि इतकं म्हणून पुढे मीच ते जॅकेट विकत घ्यायचा मार्ग मोकळा झालेला असतो.

जरी त्या 'क्ष' मंडळींपैकी कुणीही ते डिझाइन केलेलं नसलं (डिझाइननुसार उत्पादन तर सोडाच!) तरी तुमचा त्या कळपाविषयीचा दुस्वास तुम्हाला त्या जॅकेटमध्ये ते बघायला भाग पाडतो.

आणि हे असंच बहुतेक बाबतींत होत असतं. अमुकअमुक गोष्ट चांगली जर ती 'अ' मंडळींकडून बनवली गेली असेल, पण तीच गोष्ट 'ब' मंडळींनी बनवली असेल तर वाईट. अन्यथा ह्याला काय स्पष्टीकरण देऊ शकणार आपण जेव्हा अनेक जणांना जेव्हा एखाद्या अपघातात ३००च्या वर माणसं गेली असताना त्यात जर त्यांच्या देशाचा कुणी असेल तर फरक पडतो? पण तेच 'झ' देशाचे असतील तर ते तितकंही वाईट वाटत नाही.

> जर तुम्ही व्यक्तिशः एकालाही ओळखत नसाल तर मृत भारतीय, मृत अमेरिकन, मृत आस्ट्रेलियन आणि मृत नायजेरीयनमध्ये काय फरक तुमच्यासाठी? तुम्हाला काय वाटतं ते वहीत लिहा.

खरं तर, आपल्यातला प्रत्येक जणच काही ना काही पूर्वग्रह बाळगून असतो ज्यामुळे आपण न कळत मनोमनी निवाडा करतअसतो. ह्याची सुरुवात अगदी एखाद्याच्या नावावरून तो कसा दिसत असेल इथपासून होते.

जोपर्यंत आपण एखाद्याबद्दल फक्त ऐकतो, भेटलेलो नसतो, तोपर्यंत आपण असा चेहरा डोळ्यांसमोर ठेवतो. ते आपल्याला आवडतात किंवा आपण त्यांना अव्हेरतो केवळ नावावरून.

आता उदाहरणार्थ एक नाव घेऊ – पीटर. आता एखाद्याला जर ह्याच नावाचे सावत्र काका असतील ज्यांचा हे तिरस्कार करतात तर मग त्याच नावाच्या ह्या माणसाबद्दलची नकारात्मकता हे प्रत्यक्ष गाठ पडेपर्यंत मनात बाळगत राहतील. पण तेच जर पीटर नावाचा ह्यांचा कुणी एखादा कौटुंबिक मित्र असेल तर मग त्याच नावाच्या दुसऱ्या कुणाचं, तर हे अगदी खेळीमेळीत स्वागत करतील.

लक्षात ठेवा – फक्त माणसांच्याच बाबतीत आपल्या भावना निगडित असतात असं नाही. माझ्यासारख्याला ज्याला गिर्यारोहणाचा अनुभव नाही त्याच्या बरोबर तुम्ही 'डेव्हिल्स'पावर याल? मला शंका आहे. ते मुळातच ऐकायला खूप उंच आणि भीतिदायक आहे! आणि हेच मग रंगांना, वासांना, स्थळांना किंवा संगीताला लागू पडतं जिथे तुमच्या काही भावना तीव्र होतात आणि त्या तुमच्या निर्णयप्रक्रियेला झाकोळतात.

भविष्यात जेव्हा तुम्ही अशा प्रकाराला सामोरे जाल तेव्हा मनातल्या मनात ती गोष्ट पूर्ण फिरवून पाहा. जे चांगलं आहे ते वाईट आणि वाईट आहे ते चांगलं असं कल्पून पाहा.

अशी पाच विशेषणं किंवा शब्दसमूह शोधा जे चांगल्या किंवा वाईट गोष्टींशी निगडित आहेत. ते वहीत लिहून काढा आणि ते तसे तुम्हाला का वाटतात तेही लिहून काढा. आता तीच विशेषणं किंवा शब्द विरुद्ध वैशिष्ट्यांसाठी शोधा. मला असं नाही म्हणायचंय की चांगल्या पीटरला वाईट म्हणून डोळ्यांसमोर आणा. पण असा प्रयत्न करा कुठलाही पीटर डोळ्यांसमोर आणा नकारात्मक गुण असलेला. तसा असणारा कसा दिसत असेल मग?

जर एखादं नाव एखाद्या विशिष्ट माणसाशी इतकं निगडित असेल की केवळ तेच नाव आहे म्हणून दुसरं कुणी आवडणं शक्य नसेल, तर अशा वेळी दुसऱ्या माणसाला एखादं आवडतं किंवा प्राण्याचं नाव देऊ शकाल.

तुम्हाला जर वाटत असेल की तुम्हाला अमुक एक डिश आवडणार नाही कारण त्यात हे हे किंवा ते ते घातलंय तर सरळ विसरा ते! त्यात

काय घातलंय ते माहीत नसल्यागतच त्या डिशची चव घ्या. आणि प्रत्येक खेपेला तसं करा.

उमलत्या वयातच लावलेली सवय

आपल्याला आयुष्यात पहिल्यांदा जर कधी पूर्वकल्पित समजुतींना सामोरं जावं लागत असेल तर ते म्हणजे बालपणी! बहुसंख्य मुलांची अशी समजूत करून दिलेली असते की मोठी माणसं जे काही सांगतात ते बरोबरच असतं. आणि हे इतकं खोलवर रुजलेलं असतं की ती मुलं मोठी झाल्यावरसुद्धा त्यांना त्या समजुतींचं गंभीरपणे तपासणं शक्य होत नसतं. अशामुळेच मग वागणुकीत लवचिकपणा न राहता एक तर एकच समजुतींचे कडवे नमुने तयार होतात.

आता तुमच्या वहीमध्ये तुम्ही तुमच्या आईवडिलांकडून, शिक्षकांकडून किंवा पालकांकडून स्वीकारलेल्या पाच अशा समजुती, मतं, पूर्वग्रह किंवा काही गृहीतकं लिहा जी तुम्ही अजिबात उलटे प्रश्न न विचारता, तशीच्या तशी स्वीकारलीत. त्याच्याच बाजूला तुम्हाला ती बरोबर का वाटली तेही लिहा. तुमची उत्तरं नंतर कधीतरी शांतपणे पडताळून पाहा.

जेव्हा लोक जन्मतात तेव्हा आपण पुढे जाऊन ज्या समाजाचा भाग होणार आहोत त्याच्याविषयी त्यांना कसलीच कल्पना नसते. त्या समाजाची नीतिमत्ता, रूढी, मूल्ये, निवाडे यांची कसलीच माहिती नसते. काय चांगलं, काय वाईट किंवा काय इष्ट आणि काय अनिष्ट ह्याचीही त्या लोकांना कल्पना नसते. समाजात कशाला परवानगी आहे आणि कुठल्या गोष्टींवर बंधनं आहेत याची माहिती नसते. जर अशा लोकांना त्यांच्या मनात येईल तसं वागायची परवानगी दिली तर ते अगदीच स्वच्छंदी असतील आणि नक्की कसे वागतील हे सर्वांसाठी अनाकलनीय किंवा अनपेक्षित असेल. ते ज्या गोष्टी करतील त्या त्यांना आवश्यक वाटतील म्हणून नाही तर त्यांना त्या करण्याची इच्छा झाली म्हणून.

त्यामुळेच प्रत्येक नव्या माणसाला समाजात एक स्थान असतं. कंपनीच्या नव्या कर्मचाऱ्यासारखंच त्यांना कंपनीची दृष्टी आणि उद्दिष्टांची माहिती दिली जाते. नवीन प्रवेशकर्त्याची औपचारिकरीत्या ओळखप्रक्रिया

पूर्ण होऊन सामावून घेतलं जाईपर्यंत त्याला कुठल्यातरी एका विभागात काम दिलं जातं.

तुमचा जन्म जर एखाद्या गुन्हेगारी पार्श्वभूमीच्या कुटुंबात झाला असेल, तर एखाद्या हत्येकडे बघण्याचा तुमचा दृष्टिकोन हा एखाद्या धर्मगुरूच्या कुटुंबातल्या मुलापेक्षा नक्कीच वेगळा असणार. गुन्हेगारी कुटुंबातले असाल तर तुम्ही स्वतः कुणाकडून मारले तर जाणार नाही याची शक्याशक्यता तुमचं मन कुठेतरी पडताळून पाहत राहील. तुम्ही जरी काही स्वतःहून पाऊल उचललं नाही तरी त्याचा अर्थ असा नाही की दुसरा कुणी काही करू शकणार नाही. नीतिमत्तेच्या दिशादर्शकाखेरीज काही इतर नातेसंबंधसुद्धा आयुष्यभरासाठी तयार होत असतात.

आणि हेही आश्चर्यच की तसे सांधले जाणारे दुवे हे वैयक्तिक अनुभवांवर अवलंबून नसतात तर स्वीकारल्या गेलेल्या समजुतींवर अवलंबून असतात.

मला खात्री आहे, तुम्हालाही पटेलच की पोलीसवाले हे सरळमार्गी असतात. शेवटी ते शासनाचे प्रतिनिधी असतात आणि कायदा आणि सुव्यवस्था ह्याची खात्री देत असतात. त्यामुळे तुम्ही व्यक्तिशः कुण्या पोलीस अधिकाऱ्याला ओळखत नसलात, तरी तुम्ही त्यांच्याकडे विशिष्ट आदरानेच बघाल. (पण तुमचं कुटुंब जर एखाद्या संघटित गुन्हेगारीशी संबंधित असलं, तर तुमचा त्याच अधिकाऱ्याकडे बघण्याचा दृष्टिकोन कसा असेल? अजूनही तुम्ही त्याला व्यक्तिशः ओळखत नसून?)

कन्फ्यूशिअस म्हणतात- ''आपल्या स्वतःकडूनच (हक्काने) जास्तीतजास्त मागणी करा, इतरांकडून अगदीच अल्प आणि बघा, तुम्ही असंतोष टाळाल.''

तुम्ही जर रस्त्यात एखाद्या पोलीस अधिकाऱ्याला किंवा खाकी वर्दीतल्या कुणाला एखाद्या माणसावर हल्ला करताना पाहिलंत तर तुम्ही फार वेगळा काही विचार करणार नाही, तुम्ही साहजिकच गृहीत धराल की पोलीसवाला मारतोय ते बरोबरच! पोलीसवाला उगाचंच कशाला कुणाला मारेल? पण एक मिनिट, का नाही मारणार? हे अगदीच सयुक्तिक आहे की, ज्याचं जीवनात दुसऱ्यांना मदत करणं हे तत्त्व आहे तो पोलीसमध्ये

भरती होईल! पण दुर्दैवाने ह्याच वाक्याच्या उलट वाक्य सत्य असेलंच असं नाही – म्हणजे – जे जे पोलीसमध्ये भरती होतात त्यांनी लोकांना मदत करण्याचं तत्त्व अंगीकारायलाच हवं!

त्यागाचं तत्त्व हेच शिकवतं की तुमचे प्रतिस्पर्धी तुमच्यावर हल्ला करू शकतात तेही अशा ठिकाणी की जिथे त्यांनी करू नये किंवा तुम्ही कल्पनाही करू शकत नाही अशा ठिकाणी! लढाईमध्ये जो कुणी आपल्या मनातल्या पूर्वकल्पित समजुतींचा त्याग करू शकत नाही त्याची गत एकाच दिशेकडे बघणाऱ्या पुतळ्यासारखी होते. बालपणी आपण एक खेळ खेळायचो, 'दार वाजवा आणि पळा'. खरं म्हणजे तो तुमच्यामधला शूरवीर दाखवण्याचा प्रकार होता. त्यांमध्ये जो धाडसी असेल तो एकापाठोपाठ एक अनेकांच्या दारावरची बेल वाजवून किंवा दारं ठोठावून द्रुत गतीनं पळून जायचा. चिडलेल्या घरमालकाने पकडलंच तर मात्र खैर नसायची! त्या वेळी प्रतिस्पर्ध्याला लखख कळायचं : तुरूतुरू पळणारी तीन मुलं! दुसरं कोण असणार?

आता मात्र परिस्थिती बदललीय. आता खोड्या काढणारे हातात मिळणार नाहीत. ते अर्थात तीस वर्षांनी मोठे झालेत. आणि ते जास्त वेगात पळू शकतील म्हणून नव्हे तर त्यांचा कुणाला संशय येणार नाही म्हणून. मोठा माणूस म्हणून कुणी रुबाबात बेल वाजवून शांतपणे चालत निघून जाऊ शकतो. पहिल्या मजल्यावरची खिडकी उघडली जाते. "बघितलं? मस्तवाल कार्टी?? बेल वाजवून पळून जातात!!" स्वाभाविकच म्हणा. मुलंच असणार ती! प्रौढ माणूस कशाला तसं करेल?

हं का नाही? कारण मुलांना जी शिकवण मिळाली नाही ती मोठ्या माणसाला मिळाली म्हणून? की यासाठी की स्वतः लहान मुलं असताना ते शिकले होते की मोठी माणसं चुका करत नाहीत आणि जे चांगलं आणि बरोबर असतं तेच करतात, म्हणून?

अनपेक्षिताची अपेक्षा असू द्या!

असं समजा की तुम्ही अमली पदार्थविरोधी विभागाचे ऑफिसर आहात. तुमच्या समोरून एक पारोसा, अस्ताव्यस्त केस असलेला, फाटकी जीन्स घातलेला आणि अंगाला सिगारेट व दारूचा वास असलेला एक भणंग

तरुण चालत गेला आणि त्याच्या पाठोपाठच एक अगदी छान कडक सूट घातलेला, केस चापूनचोपून बसवलेला, चकचकीत बूट घातलेला आणि छान आफ्टरशेव्हचा सुगंध येत असलेला एक बिझनेसमन चालत गेला तर तुम्ही कोणाची झडती घ्याल?

माफ करा...पण तुम्ही त्या भणंग तरुणालाच पकडाल. कदाचित ते दोघंही एकत्र काम करणारेच असतील आणि बिझनेसमनकडे ड्रग्ज असतील आणि तुम्हाला चकवा देण्यासाठी मुद्दामच त्यांनी त्या तरुणाला तशा अवतारात पाठवलं असेल.

आता तुम्ही स्वतःला विचारायला हवं, ''का नसेल तसं?'' वरच्या उदाहरणात प्रतिस्पर्धी प्रबाळ होता कारण त्यांनी तुमच्याकडे नसलेलं त्यागाचं शस्त्र वापरलं.

आपण लहानाचे मोठे होत जाताना कित्येक कल्पना आगदी तशाच्या तशा अगदी गीतावचन असल्यासारख्या त्यावर अजिबात विचार न करता स्वीकारतच मोठे होतो ह्याचं उदाहरण म्हणजे हे एक वाक्य – 'मोठी मुलं/मोठ्या मुली रडत नसतात!'

वयानं वाढलेला शूर, बलवान असतो आणि तो भावनांचं प्रकटीकरण करत नाही. लहानपणीसुद्धा आपल्यातल्या बऱ्याच जणांना भावनांच्या आवेगावर नियंत्रण ठेवायला शिकवतात. आपल्याला हे स्वाभाविक वाटतं आणि पुढे पुढे तर तेच बरोबर वाटतं. ''तू असं सगळ्यांसमोर रडायचं नाही अजिबात. हं हा घे रुमाल. पूस बघू डोळे...हं शाब्बास!''

आपण खरं पाहता हे उलटं करून पाहायला हवं : आनंद लपवून दुःखाला मुक्तपणे चेहऱ्यावर उधळू द्यायचं. ज्यासाठी आपण वर्षानुवर्षं वाट पाहिलीय असं काही घडलं किंवा आपल्याला कुणी बहारदार भेटवस्तू दिली तरी चेहऱ्यावर काहीही भाव न दाखवता स्वीकारायची.

कधीही न संपणारी गोष्ट

पालनपोषणामधली एक दुष्ट गोष्ट म्हणजे आपले विरोधक ह्यावर विसंबून राहू शकतात आणि पुढे पुढे हस्तांतरित करीत राहतात त्यात बदल न घडवता.

अशाही काही गोष्टी असतात ज्या आपल्या आयुष्यात अडथळे निर्माण करत असतात आणि आपल्याला ठाऊकही असतं की त्या चुकीच्या

आहेत आणि तरीही आपण त्यात बदल न घडवता पुढच्या पुढच्या पिढीकडे हस्तांतरित करीत राहतो. यासाठी नव्हे क़ी त्या गोष्टी आपल्याला महान वाटतात; पण ह्यासाठी की आपण डोक्यातली ती धारणा पुसून टाकू शकत नाही की ज्यांनी आपल्याला ते शिकवलं ते कधी चुकूच शकत नाहीत. आणि त्या गोष्टींनी आपल्याला कधी त्रास दिलेला नसतो. बरोबर? आणखी एक भ्रामक समजूत म्हणजे काही विशिष्ट माणसं आणि संस्था यांच्यावर कायमच विश्वास ठेवायला हवा. अर्थात, त्यांचे हेतू चांगलेच असतील, कदाचित त्यांची कार्यंसुद्धा परोपकारी, लोकोपयोगी असतील पण त्याचा अर्थ असा होतो का की ते कायमच तसे असतील?

तुमच्या मते चुकीच्या असणाऱ्या ५ गोष्टी ज्या तुम्ही पुढच्या पिढीला हस्तांतरित करू इच्छित नसाल किंवा शिकवू इच्छित नसाल त्या तुमच्या वहीत लिहा.

जपानमध्ये हे असं मनावर ठसवणं आणि कायमस्वरूपी धारणा करून देणं इतक्या थराला गेलंय की तिथे तुम्हाला परत मिळालेले सुट्टे पैसे मोजणं हे शिष्टाचाराला धरून नाही. पुन्हा तेच ते सोडून देण्याचं, क्षमाशीलतेचं तत्त्व. लेनिन म्हणाला होता, ''विश्वास असणं चांगलं, नियंत्रण असणं तर अधिक चांगलं.''

प्रयत्न करा आणि सर्वच प्रतिस्पर्ध्यांना समान वागवा : अगदी विशिष्ट अविश्वासानंही नाही आणि अंधविश्वासानेही नाही. एखादी विशिष्ट सेवा देणारी कंपनी जेव्हा त्यांच्या जाहिरातीत किमतीबद्दल सांगताना खाली तळटिपेमध्ये अगदी बारीक अक्षरांत काही अटी लागू असल्याबद्दल छापत असतात तेव्हा त्यांना नक्कीच त्यांच्या उत्पादनाच्या/ सेवेच्या खऱ्या किमतीबद्दल काहीतरी लपवाछपवी करायची असते.

जर त्या सेवा पुरवणाऱ्या कंपनीचा हेतू प्रामाणिक आणि स्वच्छ असेल तर ते नुसतं एवढंच लिहू शकतात – ''आमचं सेवाशुल्क अमुकअमुक आहे'' म्हणून. जरी तुम्हाला एखादी गोष्ट 'मोफत' किंवा 'भेट' म्हणून मिळत असेल तर समजून चला की त्याची किंमत तुम्ही कुठे ना कुठे नक्कीच चुकती केलेली आहे!

तुम्हाला उगाच का कुणी कसली भेट देईल? अशा एका विक्रेत्याचं नाव लिहा जो तुम्हाला उघडपणे अशी भेट देत असतो.

जो कुणी अजाणतेपणे एखाद्या गोष्टीशी बांधला गेलेला असतो अशाला हाताळणं प्रतिस्पर्ध्याला सहज शक्य असतं. हे बघणं रंजक ठरेल की तुम्ही तुमच्या प्रतिस्पर्ध्याशी व्यक्तिशः जितके जवळचे असाल त्याच्या थेट प्रमाणात तुमचं त्याच्याकडे वस्तुनिष्ठ बघण्याचं प्रमाण कमी होतं. हे तर सगळ्यांना ठाऊक आहे की राजकारणात किंवा मोठमोठ्या कॉर्पोरेशन्समध्ये गोष्टी नेहमीच प्रामाणिक किंवा कायदेशीर नसतात. वेळोवेळी शासनाकडून किंवा कंपन्यांकडून पैशांचे घोटाळे होत असतात. पण वैयक्तिक एखादा कर्मचारी किंवा अधिकारी ते करत नाही. मग कोण करतं ते?

सकारात्मक पूर्वग्रहसुद्धा मताला किंवा निवाड्याला झाकोळू शकतो

खूप लोकांसाठी, विश्वासाचं प्रदर्शन हे कर्तव्याचाच एक भाग असतं. असं समजून चालू की मला तुमच्याकडनं कसली एक सेवा हवीय पण मला त्यासाठी पैसे द्यायचे नाहीयेत. तुम्हाला संशय येऊन तुम्ही आगाऊ पैसे मागता. ''क्काय? तुझा इतकाही विश्वास नाही माझ्यावर?'' हे माझे झोंबणारे शब्द ऐकून तुम्ही घाईने तुमचं म्हणणं मागे घेता. पण तुम्ही का असं सक्ती केल्यागत माझ्यावर विश्वास टाकावा?

चांगल्या योद्ध्याला माघार घेण्याच्या किंवा लीनतेच्या कल्पनांमधली ही एक महत्त्वाची कल्पना माहीत असायलाच हवी ती प्रत्येक गोष्टीवर मत बनवण्याची सवय! जगात काही स्वस्त गोष्टी आहेत तर काही महाग, काही महत्त्वाच्या तर काही बिनमहत्त्वाच्या, काही चांगल्या, काही वाईट. चांगल्या वाटणाऱ्या माणसाची एक वाईट बाजू असू शकते तर एखाद्या वाईट भासणाऱ्या माणसाकडे काही चांगले गुण असू शकतात. तुम्हाला यिन आणि यँगचं तत्त्व आठवतंय?

मला माझा बालपणीचा एक मित्र चांगलाच आठवतोय. तो त्याचा महागडा कॅमेरा घेऊन अगदी त्याचा पट्टा गळ्यात न घेता बिनधास्त कुठेही फिरत असे. मी तर तसं कधीच करू शकलो नसतो कारण तो महागडा कॅमेरा आपल्या हातून कुठे पडलाबिडला तर? जेव्हा मी त्याला माझी

भीती बोलून दाखवली तेव्हा त्याने मला अगदीच पटेल असं उत्तर दिलं– ''तू अशी कल्पना कर की तू हातात महागडा कॅमेरा नाही तर एक दगडा घेऊन फिरतोयस. तुझ्या हातातला दगड उगाच असा एकाएकी पडत नसतो, बरोबर? तू तो किती महागडा आहे ते डोक्यातनं काढूनच टाक. मग बघ तो हातातनं पडण्याची भीतीसुद्धा मनातून गायब होईल!''

एखाद्या चांगल्या योद्ध्याचा चांगला गुण म्हणजे त्याला कळत असतं की समोरच्याच्या प्रत्येक कृतीमागे काहीतरी कारण असतं. चांगलं किंवा वाईट वगैरे असं काही नाही पण एक कारण असतं!

गेल्या १५०० वर्षांत शाओलिन कुंग फूमध्ये एवढी जबरदस्त सुधारणा होत गेलीय की आगदी करंगळीची स्थितीसुद्धा महत्त्वाची असते. प्रतिस्पर्धी जेव्हा मागे हटतात तेव्हा ते भित्रे असतात आणि घाबरलेले असतात असं नव्हे (जरी तुम्हाला ते तसं व्हायला हवे असतील तरी–) तर तो त्यांच्या युद्धतंत्राचाच एक भाग असतो. प्रत्येक पायरी आणि प्रत्येक हालचालीमागे काहीएक कारणमीमांसा असते.

जो दुकानदार तुम्हाला एखादी गोष्ट सवलतीत देतो किंवा भेट देतो ती काय तुम्हाला आनंद वाटावा म्हणून नाही. या ठिकाणी थोडं थांबा आणि ह्या घडामोडींपासून स्वतःला जरा बाजूला न्या, जरी ते खूप अवघड गेलं सुरुवातीला तरी. तुम्हाला या कृतीमागचा खरा हेतू कळून मग बघा आश्चर्य वाटेल.

सर्व काही सोडून देणं किंवा सर्वांपासून दूर होणं म्हणजे तुम्हाला योग्य आणि आवश्यक गोष्टींवर मन एकाग्र करण्याची क्षमता प्राप्त होणं! एका चिनी वचनानुसार –''आयुष्यात ज्याची गरज नाही ते काढून टाकणं, त्याचा त्याग करणं हेच खरं जीवनातलं शहाणपण आहे!'' काही असो, ह्या प्राथमिक गोष्टी आहेत ज्या आपण बदलू शकत नाही. लाओ त्झू म्हणालेत– ''त्यागामुळे सर्व काही आपोआप घडत जातं. त्यागमूर्तीच जगाचे शासक बनू शकतात.'' शाओलिन तत्त्व शिकवतं की आपण हे त्यागाचं तत्त्व खऱ्या अर्थानं जगायला हवं.''

स्वाध्याय

पूर्वग्रहांपासून तुमची सुटका करताना

आपण जरी ह्यावर विचार करत नसलो तरी, खरं म्हणजे आपल्या प्रत्येकालाच कसले ना कसले पूर्वग्रह आसतात जे ऐन मोक्याच्या क्षणी आपल्याला कमजोर बनवतात. खाली दिलेल्या प्रश्नांवरून तुम्हाला ते ओळखायला आणि मग त्यांचा त्याग करायला मदत करतील.

बालपणी तुम्ही स्वीकारलेली कोणती समजूत आता त्याज्य वाटते?

....

तुमच्या आईवडिलांनी तुमचं ज्या प्रकारे पालनपोषण केलंय, तुम्हाला वाढवलंय त्यापेक्षा कुठल्या वेगळ्या प्रकारे तुम्हाला वागायला आवडेल?

....

एखाद्या आणीबाणीच्या प्रसंगी तुमचा कोणावर जास्त भरवसा असेल? कोर्टाचा जज्ज की एखादा अमली पदार्थ विक्रेता?

....

का?

....

तुम्हाला त्याग करणं किंवा सोडून देणं कुठे शिकायला आवडेल?

....

“मन हेच सर्व काही आहे. तुम्ही जसा विचार करता तसे तुम्ही असता.”

- बुद्ध

१२. आत्मज्ञानाचे तत्त्व

''तुम्हाला जर इतरांना पराभूत करायचं असेल तर आधी स्वतःला पराभूत करावं लागेल; तुम्हाला जर इतरांचं नेतृत्व करायचं असेल तर आधी स्वतःचं नेतृत्व करावं लागेल, तुम्हाला जर इतरांविषयी जाणून घ्यायचं असेल तर आधी स्वतःला जाणावं लागेल.''

– लू बूवेई

''तुम्ही जे काही आहात ते सर्व आणि जे काही घडणार आहे ते सर्व तुमच्यातच आहे, हे शिका!''

प्रसिद्ध इटालिअन राजकारणी निकोलो मकिआवेल्लीने लिहिलंय– ''सगळेच जण तुम्हाला बघतात जसे तुम्ही दिसता, पण फार कमी जण अनुभवतात तुम्ही कसे आहात!''

बऱ्याच जणांना अचूक माहीत असतं की लोकांनी त्यांना कसं बघावं – मोठं, हुशार, ताकदवान, उदार, देखणं, बोलताना छाप पाडणारे आणि जगात सगळ्यांना आवडणारे वगैरे असे. प्रत्यक्षात ते कसे का असेनात, पण ते आपलीही छबी जपण्याचा प्रयत्न करत असतात.

माणूस हा बाह्यतः जसा आहे तसाच आतूनही असणं हे दुर्मीळच! प्रत्येकाला आपण आहोत त्यापेक्षा वेगळं असावं असं वाटत असतं. त्यात आपल्या आसपासच्या माणसांच्या आपल्याविषयीच्या अपेक्षांची भर! त्या सर्वांचीसुद्धा आपण कसं असायला हवं अशी काही अपेक्षा असतेच.

मग त्याच्याशी मिळत्याजुळत्या गोष्टींना मग प्रोत्साहन मिळतं आणि न जुळणाऱ्या गोष्टींकडे दुर्लक्ष केलं जातं. वडील जर सुतार असतील तर ते त्यांच्या मुलामध्येही सुतारकामाचं कौशल्य बघतील, तर त्याच वेळी एखादा शिक्षणतज्ज्ञ असेल तो आपल्या मुलामधल्या अभ्यासू वृत्तीला उत्तेजन देईल – जरी प्रत्यक्षात दोघांची मुलं ही आपापल्या वडिलांचा वारसा चालवण्याची बुद्धी घेऊन आले नसतील आणि किंबहुना एकमेकांची विरुद्ध कौशल्यंच अंगी घेऊन जन्मली असतील तर.

परिणामतः अगदी लहान वयापासूनच दोन वेगळी व्यक्तित्वं जन्मतात. एक म्हणजे जे आपण असतो ते आणि दुसरं म्हणजे जे आपल्याला असायला हवं असं आपल्याला वाटतं ते. स्वाभाविकच आहे की आपल्या स्वनिर्मित व्यक्तित्वामधे भरपूर बलस्थानं असतात आणि दुर्बलता जवळजवळ नसतेच. आणि ह्याउलट इतर लोक जे आपलं व्यक्तिमत्त्व बनवतात ते आपल्या बलस्थानं आणि कमजोर स्थानांबाबत नेमका उलटा विचार करतात. लोकांना क्वचितच तगडा प्रतिस्पर्धी हवा असतो. मग ते कधी ''तुझ्या औकातीत राहा'' किंवा ''तुला जितकं माहित्येय त्याबद्दलच बोल–'' वगैरे वाक्य टाकत आपलं खच्चीकरण करू पाहतात.

स्व–मूल्यांकन कधीकधी मोठा अडथळा ठरू शकतो

खूप लहान वयापासूनच लोक स्वतःला खुजं करायला सुरुवात करतात.

याचा अर्थ असा की प्रत्येक जण आपण आयुष्यात काय मिळवू शकतो आणि कुठपर्यंत मजल मारू शकतो ते ठरवतो. आणि खरं तर ते त्यापुढे मग जातही नाहीत. ही मर्यादा क्षमतेच्या अभावामुळे नसून आपल्याच मनाभोवती उभारलेल्या तटबंदींमुळे आलेली असते. इतर लोकांना तुमच्यासारखं संगोपन न लाभल्यामुळे त्यांचा तुमच्याकडे बघण्याचा दृष्टिकोन वेगवेगळाच असतो.

संगोपनाचा आणि क्षमता जाणण्याचा, ओळखण्याचा काही संबंध आहे? मी स्वतः पाच शब्द ऐकत ऐकतच लहानाचा मोठा झालो जे मी खूप काळ मनातनं झटकू शकलो नव्हतो. ''स्वतःचं स्वतःच तुणतुणं वाजवू नको!'' आज मला कळतंय की इतर लोकांना स्वतःतल्या क्षमतांची जाणीव झाली तरी दुसऱ्या कुणाला फरक पडत नसतो.

आता एक कल्पना करा की जेव्हा तुम्ही कामात प्रचंड व्यग्र असता, तेव्हा तुम्हाला आलेले फोन्स घेणारा तुमचा सचिव किंवा तसं कोणीतरी तुम्हाला सांगतं की जगातल्या एका अति बलाढ्य कंपनीच्या सर्वेसर्वाने काही कामासाठी तुम्हाला फोन केला होता आणि तो तुमच्याकडनं फोनची वाट बघतोय.

काय काय विचार येऊन गेले मनात? आणि काय करता तुम्ही? याची उत्तरं तुमच्या वहीत लिहा.

माझ्या हिशेबानुसार बहुसंख्य लोक त्या उद्योगपतीला फोन नाही करणार. ''जगातल्या इतके लोक असताना त्यांनी मलाच कसा फोन केला? त्यांना मी माहीतही नसणार. आणि महत्त्वाचं म्हणजे जगात हजारो लोक आहेत जे माझ्यापेक्षा हे काम चांगलं करणारे आहेत, मी माझं हसं कशाला करून घेऊ?''

शाओलिनच्या तत्त्वानुसार यावर उत्तर काय असेल? शांतपणे त्यांना फोन करा आणि त्यांचं म्हणणं समजून घ्या. लाखो डालर्सचं कॉन्ट्रॅक्ट मिळणार अशी इच्छा धरून फोन नका करू आणि अगदी ताणतणाव घेऊन नका बोलू. त्या व्यक्तीनं का फोन करू नये तुम्हाला?

याचं उत्तरही वहीत लिहा. मला असं काहीतरी ऐकू येतंय पुटपुटलेलं- ''कारण मी तर..?'' कारण तुम्ही काय??? तुम्हाला तर अजून ठाऊकच नाहीये त्या फोन करणाऱ्या व्यक्तीला काय हवंय? आहे ठाऊक? कदाचित तुमच्याकडे असं काही कौशल्य असेल ज्याची तुम्हालाच नीटशी जाणीव झालेली नाही!

जर लोकांना स्वतःची क्षमता पूर्ण ठाऊक असेल तर आपल्या प्रतिस्पर्ध्यांच्या टीकेपासून किंवा स्तुतीपासून ते स्वतंत्र असतात. ''तू चागला आहेस असं जेव्हा मी तुला सांगतो की तू चांगला आहेस! तुला स्वतःला ते स्वतःपुरतं ठरवता येतच नाहीये. तुला काय काय ठाऊक आहे स्वतःबद्दल आतापर्यंत?''

हे तत्त्व आपल्यामध्ये किती खोलपर्यंत रुजलंय हे दाखवणं तसं फार सोपं आहे. मी तर पुढे जाऊन धाडसाने असंही म्हणेन की तुम्हाला तुमच्याबद्दलच्या एखाद्या नकारात्मक उल्लेखाला तोंड देणं हे तुमच्या

स्तुतीला तोंड देण्यापेक्षा सोपं वाटत आसेल. असं गृहीत धरू की मी शिकवत असलेल्या कोर्सचा एक भाग म्हणून तुम्ही एक पेंटिंग काढलंय आणि ते मला दाखवायला घेऊन आला आहात. तुम्ही मला तज्ज्ञ मानता त्यामुळे माझा अभिप्राय तुमच्यासाठी खूप महत्त्वाचा आहे. आता, मी जर पट्‌कन त्या पेंटिंगवर एक कटाक्ष टाकला आणि मला जर एखादं काही टीका करण्यालायक वाटलं तर तुम्ही मला उलटा प्रश्न न विचारता ते लगेचच मान्य कराल. जरी तुम्हाला ते पेंटिंग मनापास्नं अवडलं असेल तरीही तुम्ही कानांवर पडलेलं सुधारायला घ्याल. तुम्हाला हे तसंही पटलेलंच असेल की तुम्ही माझी बरोबरी करूच शकत नाही आणि मी तुमच्याशी प्रामाणिकच होतो.

पण असं झालं तर?- एका अशाच छोट्या मूल्यमापनानंतर मला तुमच्या चित्राची स्तुती करायला लागली तर? आणि मग मी म्हटलं की हे फारच सुंदर आहे, आणि मला कधीच वाटलं नाही की तुम्ही इतकी सुरेख कला सादर कराल म्हणून... आणि मला ही छान कल्पना कधीच सुचली नसती? तुम्ही लगेचच माझ्या स्तुतीमागचा उद्देश शोधायला लागला आसता. ओह! तुम्ही माझ्या कोर्सबद्दल मला पैसे दिलेत... मग मी माझ्या अशा ग्राहकावर कितपत टीका करेन बरं?

खोटी विनम्रता नको

मला या एका घटनेचं कायमच आश्चर्य वाटत आलंय की जेव्हा तुम्ही एखाद्याला त्याच्यामध्ये काय न्यून आहे विचारता तेव्हा तो लंबीचौडी यादीच समोर ठेवतो. पण जेव्हा त्याला विचारलं की अशी कुठली गोष्ट आहे जी तो उत्तम करू शकतो तर मात्र त्या प्रश्नावर मोठी शांतता... उत्तरच नसतं!

गेल्या प्रकरणात मी तुम्हाला अनेक वेळा दाखवलं की तुमचा प्रतिस्पर्धी तुम्हाला पत्ता लागू न देता, कशा प्रकारे कायम स्वतःला तुमच्या तुलनेत उत्तम आणि श्रेष्ठ जागी ठेवतो ते! हे शक्य होतं कारण बरीच मंडळी स्वतःची किंमत ही स्वतंत्रपणे न सांगता कुणाच्यातरी तुलनेत सांगतात. एक तर मी एखादी गोष्ट करू शकेन किंवा नाही करू शकणार, दुसरं कुणीतरी ती गोष्ट जास्त चांगल्या प्रकारे करून दाखवली म्हणून ह्यात बदल नाहीच होणार. मला स्वतःला माझ्या क्षमता माहीत असायलाच हव्यात.

स्वाध्याय

कुणाच्या मताला महत्त्व द्यायचं?

अशी कल्पना करा की तुम्ही एक प्रयोग- परीक्षा (प्रॅक्टिकल्स) देत आहात. तुमच्या विषयाचं तुम्हाला उत्तम ज्ञान आहे आणि परीक्षेची तयारीदेखील तुमची चांगली झालेली आहे. त्यामुळे तुम्हाला आयत्या वेळी धक्का बसावा असं काहीच दिसत नाहीये. आता मी परीक्षक म्हणून तिथे येतो. तुमच्याशी माझी ओळख 'एक मोठा विद्वान' अशी करून दिली जाते. अर्थात मीही बेमालूमपणे तसे आविर्भाव करतो जेणेकरून मला तुमच्या विषयातलं ओ की ठो कळत नाही हे गुपित राहावं!

तुमचं काम सुरू होतं. मी तुमच्यावर नजर रोखत बाजूलाच उभा असतो जसं काही मी तुमची बारीकसारीक कृती न्याहाळतोय. दरम्यान एक असा क्षण येतो जेव्हा तुम्ही अत्यंत आत्मविश्वासानं एक कृती करता आणि त्याच वेळी मी कपाळाला आठ्या घालत प्रश्नार्थक चेहरा करत मुंडी हलवत सूचक हसतो. आणि मी हातानेच इशारा करतो, ''चालू दे. चालू दे. मी काही त्रास नाही देत.''

आता, त्याआधी हजारो वेळा तुम्ही त्याच पद्धतीने तो प्रयोग केलेला असूनसुद्धा तुम्ही वैतागता. ''ते परीक्षक विद्वान आहेत, ते असं का बघत होते? काही चुकलं असेल का माझं?''

- आता एक प्रश्न - तुम्ही हुशार आहात आणि तुम्हाला ते माहीत आहे. मग माझं वागणं तुमचा आत्मविश्वास डळमळीत का बरं करून गेलं? उत्तर वहीत लिहा.

आता पुन्हा परीक्षेकडे वळू. ह्या वेळी माझी ओळख तुमच्याशी करून देताना मी तुमच्या व्यवसायासंबंधी माहिती करून घ्यायला आलोय आणि तुमचा त्या परीक्षेतला प्रयोग पाहू इच्छितो असं सांगण्यात येतं. प्रयोगादरम्यान मी आधी वागलो तशाच हालचाली करतो.

आता विचार करा तुमची प्रतिक्रिया काय असेल? मी मुद्दामहूनच तुम्हाला डिवचायचा प्रयत्न केला, ते तर्काला धरून नव्हतंच.

तुम्ही ज्या गोष्टी जाणता त्या जाणताच! त्यामुळे तुमच्या शेजारी मी उभा असो, तुमची आई उभी असो वा अमेरिकेचे अध्यक्ष उभे असोत- तुम्हाला

फरक पडता कामा नये. अर्थात या दोन प्रसंगांमध्ये थोडं अस्वस्थ होणं साहजिक आहे. पण म्हणून 'आपण बरोबर करतोय की चुकतोय?' असा संशय एकाएकी तुमच्या मनात का बरं यावा? मी सांगतो का आला ते! याचं कारण तुम्ही ती कृती बरोबर आणि योग्यच आसल्याचं जाणीवपूर्वक तुमच्या मनाला कधीच समजावलं नाहीत. तुमच्यावर कधी टीका झाली नव्हती म्हणून तुम्हाला वाटलं ते चुकीचं नव्हतंच म्हणून. पण त्यामुळे ते बरोबर ठरतं का? तुम्हाला जर आजपर्यंत ''तुम्ही वाईट आहात'' असं कुणी कधी सांगितलं नसेल पण त्याचा अर्थ तुम्ही चांगले आहात असा होतो का?

- तुम्ही चांगले आहात असं कोण सांगू शकतं तुम्हाला? कृपया हे कठीण काम करू शकण्याची जबाबदारी तुम्ही ज्यांना द्याल अशा तीन जणांची नावं लिहा.
- त्याच्याच बाजूला हेही लिहा की जर ही तीनही माणसं तुमच्याशी प्रामाणिक नसतील तर त्यांना काय फायदा होईल?

तुम्ही जगातल्या सगळ्या गोष्टींपासून दूर पळू शकता - तुमच्या मित्रांपासून आणि तुमच्या शत्रूंपासून, तुमच्या आवडत्या आणि नावडत्या ठिकाणांपासून, तुमच्या कामापासून आणि तुमच्या छंदांपासून. फक्त एकाच माणसापासून तुमची सुटका नाही : दस्तुरखुद्द तुम्ही.तुम्ही कुठंही लपा, कुठलीही युक्ती करा, तुम्ही स्वतः असे आहात की ज्याच्या बरोबर तुम्हाला आयुष्य काढायचंय.

लाओ त्झू ने म्हटलंय, ''दुसऱ्याला समजून घेणं हे झालं शहाणपण; स्वतःला समजून घेणं म्हणजे खरं ज्ञान!''

त्यामुळे एकमेकांना समजून घेणं चांगलंच नाही का? एक-दुसरा काय करू शकतो आणि काय करू शकत नाही हे समजून घेणं.

स्वतःला फसवून काय मिळणार?

आपण तात्पर्य बाजूला ठेवू, आपण पृथ्वीच्या पाठीवरच्या प्रत्येक माणसाला फसवू शकतो, स्वतःला सोडून! तुम्ही तुमच्या स्वतःशी कायमच प्रामाणिक राहायला हवं, तुम्हाला माहीत हवं काय शक्य आहे आणि काय करणं शक्य नाही ते!

तुम्ही तुमच्या स्वतःशी कधीही ढोंग करू नये आणि आपण आपल्याविषयीच जे लोकांना सांगतो त्या गोष्टींवर कधीही विश्वास ठेवू नये.

सून त्झूने आपल्या द *आर्ट ऑफ वॉरमध्ये* लिहिलंय– ''तुम्ही तुमच्या शत्रूला आणि स्वतःला ओळखत असाल तर तुम्हाला शंभर लढायांच्या निकालांना घाबरायची गरज नाही. तुम्ही जर स्वतःला ओळखत असाल पण शत्रूला ओळखत नसाल तर तुम्ही मिळवलेल्या प्रत्येक विजयाबरोबरच एक पराजयसुद्धा असेल आणि जर तुम्ही ना स्वतःला ओळखत असाल ना शत्रूला, तर तुम्ही सर्वच लढायांत शरणागत व्हाल.

स्वाध्याय

तुम्ही खरोखर कोण आहात?

- कृपया तुमची वही उघडा. आता मूल्य आणि इतर अंदाज-आडाखे बाजूला ठेवत आणि अजिबात विचार करण्यात वेळ न घालवता चट्कन तुमचं यथायोग्य वर्णन करणारी तुमची स्वतःची दहा स्वभाववैशिष्ट्यं लिहा.
- त्याखाली तुमचा एकदम खास मित्र तुमचं वर्णन करण्यासाठी वापरेल असे दहा शब्द लिहा.
- त्याखाली जे लोक तुमच्याकडे आदरणीय व्यक्तिमत्त्व म्हणून बघतात अशांच्या नजरेतनं तुमचं काय वर्णन करतील ते लिहा.
- आता ह्या तीनही याद्या समोर ठेवून तुलना करा. त्यात कुठे एकमेकांपासून दूर वेगळं काही लिहिलं गेलंय? का?
- तुमची स्वतःबद्दलचं वर्णन करणारी यादी घ्या समोर. त्यातला प्रत्येक शब्द काळजीपूर्वक पुन्हा वाचून ठरवा तो बरोबर चपखल आहे का? जर काही ठिकाणी तुम्ही कसे आहात याऐवजी तुम्हाला कसं बनायला आवडेल असं वर्णन आसेल तर ते बदलून दुसरं बरोबर वर्णन करणारा शब्द वापरा, आता तुमच्या समोर जे दहा शब्द आहेत ते तुमच्या व्यक्तिमत्त्वाचं वर्णन करणारे असतील.
- बाकी लोकाचे तुमचे वर्णनपर शब्द कितपत जुळतायत किंवा बरेच लांब आहेत?

- त्या दहा शब्दांपुढे त्यामुळे होणारे फायदे/ तोटे लिहा. त्यातले कुठले शब्द तुम्ही तुमचं शस्त्र म्हणून वापरू शकाल आणि कुठले शब्द तुमचा प्रतिस्पर्धी तुमच्या विरुद्ध वापरेल? प्रत्येकी तीन उदाहरणं लिहा.

ह्या स्वाध्यायामधून मला हे दाखवून द्यायचं होतं की आपल्या स्वतःच्या संदर्भाने काहीच चांगलं किंवा वाईट नसतं. जिथे खूप प्रखर उजेड असतो तिथे दाट सावली पडते. पण खूप उजेड महत्त्वाचा!

शाओलिनचं तत्त्व आपल्याला शिकवतं की आपल्याला दुसरं कुणीही ओळखू शकत नाही किंवा आपल्याबद्दल निवाडा देऊ शकत नाही. फक्त आपणच आपल्या स्वतःबद्दल मत बनवू शकतो! फक्त आपणच ज्याला मजबूत म्हणू ते मजबूत असतं, आपण ज्याला उंच म्हणू ते उंच असतं, आपण ज्याला चांगलं म्हणू ते चांगलं असतं. आपणच आपल्याला घडवत असतो. आपण म्हणू तसे आपण असतो. आपण स्वतःला जिथे उभं करू तिथेच आपण उभे असतो.

टीकेला कसं तोंड द्यावं?

कुठलंही शस्त्र परिणामकारक तेव्हाच ठरतं जेव्हा ते योग्य प्रकारे वापरलं जातं! जगातला सर्वांत श्रीमंत माणूस असणं नक्कीच फायद्याचं : पैशाची चिंता नाही, पाहिजे ती गोष्ट विकत घेऊ शकतो, पण जर खंडणीसाठी कुणी पळवलं तर? मग तर जगातलं सर्वांत गरीब असणं परवडलं नं?

तुम्ही एखाद्या गोष्टीत कितीही प्रवीण असा, कुणी ना कुणी निघतोच जगात जो तुमची एखादी छोटी चूक काढेल. समाजात चांगल्या प्रकारे जगण्यासाठी तुम्हाला टीकेला योग्य प्रकारे झेलणं शिकता यायला हवं! टीकेमागच्या हेतूला खरं पाहता एकच एक सामान्य उत्तर देता येणं कठीण असतं. पण ह्यात काही शंकाच नाही की टीका ही शस्त्र म्हणून वापरता येते. टीकेचा रोख ज्यावर आहे ती व्यक्ती टीका कशी झेलते त्यानुसार टीका निर्णायक ठरते.

तुम्ही टीकेला नाकारू शकता, ती अपमानास्पद आहे असं म्हणू शकता, स्वतःचं समर्थन करू शकता किंवा तिच्याकडे हानिकारक म्हणूनही पाहू शकता.

''मी आहेच चांगला, त्यामुळे मी काय करतो ह्याविषयी लोकांनी काही आक्षेप घेतले तर त्यात मला अजिबात स्वारस्य नाही. मी तर

ऐकायलाही जात नाही तसले वाद.'' या मार्गानं तुम्ही आणखी चांगले होण्याची एक संधी घालवता. तुम्हाला जर पक्कं ठाऊक आहे तुम्ही चांगले आहात तर मग टीकाकारांचं वक्तव्य तुम्ही छुपा संकेत म्हणून आणखी सुधारण्यासाठी वापरू शकता. तुम्ही तुमच्या विरोधकांची ऊर्जा स्वतःसाठी वापरू शकता. विसरु नका : तुम्हाला स्वतःसाठी जगायचंय, इतरांना खूश करण्यासाठी नाही. तुम्हाला तुमच्या क्षमता किती विशाल आहेत ह्याची जाणीव नसेल तर तुम्ही तुमच्या विरोधकांनी त्याच्या उलट सांगितलेल्या गोष्टींनी प्रभावित होऊ शकता.

तुम्हाला तुमच्या विरोधकांनी जसं तुमच्याकडे पाहायला हवं तसं ते पाहत नाहीत आणि ह्याच वस्तुस्थितीपासून त्यांच्या शब्दांना मानसिक ताकद मिळते.

मला एका महान मुष्टियोद्ध्याची आठवण होत्येय ज्याला अनेक वर्षांपूर्वी पत्करावा लागलेल्या पराभवाचा वचपा काढण्यासाठी बऱ्याच वर्षांनंतर पुन्हा एकदा रिंगणात उतरायचं होतं. आणि मग पुनरागमन करून हवा तसा वचपा काढत ती लढत जिंकल्यावर त्याने सांगितलं की त्याची मित्रमंडळी, नातेवाईक आणि शिक्षकांनीसुद्धा त्याच्या पुनरागमनाच्या लढतीसाठी विरोध केला होता. ''पण मला ते करायचंच होतं. कुणाला माझ्यावर विश्वास नव्हता. मी विचार केला, जेव्हा मी रिंगणात लढत असेन, तेव्हा कुठे असतील ते सगळे जण? आणि मग मला कळलं मला हे करायचंय. आणि मी नक्की करून दाखवेनच!'' शाओलिनचं तत्त्व सांगतं की सरतेशेवटी आपणच आपल्या स्वतःला उत्तरदायी असतो हे ओळखायला हवं. इतरांना आपल्याबद्दल काय वाटतं ह्याला अर्थ नसतो. आपण नक्की काय करू शकतो ह्याचा आत्मविश्वास आपल्याला असणं हे महत्त्वाचं. आपल्या कृतींसाठी आपल्याशिवाय कोणीही जबाबदारी घेणारं नसतं. आणि सरतेशेवटी आपल्या आयुष्याची जबाबदारीसुद्धा आपलीच असते. आपल्यातल्या प्रत्येकाजवळ अगणित इच्छांचा न संपणारा साठा असतो. आपल्यासाठी महत्त्वाचं हेच असतं की त्या इच्छा पुऱ्या होण्यासाठी अनुकूल परिस्थिती निर्माण करणं. चीनमधे म्हटलं जातं- ''आनंद म्हणजे जो आपल्याला हवा असतो ते नव्हे, तर आपण जे असतो ते!'' सिद्धार्थच्या शब्दांत सांगायचं तर, ''आपलं मनच आपलं आयुष्य घडवतं. आपण जसा विचार करतो तसे बनतो.''

स्वाध्याय

थोडं अंतर्मुख होऊ

खाली दिलेले प्रश्न तुम्हाला स्वतःविषयीची जाणीव करून देतील आणि तुमच्यात खास काय आहे हेही समजायला मदत होईल.

दिलेलं वाक्य पूर्ण करा – मी ... हे करू शकतो. मला वाटतं... माझा विश्वास आहे की...मला भीती वाटते....मला आशा आहे की...

....

तुम्ही आयुष्यात जास्तीतजास्त काय मिळवू शकाल?

....

मी जर तुम्हाला माझ्या कंपनीत मॅनेजर म्हणून घ्यायचं ठरवलं तर तुम्हाला कोणतं स्थान आवडेल?

....

का?

....

तुम्ही खास व्यक्ती कशामुळे आहात?

....

तुमचं सर्वांत मोठं बलस्थान कोणतं?

....

तुम्ही कधी प्रसिद्ध व्यक्ती बनू शकाल?

....

तुम्हाला आजपासून पाच वर्षांनी स्वतःला कुठे बघायला आवडेल?

....

“तुम्ही एकटे कधी जिंकू शकत नाही. ज्या दिवशी तुमचं वेगळ्या गोष्टीवर विश्वास ठेवणं चालू होईल, तुमची हार होणं चालू होईल.”

- मिका हाक्कीनेन

१३. समुदायाचं तत्त्व

''उत्कृष्ट व्यवस्थापक तोच असतो ज्याला आपलं काम करून घेण्यासाठी चांगली माणसं निवडण्याची समज असते आणि मग ती माणसं त्यांचं काम करेपर्यंत त्यांच्यामध्ये लुडबूड न करण्याइतपत संयमही असतो.''

– थिओडोर रूझवेल्ट

नेतृत्व म्हणजे दुसऱ्यांवरा सत्ता गाजवणं नव्हे तर सर्वांबरोबर समान ध्येय गाठण्याची संधी असते, हे शिका.

६२१साली शाओलिन मठाच्या प्रमुख धर्मगुरूंकडे मदतीसाठी याचनेची हाक आली. तांग राजवटीचा जो सम्राट बनणार होता त्या ली शिमिनला शत्रूंच्या सेनापतीने कैद केलं होतं आणि सैन्याला उद्ध्वस्त केलं होतं. त्या वेळच्या सम्राटाला आद्भुत मार्शल आर्ट्सची विद्या प्राप्त असणाऱ्या शाओलिनच्या साधूंमध्येच आशेचा किरण दिसला होता. ते साधूसुद्धा संतप्त झाले होतेच कारण शत्रुसैन्यानं त्यांच्या मठाचीही बऱ्याच जमिनीवर कब्जा केला होता आणि त्यामुळे प्रमुख धर्मगुरूने कृती करायचं ठरवलं. पण त्याने काळजीपूर्वक निवडलेल्या अवघ्या तेरा साधूंना शत्रुसैन्याकडे पाठवलं. त्यांच्याकडे शस्त्रं होती त्या फक्त काठ्या आणि सामर्थ्य होतं ते त्यांचे दोन अनुभवी सेनानी. त्या दोन्ही साधूंचं कौशल्य त्यांच्या सखोल अंतर्दृष्टीतून आणि ज्ञानामधून प्रकट होत होतं आणि मुख्यतः तीन प्रकारे त्याचा प्रभाव पडत होता – त्यांचा स्वतःवरचा गाढा आत्मविश्वास, हाती घेतलेल्या

मोहिमेबद्दल पूर्ण विश्वास आणि सर्वांना बरोबर घेऊन नक्कीच यशस्वी होऊ याबद्दलचा विश्वास!

स्व-नेतृत्व हे महत्त्वाचं आणि निर्णायक

एक जुनी म्हण आहे की लोकनेतृत्वाची पहिली पायरी म्हणजे स्वतःचं नेतृत्व करण्याची क्षमता.

तुम्हाला इतरांचं नेतृत्व करायचंय तर मग आधी स्वतःचं नेतृत्व करा.
इतरांना समजून घ्यायचंय तर मग आधी स्वतःला जाणून घ्या.

साधारणपणे पाहिलं तर असं वाटतं की नेतृत्व हे दुसऱ्या लोकांशी संबंधित पद...पण हे विसरायला नको की तुम्ही यामध्ये महत्त्वाचा - कदाचित सर्वांत महत्त्वाचा घटक आहात! शेवटी हे जास्त अर्थपूर्ण आणि फायदेशीर आसतं की एखाद्या नेत्याचं मत वळवून त्याच्या बरोबर त्याच्या मागे त्याचे हजारो अनुयायी वळवता येतात, एखाद्याच सैनिकाला वळवण्यापेक्षा!

अशा प्रकारे तुम्ही तुमच्या चमू-साखळीमधले सर्वांत बलवान किंवा सर्वांत दुर्बळ कडे ठरू शकता. बऱ्यांच लढतींमध्ये तुम्ही प्रमुख लक्ष्य ठरू शकता आणि त्यामुळेच तुम्हाला लढण्यासाठी वारंवार आव्हान दिलं जाऊ शकतं.

> तुम्हाला लढण्यासाठी वारंवार आव्हान दिलं जाऊ शकतं. किंवा तुम्ही लढण्यामध्ये इतकं अचाट प्रभुत्व मिळवता की मग तुम्हाला लढण्याची गरजच पडत नाही आणि तुम्ही तुमची ऊर्जा जास्त महत्त्वाच्या कामांत सत्कारणी लावू शकता.

काही माणसं अशी असतात ज्यांच्याशी लढावं असं तुम्हाला स्वप्नातही वाटत नाही. याउलट काही माणसं स्वतःवर हल्ला करण्याचं जणू आमंत्रणच देतात याचं कधी तुम्हाला आश्चर्य वाटलंय? तुमच्या वहीत याची तीन कारणं लिहा. खरं पाहता, याचा संबंध मिळणाऱ्या संधी किंवा स्थान किंवा ताकद यांच्याशी नसतो. हे म्हणजे समजा मी तुम्हाला विचारलं की तुम्ही

अशा काही माणसांपासून मुद्दाम अंतर ठेवून राहता का जी मंडळी उंची सुटाबुटांत वावरतात किंवा ज्यांच्या व्हिजिटिंग कार्डवर नावामागे प्रतिष्ठित उपाधी वगैरे असते? मला शंका आहे बुवा.

अंतःस्थ वृत्तीअनुसार अधिकार ठरत असतो

अंगावरचे कपडे, वय, दिसणं, उपाधी किंवा स्थान ह्याचा खरं तर एखाद्याच्या अधिकाराशी संबंध नसतो. एखाद्याचं व्यक्तिमत्त्वच असं असतं की त्याच्यावर हल्ला करण्याची कुणाची हिंमतच होत नाही. आणि याच्या उलट काही माणसं अशी असतात की त्यांचे विचार आणि भीतीच जणू त्यांच्यावर हल्ल्यासाठी आमंत्रित करतात. तुम्हाला आठवत असेल की तुमच्या शालेय जीवनात आनेक प्रकारचे शिक्षक तुम्हाला लाभले असतील. आणि त्यातल्या प्रत्येकाजवळ आपल्या विद्यार्थ्यांना शिस्तीत ठेवण्यासाठी काही ना काही तंत्रं असतील – शिक्षा करणं, आईवडिलांना शाळेत बोलावणं, वर्गवहीत नोंदी ठेवणं किंवा मस्तीखोर विद्यार्थ्यांना दरारा असणाऱ्या प्रिन्सिपॉलकडे पाठवणं. पण जरी हीच शस्त्रं सर्वांकडे आसली तरी ते काही दरारा असणारे हे नेहमीच जेते असायचे आणि त्यांना तसली शस्त्रं वापरायची गरजच पडत नसे.

एखाद्याची शारीरिक ठेवण किंवा शाळेतलं महत्त्वाचं पद याच्याशी त्या गोष्टीचा संबंधच नसे. एखाद्या बंडखोर विद्यार्थ्याला जेवढा तुटपुंजा आदर एखाद्या भारदस्त शिक्षकाबद्दल वाटे तितकाच जेमतेम एखाद्या मृदू स्वभावाच्या शिक्षिकेबद्दल वाटे. जेव्हा एखादा शिक्षक वर्गात प्रवेश करतो तेव्हा विद्यार्थी त्याच्या छाप पाडणाऱ्या व्यक्तिमत्त्वाला प्रतिसाद देतात. मुलं मनाशी ठरवतात की अमुक शिक्षक मवाळ आहे किंवा जबरदस्त वरिष्ठ आहे ते आणि म्हणून अशक्यप्राय प्रतिस्पर्धी आहेत ते!

हे मूल्यमापन अजाणता होत असतं त्यामुळे त्याचा संबंध तसं पाहिलं तर दृश्य वैशिष्ट्यांशी नसतो. एखादी ठेंगणी, सौम्य व्यक्तिमत्त्वाची शिक्षिका ही एखाद्या पीळदार शरीरयष्टीच्या शिक्षकापेक्षाही जास्त अधिकार गाजवू शकते. मी तर माझ्या लॅटिन भाषेच्या शिक्षिकेला याच कारणासाठी कधीही विसरणार नाही. ती म्हणजे चालत्याबोलत्या अधिकारी बाण्याची मूर्तिमंत प्रतीकच होती! काहीशी प्रौढ, जुन्या आचारांची, मोहक शिक्षिका जिची राहणी साधीसुधीच होती पण तिची उपस्थिती मात्र जबरदस्त छाप पाडून

जायची! ती अशी होती की तिच्या उपस्थितीत तुम्ही काही उपदव्याप करू शकत नव्हतो इतकंच नव्हे तसे काही करणं स्वप्नातही येत नसे. मला तर एकही प्रसंग आठवत नाही जेव्हा तिने शिस्तीसाठी वर सांगितल्यापैकी काही शस्त्रं वापरली आमच्यावर किंवा ओरडली आमच्यावर किंवा कसली धमकी दिली म्हणून! पण मला असा एकही प्रसंग आठवत नाहीये जेव्हा मी दिलेला गृहपाठ केला नसेन किंवा तिच्या वर्गात दंगा केला असेन. इतकंच काय पण दुसऱ्या तासांना बाकावर उभं राहणारे, गाणी म्हणणारे, आरडाओरडा करणारे काही इतर विद्यार्थीसुद्धा ती वर्गात शिरताक्षणी चमत्कार झाल्यागत बदल होऊन एकदम शांत होत आसत. आपापल्या जागेवर अगदी माना खालती घालून गरीब कोकरासारखी बसत असत.

आपल्यापेक्षा ताकदवान विरोधकाशी कुणीही उगाचंच झगडा सुरू करत नाही. हे तत्त्व मानव आणि इतर प्राण्यांच्या बाबतीत आगदी लख्ख दिसून येतं. अगदी माणसापेक्षाही शारीरिकदृष्ट्या मोठे असणारे गायबैल किंवा हत्तीसारखे प्राणीसुद्धा माणसाशी लढाई निष्फाळ ठरेल याचा अंदाज आल्यावर माणसाच्या स्वाधीन होतात. आणि त्याच वेळी आपण हेसुद्धा ऐकतो की प्राण्यांना अक्षरशः त्यांच्या समोर उभ्या असणाऱ्या माणसाच्या भीतीचा वास लागतो ज्यामुळे ते माणसावर हल्ला करण्यासाठी प्रवृत्त होतात. तुम्ही दोनपैकी कोणत्या प्रकारच्या माणसांत मोडता? का? एखादा माणूस त्याच्यावर कुणीही हल्ला करू शकायला धजावणार नाही अशा व्यक्तिमत्त्वाचा असण्याची तुमच्या मते कारणं कोणती? तुमच्या वहीत लिहून काढा.

रिकामी भांडीच जास्त आवाज करतात (उथळ पाण्याला खळखळाट फार)

बऱ्याच लोकांचा असा गैरसमज असतो की दुसऱ्यांना धमक्या देऊन त्यांच्यावर अधिकार गाजवता येतो म्हणून! दुर्दैवानं काही वेळा हे खरंही आसतं. लोकांना जर त्यांनी दिलेली कामं केली नाहीत किंवा करण्याची टाळली तर काय गंभीर परिणाम भोगायला लागतील हे आधीच सांगितलं तर लोकं काम करतात, वरकरणी का असेना! परंतु जर त्या धमकीतला जोर कमी झाला तर मात्र चित्र पालटतं लगेच! ह्याचं चांगलं उदाहरण म्हणजे पुन्हा शाळा! प्रामाणिकपणे सांगा – त्या वेळच्या प्रचंड दडपणाखाली

तुम्ही घोकंपट्टी करून मिळवलेल्या ज्ञानातलं किती लक्षात आहे आत्ता? जीवनात खरोखर उपयोग होतोय असं त्यातलं किती आहे, विशेषतः तुमच्या नावडत्या विषयांमधलं?

दुसरीकडे हेही आहेच की आपण धमक्या वापरत दडपणाची खेळी खेळलो तरी ते विस्तवाशी खेळण्यासारखंच असतं. तुमच्या प्रतिस्पर्ध्याला त्यातली गोम कळली आणि त्याने बॉल खेळलाच नाही किंवा एखादा माणूस ज्याच्यासाठी ती धमकी अगदीच नेहमीची परिचयाची आहे आणि म्हणून त्याने हवी तशी प्रतिक्रिया दिलीच नाही तर मग तुम्ही तशी धमकी नाही वापरून चालणार. आणि मग तुम्ही धड चेहराही दाखवत फिरू शकणार नाही आणि त्याबरोबर बरंच काही घालवून बसाल. असं धरून चालू की तुम्ही एक शिक्षक आहात. तुम्ही तुमच्या भात्यातलं खतरनाक अस्त्र बाहेर काढता आणि तुम्हाला जुमानत नसणाऱ्या मस्तवाल विद्यार्थ्याला शाळेच्या कठोर, करडी जरब असणाऱ्या प्रिन्सिपॉलकडे पाठवता. आणि तुमच्या अपेक्षेला पार छेद देत ते कडक शिस्तीचे प्रिन्सिपॉल त्या मुलाचा गुन्हा तितका गंभीर नसल्याचं समजून घेत त्याला शिक्षा तर करत नाहीत, उलट त्याला मित्रत्वानं समजावत परत पाठवतात. तो मुलगा वर्गात येताक्षणी सर्वांना सांगतो की कसे एरवी कडक भासणारे प्रिन्सिपॉल छान छान बोलले छान छान वागले..आणि म्हणून तो पुनःपुन्हा ती शिक्षा भोगायला (त्यांच्या केबिनमधे जायला) तयार आहे म्हणून! तुम्हाला कळलं की आता तुम्हाला एका नव्याच समस्येला तोंड द्यावं लागणार आहे?

याच आनुषंगाने, मला माझ्या सक्तीच्या मिलिटरी सेवेच्या वेळचा प्रसंग आठवतोय. आमच्या तुकडीचा कमांडिंग अधिकारी त्या माणसांपैकी एक होता ज्यांना वाटतं की धाकदपटशा दाखवून आपण अधिकार गाजवू शकतो म्हणून! एका संध्याकाळी आमच्यातल्या एका भरती झालेल्याशी कमांडिंग आधिकाऱ्याचा वाद झाला. परिणामी त्या बिचाऱ्याला अत्यंत कमी अवधीमध्ये त्याचं सगळं चंबुगबाळं आटोपून सॅकमध्ये भरून ताबडतोब बॅरॅकसमोर हजर राहण्याचा हुकूम झाला. आणि त्याने तसं न केल्यास त्याला अटकेची धमकी दिली गेली. त्या धमकीमुळे घाबरून बिचाऱ्याने शक्य तितक्या लवकर सगळी आवराआवर सुरू केली. आम्हीही आमच्या परीनं थोडी मदत केली पण तरीही तो दिलेल्या वेळेत पूर्ण सामान आवरून तिथे नाहीच पोहोचू शकला. आणि मग अटळ होतं ते घडलं. कमांडिंग

अधिकारी दोन जवानांसह आमच्या खोलीत शिरला आणि त्या मुलासमोर उभा राहिला. आम्ही सर्व जण श्वास रोखून आता पुढे काय होणार ते बघत राहिलो. तो कमांडिंग ऑफिसर किंचाळला, ''तुला नियमांतर्गत अटक करण्यात येत आहे आणि...'' तेवढ्यात त्या नवख्या मुलानं तोंड उघडलं, ''उगाच तुमच्या तोंडची वाफ दवडू नका. मला तुमची बिनडोक वाक्यं पाठ आहेत...'' आणि तो बेदरकारपणे त्या जवानांसोबत थट्टा करत बाहेर गेला. एक रात्र कोठडीत काढल्यावर त्याला सेवेसाठी अपात्र ठरवून मिलिटरी सेवेतून काढून टाकण्यात आलं आणि कमांडिंग अधिकाऱ्यालासुद्धा ताकीद दिली जाऊन त्याचे बरेच अधिकार कमी करण्यात आले.

तुम्ही जर का सच्चे नेते असाल तर तुमचे सहकारी कितीही कठीण प्रसंग आला तरी तुमच्या बाजूने भक्कमपणे उभे राहतील; भले अगदी असाही प्रसंग असला की ते त्यांच्यावर कुठलाही आरोप न येता तुमच्याच पाठीत खंजीर खुपसण्यासारखी परिस्थिती असली तरी!!

वास्तवाबद्दल बोलायचं तर धाकदपटशा, धमकी हे सर्व केवळ कुचकामीच नव्हेत तर धोकादायकसुद्धा आहेत. वर उदाहरण दिल्याप्रमाणे, तुम्ही जर तुमच्या सहकाऱ्याला भीषण परिणामांची कल्पना देत धमकी दिली आणि त्याचं वागणं बदलण्याचा प्रयत्न केलात तर आरंभी तुम्ही कदाचित यशस्वी व्हाल. जोपर्यंत तुमच्या सहकाऱ्याला हे मान्य होतंय की त्याच्यापेक्षा तुम्ही विशिष्ट परिस्थितीत जास्त ताकदवान आहात तोपर्यंत तो तुमचं ऐकेलही, आणि कदाचित अगदी काहीही विरोध न करता. पण 'जबरदस्ती करून मिळवलेली सत्ता' या संदर्भातली एक महत्त्वाची गोष्ट म्हणजे ती लढाई वरवर जिंकल्यागत असते. एक वेळ अशीही येईल की चित्र पलटेल आणि शक्ती इकडची तिकडे होईल.

वादविवादातनं जिंकणं

मला ह्याच संदर्भात एका गोष्टीचं आश्चर्य वाटतं की अनेक मंडळींची लोकशाहीबद्दल अशी गैरसमजूत आहे की लोकशाही ही जगातल्या सर्वांत मोठ्या धार्मिक गटासाठी असणारी एक परकीय कल्पना आहे. मी गैरसमजूत म्हणतोय कारण लोकशाहीला नकार म्हणजे हुकूमशाहीचा स्वीकार असंही

नाहीच. आणि विरोधाभास बघायचा तर अरब जगतामधे इस्लामला धर्म म्हणून मान्यता मिळण्याच्या आधी तिथले लोक वाळवंटात टोळ्याटोळ्यांमध्ये राहत होते आणि त्यांच्या आपसांत सतत लढाया होत असत. छोटेमोठे झगडे आणि लढाया इतक्या सातत्याने होत असत की एखाद्या जमातीचं अस्तित्व हे त्यांच्या टोळ्यांमधल्या एकेका योद्ध्याला धरून टोळीबरोबर राहण्यासाठी सतत प्रेरणा द्यावी लागे. प्रत्येकाला हे माहीत असावं लागे की काय करायचं आहे आणि तसं का करायचं आणि जोडीला जमातीचं ऐक्य टिकवण्याची धडपड. त्यांच्यामधल्या बुजुर्गांना हे माहीत असायचं की अशा योद्ध्यांना लोकशाही मार्गानं जर सर्वांसमोर मान तुकवावी लागली तर पहिली संधी मिळताक्षणी ते ती हाणून पाडतील. त्यामुळे धाकदपटशा किंवा भीती घालण्यापेक्षा सर्वांचा कल एकत्र विचारविनिमय, ग्रूप डिस्कशन्स आणि त्यानुषंगे चर्चा व्हावी हा असायचा. त्यामुळे जो तो आपापल्या पटेल, मनाचा कौल असेल तसापण आपल्या जमातीच्या टोळीसाठी काम करायचा.

फुकाची बढाई प्रतिस्पर्ध्याला दुर्बळ बनवते

आक्रमणाचा एक अगदीच वेगळा प्रकार म्हणजे फुशारकी किंवा बढाईचा मार्ग. ज्याला स्तुतीने हुरळून जायला होतं तो मग त्या खुशीत लहरत समोरच्या गोष्टीचं मूल्यमापन भावनिकतेनं करायला जातो आणि स्वतःला दुसऱ्याच्या हातात अलगद देतो. एखादा विमा प्रतिनिधी तुमच्या घरात शिरला आणि अति उत्साहात उद्गारला, "किती सुरेख देखणं घर आहे तुमचं!" तर तुमच्याकडनं त्याला नक्कीच सौहार्दपूर्ण अनुकूल प्रतिसाद मिळेल पण दुसरा सहकारी मात्र तसल्या स्तुतीनं हुरळून न जाता थेट मुद्द्यावरच येईल.

लोकांना आपण जसे आहोत तेच किंवा जे बनू पाहतोय ते समोरच्याकडनं कानात पडलेलं ऐकायला आवडतं.

असं बघा– एखादा कुणी अगदीच एकाकी बेटावर निघाला असला तर त्याला आधी मनात भरलेलं अत्यंत महागडं घड्याळ बरोबर न्यायला नको असणार जिथे ते कुणीच बघू शकणार नाहीये. काही लोकांना इतरांकडून ओळख मिळणं किंवा मान मिळणं इतकं आवश्यक आणि महत्त्वाचं ठरतं की त्यापायी त्यांचं आपल्या उद्दिष्टावरचं लक्षही उडतं.

'क्ष' कंपनीचं उदाहरण बघा. या कंपनीचं अगदी डोळ्यांत भरणारं वैशिष्ट्य म्हणजे तिथल्या प्रत्येक कर्मचाऱ्याला कसली नं कसली कमीजास्त योग्यतेअनुसार पण उपाधी असतेच. मला शैक्षणिक अर्हतेची किंवा मॅनेजिंग डायरेक्टर किंवा आर्ट डायरेक्टर अशी हुद्द्याची नाही म्हणायचंय; पण असिस्ट हेड आफ द डिपार्टमेंट किंवा सीनिअर ऑफिस सुपरवायझर. ही पदं किंवा भूषणं त्यांना काम केल्याच्या बदल्यात इन्सेन्टिव्ह म्हणून दिली गेलेली आसतात. आता 'य' नावाचा कर्मचारी आपल्या बॉसच्या हुकुमानुसार एका विशिष्ट सेवेसाठी दोन कोटेशन्स मागतो. आता खरं म्हणजे 'अ' नावाच्या कंपनीकडे चांगली ऑफर असते पण त्यांना आमच्या 'क्ष' कंपनीचा खास कारभार माहीत नसल्याने ते उत्तर पाठवतात –''डिअर मिस्टर 'य', तुमच्या चौकशीसंदर्भात, आम्ही अशी ऑफर देऊ इच्छितो...'' तिकडे दुसरीकडे 'ब' कंपनी ही तशी सुमारच; पण ते पत्र पाठवतात– 'हेड ऑफ द डिपार्टमेंट...'ने सुरुवात करुन पुढे ''धन्यवाद श्रीयुत 'य' तुमच्या चौकशीबद्दल....''. आता सांगा, श्रीयुत 'य' हे कुठलं कोटेशन आपल्या बॉसकडे पाठवेल? आणि श्रीयुत 'य'ला त्याच्या नावापुढच्या हुद्द्याचं काय एवढं अप्रूप?

तुम्हाला ऐकायला कानाला सुखावतील आणि तुम्ही हुरळून जाऊन काम कराल अशा कोणत्या तीन प्रशंसात्मक उपाध्या किंवा खास असे काही कौतुकपर शब्द वहीत लिहा.

अति स्तुतीची कला...

बढाई किंवा फुशारकीसारखं हल्ला चढवण्याचं आणखी एक तंत्र म्हंणजे अति स्तुती! हे खरं पाहता दोन कारणांसाठी धोकादायक – पहिलं म्हणजे ती बऱ्याचदा पट्कन दिसू न शकणारी असते आणि दुसरं कारण म्हणजे बळी पडणाऱ्यांना ह्यापासून बचाव नाही करता येत. असं समजू की 'अ' हा तुमच्या कंपनीसाठी अशा एका डिपार्टमेंटमध्ये काम करतो जिथे खरं म्हणजे मला काम करायला आवडेल. मला कळलंय 'अ'बद्दल पण तरीही मी तुम्हाला अर्ज पाठवतो. माझं उद्दिष्ट आहे की तुमचा वापर करून 'अ'ची नोकरी घालवणे. मुलाखतीदरम्यान तुम्ही मला सांगता की त्या विभागात आधीच एक जण काम करतोय म्हणून. पण तुम्ही एक डाव

टाकत मला सांगता की लवकरच एक नवीन प्रोजेक्ट येऊ घातलाय आणि ते काम 'अ'ला झेपणारं नाही तर तुला इच्छा असेल तर कळव. 'अ'ला बघता मला तुमचं पटलेलं असतं पण तुमच्या मनात मला घेण्यापेक्षा ते काम 'अ'ला द्यावं असंच असतं. तुम्हाला फक्त माझी प्रतिक्रिया बघायची आसते. इथे मग बढाई किंवा फुशारकी कामाला येते. मी जर 'अ'वर टीका केली तर तुम्हाला ती तुमच्यावर केलेली टीका वाटू शकते अशा माणसाला नोकरिवर ठेवलं म्हणून. त्यामुळे मला जरी माहीत असलं की 'अ'ची त्या नव्या प्रोजेक्टवर काम करण्याची पात्रताच नाहीये, तरी मी ते तुम्हाला सांगू शकत नाही. मी किहीही नकारात्मक बोललो तरी ते माझ्या विरुद्ध धरलं जाणार कारण कुणीही त्या पदासाठी इच्छुक असणारा निंदाच करणार आपल्या प्रतिस्पर्ध्याची. परिणामस्वरूप तुमचा निवाडा हा वस्तुस्थितीवर न ठरता बढाईवरच ठरणार. तुम्ही कर्मचारी निवडलाय म्हणजे तुम्हाला त्याची क्षमता माहीतच आसणार. मग आता मी तिथे शिरकाव कसा करून घेणार? मला थोडं बढाईचा आधार घेत तुम्हाला सोपं काम कठीण प्रकारेच शिकवावं लागणार. मग त्या कामामध्ये उत्सुकता न दाखवता, ती ऑफर नाकारत मी म्हणेन,''जर 'अ' करणार आसेल त्या प्रोजेक्टवर काम तर मग तुम्हाला माहीतच आहे हे कसं हाताळायचं ते. कारण मला वाटतं 'अ' हा तर या कामासाठी उत्कृष्ट कामगारांपैकी एक म्हणता येईल. अर्थात तुम्हीच त्याला कामावर घेतलंय म्हणजे तुम्हाला तर माहीतच आहे म्हणा. तुम्हाला नक्कीच गरज नाही माझी. मी 'अ'ला त्याच्या लायकीपेक्षा खूपच उच्च दर्जाचा असल्याचं चित्र उभं करेन. तुम्ही खूश होणार कारण तुमचं जे ऐकायची इच्छा होती तेच तुम्हाला ऐकायला मिळालं. आणि अपेक्षेप्रमाणेच 'अ'ला ते काम झेपणार नाही कारण मुळातच ते त्याच्या क्षमतेपल्याडचं होतं. आणि त्यामुळे तुमचा तोटा होतो. तुमचा बढाईखोरपणा किंवा फुशारकी किंवा ऐट मला तुम्हाला सावध करण्यापासून वंचित ठेवून गेली. आणि त्याच वेळी ती मला 'अ'विरुद्ध शस्त्र म्हणून वापरता आली. माझ्या स्तुतीमुळे तुमचं 'अ'बद्दलचं मत आणखीच चांगलं झालं आणि त्यामुळेच त्याच्या अपयशामुळे तुमची निराशा तितक्याच पटीत वाढली. पुढे तुम्ही 'अ'बरोबर काम करणं थांबवलंत. आणि तुम्हाला तसाही मी स्मरणात होतोच, त्यामुळे आता मला तुमच्याकडून काम मिळतं तेसुद्धा माझ्या अटीशर्तींवर!!

तर, अजिबात न लढता, अति स्तुतीचं तंत्र वापरतसुद्धा आपल्याला जिंकता येतं. माझ्या बरोबर चला- एका जॉबसाठीची मुलाखत बघू. ही मुलाखत ज्या पदासाठी आहे ते खूप महत्त्वाचं पद असल्यामुळे तांत्रिक बाजूचे प्रश्न विचारणाऱ्या विभागप्रमुखाबरोबरच बोर्ड आफ डिरेक्टर्सपैकी एक वरिष्ठ अधिकारीसुद्धा हजर आहेत. आता मला जर त्या विभागप्रमुखाला बॉससमोर उघडं पाडायचाय तर मी असा एखादा प्रश्न डोक्यातून शोधून काढेन ज्याचं उत्तर त्या तांत्रिक विभागप्रमुखाला नक्कीच माहीत नसेल, मी अगदी निष्पापपणे अशी सुरुवात करेन- ''मला ठाऊक आहे हा अगदीच 'ढ' प्रश्न आहे पण आपल्या बरोबर तंत्र विभागप्रमुख आहेत ज्यांना नक्कीच ह्याचं उत्तर माहीत असणार...'' आणि बॉस मग जे काय मत बनवायचं ते बनवेलच...

डिवचण्याचं तंत्र

बढाई किंवा फुशारकीसारखाच आणखी एक असुरक्षित करणारा आणि तितकाच धोकादायक प्रकार म्हणजे स्वतःला डिवचून घेणे. याआधी एका प्रकरणात अशा प्रकारचं पण वेगळं तंत्र आपण पाहिलं होतं ''मॉक अटॅक किंवा फसवा हल्ला'. मला खात्री आहे तुम्हाला अशा प्रकारचे काही हल्ले ठाऊक असणार- ''मला माहीत होतंच तुला जमणारच नाही हे..'' ..हे प्रकार जास्त धोकादायक, कारण हल्ला करणाऱ्याचा हेतू फार उशिरा उघड होतो.

असं समजू की व्यवसायाच्या नव्या विभागासाठी मी तुम्हाला काही कल्पना सुचवायला सांगितलं. तुम्हाला इतक्या अफाट कल्पना सुचतात की तुम्ही ठरवता त्या बाहेर जास्त रक्कम देऊ करतील अशा कंपनीला विकाव्यात. मी तुम्हाला जेव्हा ''काही कल्पना सुचल्या का..प्रगती कुठवर?'' असं विचारतो तेव्हा तुम्ही म्हणता की काहीही नवीन सुचतंच नाहीये म्हणून. आता माझी प्रतिक्रिया संघर्षाची होऊ शकते. मी तुम्हाला जर थेट सांगितलं की मला तुमचे खरे हेतू कळलेत म्हणून. तुम्ही सावध व्हाल कारण तुम्हालाही माझा म्हणण्यामागचा हेतू कळेल. मग दुसरा मार्ग बघू. ''हे बघ 'क्ष', मला काही तुझ्याकडनं जमेल अशा फार अपेक्षा नाहीतच. कदाचित ते तुझ्यासारख्याला कठीणच आव्हान होतं. प्रयत्न करायला हरकत नव्हती...पण हे अपेक्षितच होतं (तुला जमणार नाही ते!)'' ''काय म्हणताय तुम्ही फार कठीण वगैरे? तुम्हाला काय वाटलं मला काही

विशिष्ट पद नाही म्हणून माझ्यात क्षमता नाही? असं नाही की मला एकही कल्पना सुचलीच नाहीये. मला जरा थोडा वेळ हवा होता ती कल्पना जरा आणखी चमकदार बनवायला पणतुम्ही इतका आग्रहच करताय तर घ्या. ही बघा उतरवल्येय कागदावर!'' म्हणजे बघा! तुम्ही न लढता जिंकलाय!

जर योग्य रीतीनं वापरलं तर डिवचणे हे एक जबरदस्त तंत्र आहे. वर दिलेल्या प्रसंगात तुम्हाला अपेक्षा होती की तुम्हाला कदाचित खडसावलं गेलं असतं आणि झालेलं काम सादर करायला सांगितलं गेलं असतं अन्यथा परिणामांची भीती घातली गेली असती. त्यासाठी तुम्ही तयार होता आणि त्यावर तुमचे उलट डावपेचही तयार होते. मला कधीच तुमच्याकडनं तुमच्या कल्पनांचा आराखडा मिळाला नसता. पण मी तुमच्या बढाईखोरीलाच आव्हान दिलं आणि तुम्ही तुमच्या मुद्द्यापासून ढळलात. तुम्ही काहीसे बेफिकीर अविवेकी बनलात आणि तुमचं रूपांतर माझ्यासाठी सोप्या प्रतिस्पर्ध्यात झालं. याउलट डिवचण्याचं हे तंत्र प्रेरणा देण्यासाठीसुद्धा उपयोगी पडतं. असं विचारणं की– अरे वा, ते तर छानच. पण तुला असं वाटतं की अजुनही तुला ते करायला जमू शकेल? – ह्यानेही बऱ्याचदा कामं होतात.

न लढता जिंकण्यासाठी तुम्हाला तुमची पूर्ण ऊर्जा ही त्या लढतीत तुम्ही कसे चांगले हे दिसून येण्यावर खर्च न करता, ध्येयावर/ उद्दिष्टावर केंद्रित करावी लागते.

ताओ ते चिंग सांगतात, ''तुम्ही इतरांना निष्प्रभ केलंत म्हणजे तुम्ही बलवान आहात; तुम्ही स्वतःवर विजय मिळवलात तर तुमच्याकडे खरं सामर्थ्य आहे. नेतृत्व म्हणजे नुसतं बळ असणं नव्हे तर सामर्थ्य असणं! आगदी एखादा भुकेलेला वाघसुद्धा दणकट किंवा राकट दिसणाऱ्या झेब्रावर हल्ला करायला नाही जात, पण तो एखाद्या लहान, दुर्बळ किंवा आधीपासून जखमी असलेल्या झेब्रावरच हल्ला करतो. वाघाचं उद्दिष्ट आपण किती बलवान शिकारी आहोत हे दाखवणं नसतं तर आपल्या भुकेचं शमन करणं इतकंच असतं. प्राण्यांसाठी असं वागणं अगदीच नैसर्गिक असतं. पण वर बोलल्याप्रमाणे, बहुसंख्य माणसं तसं करत नाहीत कारण त्याची दुर्बलता दिमाखात मिरवली जाईल.

लाओ त्झू म्हणून गेलेत, ''शहाणा माणूस जिंकण्यासाठी आवश्यक तेवढंच करतो. तो उगाचंच बळजबरी, हिंसेचा वापर शत्रूवर हावी होण्यासाठी करत नाही.''

बऱ्याच जेत्यांसाठी हाच एक प्रमुख अज्ञानाचा भाग असतो. मग आपल्या प्रतिस्पर्ध्याला नेस्तनाबूत करणं, उद्ध्वस्त करणं त्याच्या आक्रमणाबद्दल त्याला जबरदस्त धडा शिकवणं अशी इच्छा जागृत होते आणि तोच ध्यास बनतो.

आपल्या बळाचं प्रदर्शन न करणे हेच सामर्थ्य

शाओलिन मठामध्ये नेहमी सांगितलं जातं– ''चांगला योद्धा कधी सूडभावना मनात ठेवत नाही.'' चांगल्या मॅनेजरने किंवा चांगल्या नेत्यानेसुद्धा हे ध्यानात ठेवून लक्ष्मणरेषा आखायला हवी. चांगल्या नेत्यासाठी विजयी होणं म्हणजे दुसऱ्यांवर सत्ता गाजवणं नव्हे तर जास्तीतजास्त कार्य करवून घेणं होय!

आपल्या आधीच्या उदाहरणाकडे जाऊ. माझं उद्दिष्ट होतं तुमच्याकडून नव्या प्रोजेक्टसाठी चमकदार कल्पना कागदावर उतरवून घेणं, जे तुम्ही मला द्यायला तयार नव्हतात. ज्या क्षणी मला ते कागद मिळाले त्या क्षणी मी विजयी झालो आणि तीच वेळ तिथेच थांबण्याची! सरतेशेवटी तुम्ही पुढेही चांगल्या चांगल्या कल्पना देतच राहाल. मी जर तुमच्यावर स्तुतीचा भडिमार करून मागे हटलो तरी आपल्यापैकी कुणालाच त्यात कमीपणा नसेल. उलट, मी कसा माझ्या कर्मचाऱ्यांना कमी लेखत होतो याबद्दल तुम्ही माझे डोळे उघडल्याबद्दल तुम्हालाच गर्व वाटेल.

तुम्ही तुमचा बेत सोडून द्यावा लागला त्याबद्दल नाराज झाला नसाल किंवा चिडलातही नसाल कारण खरं तर तसं नुकसान नाहीच झालं. मात्र जर मला माझा कर्मचारी माहिती लपवतोय असं कळल्यावर मी जर भावनेच्या भरात प्रतिक्रिया दिली असती तर ते वाईट झालं असतं. आरडाओरड करून किंवा धमक्या देऊन काही साध्य होण्याऐवजी उलटंच काही झालं असतं. तुमच्यावार कुरघोडी करून तुमच्या रूपात मी एक शत्रू निर्माण केला असता. मला काय मिळालं असतं? परिणामी मी जर चिडलेल्या आणि निराश मनःस्थितीत काही कृती केली असती तर ते चुकलंच असतं.

तुम्ही हे वाचताना विचार करत असाल, ''ज्या गोष्टीसाठी मी पैसे मोजतोय त्या मिळवण्यासाठी मला क्लृप्त्या लढवायला लागतायत हे

जरा अतीच होतंय!'' हे ऐकायला आवडणार नाही पण असंच तर असतं आयुष्यात काही वेळेस!

शाओलिनमधे म्हटलं जातं– ''न लढता जिंकण्यासाठी कमीतकमी विरोध महत्त्वाचा ठरतो. नेहमी लक्षात ठेवा की जे आवश्यक आहे त्यानुसारच तुमचा मार्ग असू द्या. भावनातिरेक किंवा वैयक्तिक दिखावा, बढाई यानुसार नको. आणि तुमचं उद्दिष्ट गाठल्याक्षणी थांबायला शिका.''

वूवेई : न करता करणे!

कमीतकमी विरोधाचा मार्ग अनुसरण्यासाठी शाओलिनमधे वूवेई तंत्र वापरलं जातं. इंग्लीशमध्ये त्याला 'न करता करणे' असं म्हणता येईल! जर उद्दिष्ट हे एखादी लढाई जिंकण्याचं असेल आणि त्यासाठी न लढता जिंकणं शक्य असेल तर मग कशाला लढायचं उगाच? प्रतिक्रिया न दाखवणं हीसुद्धा एक प्रकारची प्रतिक्रियाच! त्याने प्रतिस्पर्ध्याचं बल दुसरीकडे वळवता येतं.

एक उदाहरण देतो – तुम्ही एका अपघाताचे साक्षीदार होता आणि कुणीतरी तुमच्या जवळ येऊन तुमचा फोन नंबर मागतो म्हणजे समजा कोर्टात प्रकरण गेलं आणि तुमची गरज पडली तर असावा म्हणून. पण तुम्हाला कोर्टात जाण्याची बिलकूल इच्छा नाहीये आणि त्या प्रकरणातून अंग काढून घ्यायचंय म्हणून तुम्ही स्पष्टपणे तसं त्या व्यक्तीला सांगता. तुम्ही यापूर्वीचे वाईट अनुभव सांगून, तुम्हाला कोर्टात साक्षीदार म्हणून उभं राहण्याचं तत्त्वतः मान्य नसल्याचं सांगता. तो माणूस तुमची बरीच आर्जवं करतो. होताहोता तुमचं भांडण सुरू होतं आणि सरतेशेवटी पोलीस तिथे पोहोचून तुमचे तपशील लिहून घेतात. आता तुम्हाला कोर्टापुढे उभं राहून तुमचं तत्त्व ठामपणे पटवून द्यायचंय. तुम्ही कुठल्याही घटनेचा साक्षीदार म्हणून कोर्टात उभं न राहण्याचं तीमचं तत्त्व कोर्टाला पटवून देऊ शकलात तरी दरम्यान तुमचा बहुमूल्य वेळ वाया आणि इतक्या साऱ्या लोकांना तुमचं मत सांगण्यात तुमची शक्ती वाया गेलेली असणारेय. आणि एवढं होऊनही त्या अपघातप्रकरणी अंग काढून घेण्याचं तुमचं उद्दिष्टही साध्य झालेलं नसणार. हे सगळं खरं तर तुम्ही खूप सहज साध्य करू शकला असतात. तुम्ही सुरुवातीला केवळ इतकं जरी म्हणाला असतात– ''हो हो. मला

आवडेल तुम्हाला मदत करायला. पण नेमकं त्या क्षणी माझं लक्ष फोनकडे होतं त्यामुळे समोर काय घडलं ते मी पाहिलंच नव्हतं...'' तर ते सगळं प्रकरण तिथल्या तिथे मिटलं असतं.

नेतृत्व म्हणजे जबाबदारी

बऱ्याच लोकांची अशी समजूत असते की 'नेतृत्व' आणि 'लोकांना जबरदस्ती काही गोष्टी करायला भाग पाडणं किंवा लोकांच्या स्वातंत्र्यावर गदा आणणं' हे दोन्ही समानार्थीच आहेत म्हणून! पण खरं तर त्या अगदीच एकमेकाविरुद्ध आहेत. बऱ्याच लोकांना नेता हवा असतो. सर्वच उद्योगधंदे त्याच पायावर रचलेले असतात – पर्यटन संस्था, सहकारी संस्था, कायदेपंडित, प्रवासातले मार्गदर्शक, राजकीय पक्ष, सैन्य, कंपन्या वगैरे वगैरे. ज्या प्रकारे स्वातंत्र्याचा उदो उदो केला जातो तसं ते तितकं अतीव महत्त्वाचं असतं तर कदाचित कुणीच नोकरदार नसता आणि जो तो स्वतःचाच बॉस बनला असता. पण तसं घडत नाही. का बरं? अशासाठी की लोकांना सोप्या मार्गाने चालायचं असतं. आपल्याला हे आवडो न आवडो पण आपण 'निवड किंवा पर्याय असणाऱ्या समाजात' राहत आहोत. काही थोडेच लोक आपल्या समोर विविध पर्याय ठेवतात ज्यातनं मग लोकांचा समूह निवड करतो. आणि हे विशेषकरून जाणवतं ते सूक्ष्म आणि विशाल पातळीवर! अगदी आपल्या कम्प्यूटरवरसुद्धा आपण आज्ञा देत नाही, आपण विविध पर्याय असणाऱ्या यादीमधून एक निवडतो आणि हे विचारातही घेत नाही की त्या यादीव्यतिरिक्त आणखी काही पर्याय शक्य असतील का ते! आणि नाण्याची दुसरी बाजू म्हणजे क्वचितच कुणाला कसलीही जबाबदारी हवी आसते.

जार्ज बर्नार्ड शा म्हणाला होता, ''स्वातंत्र्य म्हणजे जबाबदारी. म्हणून तर बहुतेक मंडळी धास्तावतात त्याला.''

म्हणूनच लोकांचं नेतृत्व करणं याचा सत्ता किंवा हिंसेशी संबंध नाही.

लढाई हा अस्तित्वाचाच एक भाग

आजच्या काळात हे म्हणणं सयुक्तिक ठरणार नाही कदाचित की लढणं हे नैसर्गिकच आणि म्हणूनच स्वीकारार्ह! तुम्हाला लढणं टाळायचं म्हणून तुम्ही आपणहून कुणावर चढाई करत जरी नसलात, तरी तुमच्यावर कुणी

हल्ले करणं थांबवत नसतात. न लढता जिंकणं- आधी हे मान्य करायला हवं की लढाई अस्तित्वात असतेच! ते जीवनाचं अंगच! शेवटी हेही आहेच की लढणं - किंबहुना त्याच्याशी संलग्न असणारा विजय- ही तर निसर्गाची देणगीच आपल्यात सतत सुधारणा होण्यासाठी. ज्या ज्या गोष्टींना स्वतःची किंमत दाखवून देण्याची वेळ येते त्या त्या त्या गोष्टी त्यासाठी लढ्याचाच सहारा घेतात. लढाईचं अस्तित्वंच नाकारणं म्हणजे महामार्ग ओलांडताना डोळे मिटून घेणं आणि काहीही घडणार नाही अशी आशा करणं. लढाई ही सर्वसमावेशक असते : अस्तित्वाची लढाई, जॉबसाठीचा संघर्ष, स्त्रीपुरुषांचा झगडा, चढाओढ...

बरटाल्ड ब्रेख्तने म्हटलंय -"काय होईल जर त्यांनी युद्ध लादलंच आणि कुणी आलंच नाही? तर मग युद्धच तुमच्याकडे येईल."

हे एक उदाहरण बघा - एक दिवस एका माणसाला वेगमर्यादेचं उल्लंघन केल्याबद्दल पोलिसांकडून नोटीस येते. त्यात लिहिलेलं असतं, जर काही आक्षेप असेल तर तो १४ दिवसांत नोंदवावा अथवा ही नोटीस कायदेशीररीत्या बंधनकारक राहील. त्या माणसाकडे ना ड्रायव्हिंग लायसन्स असतं, ना कार असते त्यामुळे तो नक्कीच त्या प्रसंगात गुंतलेला नसतो. तो विचार करतो, "तो मी नव्हतोच...मग आता ते काय करू शकणारेत?" आणि म्हणून तो त्याचा आक्षेपाचा अर्जही भरत नाही. या ठिकाणी हे ध्यानात घेणं गरजेचं की 'आपण काही केलेलं नसणं' आणि 'सजा न होणं' ह्या काही कायद्याच्या संस्थांमध्ये पूर्ण वेगळ्या गोष्टी आहेत. स्वाभाविकपणे, कायदा त्याच्या नियमांनुसार चालेल, अंतिम मुदत संपेल आणि ह्या इसमाला दोषी ठरवून शिक्षाही होईल. त्याला तो दंड भरावाही लागेल जो गुन्हा त्याने केलाच नाही त्यासाठी! पण त्यांनी काहीएक वेगळंही केलं असेल - त्यांनी एक झगडा टाळलेला असेल. त्यांनी स्वतः हल्ला चढवलेला नसेल, पण त्यांच्यावर हल्ला केला गेलेला असेल.

ते जर सत्य परिस्थिती जाणून घ्यायला तयार असते आणि झगड्याला त्वरित सामोरे गेले असते तर प्रकरण लवकर मिटलं असतं. खरं पाहता "मी कशाला जाऊ बघायला?" ह्या विधानामागच्या अहंभावामुळेच ते साधं प्रकरण नंतर समस्येमध्ये बदललं.

संभाषणचातुर्य महत्त्वाचं!

नेतृत्वापुढे असणारं सगळ्यात महत्त्वाचं आव्हान म्हणजे सुस्पष्ट उद्दिष्टं समोर ठेवून ती अतिशय प्रभावीपणं संभाषणकौशल्य वापरून लोकांपर्यंत पोहोचवणे. शाओलिनमध्ये हे पाहिलं जातं की नेतेमंडळी ही विचार करण्याबाबतीत उथळ आणि गोंधळलेली असता कामा नयेत. त्यांच्याकडे नितळ, स्पष्ट विचार आणि संभाषणकौशल्य आसायला हवं.

ज्या योद्ध्यांनी आपल्या प्रतिस्पर्ध्यावर अचूक कुठे प्रहार करायचा ते मनोमन ठरवलेलं नसतं ते एक तर हवेतच प्रहार वाया दवडतात किंवा पहिला तडाखा प्रतिस्पर्ध्याला देण्याआधी स्वतःच धरणीवर कोसळतात. सैनिकांना आर्धवटच माहिती दिली गेली तर ते कधीच पूर्ण ताकद उतरवून लढू शकत नाहीत.

जेव्हा तुम्हाला आपल्या सहकाऱ्यांना उद्दिष्टांविषयी आणि ती गाठण्यासाठीच्या मार्गांची माहिती द्यायची असते तेव्हा एक महत्त्वाची गोष्ट कायम लक्षात ठेवा – ''कधीही काहीही गृहीत धरू नका!'' अगदी स्पष्टच सांगायचं तर तुमच्या एखाद्या सहकाऱ्याने एखादी गोष्ट केली नाही किंवा त्याला ती माहीत नसेल कारण तुम्ही त्याला ती नीट समजावून सांगितली नसेल; आणि गृहीत धरलं असेल की त्याला तेवढं कळलं असेलच म्हणून – तर दोष तुमच्याकडे जातो! आणि मग एकीकडे तो सहकारी गोंधळलेल्या अवस्थेत असणार आणि दुसरीकडे ती चूक दुरुस्त करण्यात तुमचा वेळ आणि शक्ती वाया जाणार. पण तेच तुमचा संवाद व्यवस्थित झाला असता आणि अजिबात क्लिष्ट नसता तर तुमचा सहकारी अगदी निर्धास्तपणे काम करत असता तुमच्या बरोबर.

चांगल्या नेत्याच्या कौशल्यामध्ये, 'लोकांना त्यांच्या उद्दिष्टांची आणि तिथपर्यंत जाणाऱ्या मार्गाची सुस्पष्ट कल्पना देणं आणि मार्गात अडथळे आले तरी विचलित न होता मार्गक्रमण चालू ठेवत ध्येय गाठणं' अंतर्भूत असतं. हे विसरू नका की लोकांना नेतृत्वाची गरज असते. म्हणून तर त्यांनी स्वतःला तुमच्या हातात सोपवलेलं असतं.

आपल्या सर्वांनाच नेत्याची गरज असते आणि तुम्हीही त्याला अपवाद नाही. असं समजा की तुम्ही एका पोर्ट्रेट फोटोग्राफरकडे गेला

आहात. तुम्हाला अपेक्षा असणार की तो तुम्हाला सर्व सूचना देईला – तुम्ही कसं बसायचं किंवा उभं राहायचं, हात कुठे-कसे ठेवायचे, तुम्ही कुठे बघायचं...वगैरे. तुम्ही त्याच्यावर पूर्ण विश्वास ठेवून असता की तो योग्य त्या प्रकाशात तुमचे सुरेख फोटोज काढून तुम्हाला खूश करेल. पण तुम्हाला जाणवतं की त्या फोटोग्राफरला तसली काहीच कल्पना नाहीये की तुम्ही बसावं की उभं राहावं, पोझ काय घ्यावी वगैरे. तो सतत काही ना काही बदल करत राहिला तर शेवटी हातात आलेले फोटोज बघून तुम्ही समाधानी नसाल. (जरी ते फोटोज त्याच्या आधीच्या फोटोग्राफरने काढलेल्या फोटोग्राफरइतकेच चांगले आलेले असले तरी). ह्यावरून एक म्हणावंसं वाटतं की सगळ्याच फोटोग्राफर्सना सदासर्वदा हे सगळं माहीत असतं काय हवं-कसं हवं आणि कसं करायचं वगैरे असंही नाही! पण त्यातले बहुसंख्य फोटोग्राफर्स असं दाखवतील की त्यांना हे सगळं कळतं आणि माहीत असतं कसं करायचं वगैरे... आणि मग त्यामुळे तुम्ही समाधानी असाल आणि अशांकडे पुन्हा पुढच्या वेळी जाल! शेवटी काय तर फोटोग्राफरमधलं नेतृत्व तुम्हाला चांगल्या फोटोपर्यंत दिशादर्शक म्हणून न्यायचं काम करतं. अर्थात अशा कुठल्याही शक्यता असताना अशा वेळी काय करायचं हे कुणालाही ठाऊक असणं कठीणच. पण ते जर असं दर्शवू शकत असतील की त्यांना माहीत असतंय सगळं तर मग ते तसंही खूप महत्त्वाचं नसतं.

नेत्यांनी मान्यता देणंही महत्त्वाचं

पुन्हा त्या फोटोग्राफरकडे वळू. तुम्हाला एका कंपनीच्या ब्रोशरसाठी फोटोज काढून हवेत. फोटोग्राफर तुम्हाला एक पोझ घेऊन बसायला सांगतो. पण नंतर अचानक टोकं हलवत बाजूला होतो, फोटो काढत नाही. काय येतं अशा वेळी तुमच्या मनात? जर त्याने समाधान वाटलं नसतानासुद्धा वेगवेगळ्या नवनवीन पोझेसमधे फोटो काढले आसते आणि मग पुढच्या शॉटच्या तयारीला लागला आसता तर तुम्हाला खूपच बरं वाटलं असतं नाही?

तुम्हाला लोकांचं नेतृत्व करणं अधिक सोपं होईल जर तुम्ही हे निसर्गातलं मूलभूत तत्त्व लक्षात ठेवलंत की सर्व सजीवांना प्रशंसेची आणि कौतुकाची गरज असते आणि ते मिळावं म्हणून ते सर्वतोपरी प्रयत्न करतात.

आणि हे सर्वदूर बघायला मिळतं, अगदी प्राणिजगतातल्या वर्चस्वासाठीच्या झुंजींपासून ते ऑफिसमधल्या उत्सुकांपर्यंत. महत्त्वाचं असतं ते दुसऱ्याच्या वरचढ असणं. ही गरज भागवली जाते जेव्हा एक जण बढती घेत सर्वोच्च स्थानी जातो किंवा मग सामान्यतः सर्वांचा आवडता बनतो. ही इच्छा आपल्यापैकी बहुतेकांना असतेच, आणि जास्त जाणवते ती अशा लोकांकडून जे विविध प्रकारचे स्टेटस सिंबॉल्स वापरतात ज्यांचं इतरांकडून कौतुक होतं. तुमचा विश्वास नसेल तर प्रामाणिकपणे ह्या प्रश्नाचं उत्तर द्या – दोन ट्राउझर्स अगदी सारख्याच किमतीला उपलब्ध आहेत. दिसायलाही सारख्याच आहेत. एकाच फॅक्टरीतून बनून बाहेर पडल्यात. आणि अगदी सारख्याच गुणवत्तेच्या दिसताहेत. फक्त एकच फरक आहे तो म्हणजे त्यापैकी एकावर खूप महागड्या ब्रँन्डचं लेबल आहे. खरं म्हणजे डिझाइनर गारमेंट म्हणतात तशी आहे ती. मग त्या दोनपैकी तुम्ही कोणती निवडाल स्वतःसाठी? का?

'मान्यता' ही काही फक्त भौतिक मूल्यांशीच संबंधित असते असं नाही. अगदी लहान मुलंसुद्धा त्यांना 'आपल्या वाटणाऱ्या, जवळच्या वाटणाऱ्या' सर्व काही माहिती असणाऱ्या मोठ्या माणसांचा अभिमान बाळगून असतात. आपल्या कंपनीच्या सीईओने आपल्या कामाचं कौतुक करावं यासाठी कारखान्यातले कितीतरी कामगार काय नाही करत? वरिष्ठांकडून शाबासकी म्हणजे जणू राजाशीच हस्तांदोलन केल्याचा आनंद. १८व्या शतकाच्या मध्यातल्या फ्रेंच लेखक व्होवेनॉर्ग्यस लिहून गेलाय– ''माफक प्रमाणात स्तुती करणं हे तर सामान्य लोकांचं लक्षण.''

जो माणूस इतरांची प्रशंसा करण्याच्या आणि उचित मान देण्याच्या हुद्द्यावर असतो तो त्यांना नियंत्रितही करू शकतो.

बऱ्याच लोक कुणातरी नेत्याने आपल्याला मार्ग दाखवावा अशा मताचे असतात कारण त्यांना डोळ्यांसमोर आदर्श हवे असतात. असा कुणीतरी ज्याच्याकडे ते आशेने बघतील आणि असा कुणी ज्याच्या रूपात ते स्वतःला कल्पून आपली स्वप्नं जगतील. जेव्हा तुम्ही नेता असता तेव्हा तुम्ही ह्याच स्थानी असता. तुम्हाला ते आवडो वा नावडो. ही खरं तर अचाट संधीही असते आणि मोठी जबाबदारीसुद्धा.

जबाबदारीची जाणीव असणं

हे कधीच विसरू नका की जेव्हा सर्वोच्च ठिकाणी एखादा कुणी बसतो तेव्हा त्याला जशी इतरांना वर जाण्याची संधी देता येते तसंच इतरांना खालती ढकलण्याचीसुद्धा. आणि दुसरीच शक्यता जास्त वेळा बघायला मिळते आणि ती बहुतकरून हेतूपेक्षाही निष्काळजीपणाने जास्त घडतं. बऱ्याच मॅनेजर्सना त्यांच्या पदामुळे मिळणाऱ्या ताकदीची जाणीवही नसते. असं बघा – एका आधीच समस्यांनी ग्रासलेल्या आणि कावलेल्या तुम्हाला कळतं की तुमच्या एका प्रॉडक्टला 'क्ष' देशात मोठा प्रश्न निर्माण झालाय. निराश आणि भडकलेले तुम्ही त्या देशाला शिव्या द्यायला सुरुवात करता आणि त्या देशाच्या नागरिकांना मूर्ख ठरवता. त्याने काय मिळवता तुम्ही? जी माणसं तुम्हाला जवळून ओळखतात ती समजतील की आजचा तुमचा दिवस बेक्कार चाललाय म्हणून, पण ते सोडलं तर तुमच्या चिडचिडीचा काहीच परिणाम होणार नाही. आता असं समजा की तुम्ही एका बलाढ्य सामर्थ्यशाली देशाचे अध्यक्ष आहात आणि आता तशाच परिस्थितीत तुम्ही नेमके तेच शब्द उच्चारता. तुम्ही नशीबवान असाल तर तुम्ही भावनेच्या भरात उद्गारलेले शब्द फक्त वर्तमानपत्राचा मथळा बनतील आणि विरतील. हे असं सर्व पातळ्यांवर घडत असतं. आपण हे मान्य करू की तुमच्या शेजाऱ्याच्या मुलानं एखाद्या कामगाराच्या कामावर ताशेरे ओढणं आणि कंपनीच्या मुख्याने ताशेरे ओढणं ह्या नक्कीच समान गोष्टी नाहीत.

नेतृत्व म्हणजे सर्वांसंगे जिंकणे

ह्या प्रकरणाच्या सुरुवातीला उल्लेख केलेले ते दोन साधू भलेही ताकदवान असोत, पण तरी त्यांनी केवळ त्या दोघांच्याच ताकदीच्या जोरावर विजय मिळणं कठीणच! त्यांचं मुख्य सामर्थ्य होतं त्यांच्या बरोबरीने लढणारे अकरा सहकारी आणि त्यांच्या नेतृत्वानं त्यांची योग्य प्रकारे केलेली पेरणी! नंतर शाओलिनने भाग घेतलेल्या सर्व लढायांमधे सर्व साधूंनीच केवळ स्वतः लढाया लढल्या असं नाही. त्याऐवजी, त्यांनी लोकांना स्फूर्ती दिली आणि लढण्यासाठी जितके लोक उपलब्ध होते त्यातल्या लोकांना लढण्यासाठी तयार केलं. त्यातले बहुसंख्य स्थानिक शेतकरी होते. खरं तर साधूंना

प्रशिक्षित सैनिक मिळते तर चांगलं होतं पण तिथे कुणीच तसे नव्हते. त्या साधूंना आपल्या बाजूने लढण्यासाठी बरोबर कोण आहे यापेक्षा त्यांना नेतृत्वाने जे दिलं होतं ते महत्त्वाचं होतं. तेच नेतृत्वाचं खरं कार्य!

मठाच्या सर्व उच्च नेतेमंडळींच्या समितीचं एक महत्त्वाचं सामर्थ्य म्हणजे जो कुणी मठाचं कार्य हेच आपलं ध्येय मानून मठाच्या प्रगतीत योगदान देईल अशा कोणाही साधूला ते मठात स्वीकारत असत. त्यासाठी कुठलंही वैयक्तिक माहितीपत्रक किंवा कुणाच्या संदर्भाचीही गरज नसे. फक्त मठाच्या कामाची खरी तळमळ आणि आपलं ज्ञान वाटण्याची वृत्ती महत्त्वाची ठरे. अशा प्रकारे, शाओलिन मंदिराकडे सदाचारी नवोदितांबरोबारच इतर मठांनी प्रवेश नाकारलेलेसुद्धा कायम येत असत. शाओलिनचे साधू, अशा मंडळींमध्ये सुधारणा घडवण्यापेक्षा उलट त्यांच्याकडे आसलेल्या ज्ञानाचा, कौशल्यांचा आणि अद्वितीय गुणांचा वापर मठासाठी करून घेत असत. शाओलिनचा महत्त्वाचा उपदेश –

''तुमच्याकडे असलेल्या गुणांवर, कौशल्यांवर लक्ष केंद्रित करा. तुमच्याकडे जे नाही त्याबद्दल तक्रार करू नका. तुम्ही जे कराल ते सर्वोत्तम करण्याचा ध्यास ठेवा.''

तुम्हाला जर वाटत असेल की, तुमच्याकडे बरोबर कर्मचारी नाहीत, तर ते तसे बनतील याकडे लक्ष द्या. तुमचे कर्मचारी तुमचे विरोधक नाहीत तर तुमची आयुधं आहेत! चांगले किंवा वाईट कर्मचारी असं काही नसतं. त्यातला प्रत्येक जण तुम्हाला त्याच्याबद्दल जितकी माहिती आहे आणि तुम्ही त्यांचा कसा वापर करू शकता तितका चांगला असतो.

मी शाओलिनमध्ये असताना मला याबद्दल ही गोष्ट ऐकवण्यात आली होती. एक साधू बाजारात गेला होता. तिथं त्याने एका खाटकाचा आणि गिऱ्हाइकाचा संवाद ऐकला. ''मला तुझ्याकडचा मांसाचा उत्कृष्ट तुकडा दे.'' ''माझ्या दुकानातले सर्वच तुकडे उत्कृष्ट आहेत. तुम्हाला असा एकही तुकडा मिळणार नाही जो उत्कृष्ट नसेल.'' त्याचे शब्द ऐकून साधूच्या डोक्यात ज्ञानाचा प्रकाश पडला.

तुमचं काम करताना तुम्ही ते स्वतःला मॅनेजर कल्पून तुमच्या कर्मचाऱ्याबरोबरचा प्रवास समजा जो तुम्ही तुमच्या उद्दिष्टापर्यंत

बरोबरीनेच करणार आहात. तुमचं काम हेच की प्रत्येक कर्मचाऱ्याचं कौशल्य, ज्ञान आणि हुशारी ओळखून ते त्यांच्या परीने उत्कृष्ट देतील त्यानुसार कामाचं वाटप करायचं.

जर्मन पत्रकार आणि टीव्ही सूत्रधार रॉबर्ट लेम्ब्कीने अशा शब्दांत मांडलंय –''तुम्ही एखाद्या बॉसच्या कौशल्याचं मूल्यमापन हे, तो ज्या कौशल्याने त्याच्या कर्मचाऱ्यांच्या कौशल्याचं मूल्यमापन करतो, त्यावरुन ठरवू शकता.'' बरेच मॅनेजर्स हे या प्रकारे, आपल्या कर्मचाऱ्यांकडून उत्कृष्ट काम करवून घेण्याच्या बाबतीत तितके लवचीक नसतात.

एका 'क्ष'चं उदाहरण घेऊ ज्याला तुमच्या मानवी संसाधन व्यवस्थापन (एचआर) खात्याने तुमचा टेलीफोन ऑपरेटर म्हणून कामावर ठेवलं आहे. त्याने घेतलेल्या पहिल्याच कॉलवरून तुम्हाला कळलंय की तो संभाषणकलेच्या बाबतीत फारच कच्चा आहे. पण त्याला एचआर डिपार्टमेंटने खास याच कामासाठी नियुक्त केल्यामुळे तुम्ही ठरवता की त्याला हे काम नीट शिकायला हवं, जरी तुमच्याकडे 'र' हा माणूस 'क्ष'च्या कामासाठी जास्त योग्य आहे आणि 'र' हा 'क्ष'चं काम करायला इच्छुकही आहे.

मला माझा एक सहकारी आठवतो ज्याची खरी क्षमता मी बराच काळ ओळखलेलीच नव्हती. 'ट' हा असा कर्मचारी होता की त्याला जर एखादं काम सर्व सूचनांसकट नीट समजावून दिलं तर तो भन्नाट निकाल हातात द्यायचा परंतु नीट समजावून दिलं नाही तर मात्र त्याला काहीच जमत नसे. 'ट'ला असं सांगण्यातही अर्थ नसे– ''विचार कर, ह्या कामासाठी सर्वांत योग्य कोण आहे बरं ज्याच्याशी आपण संपर्क करायला हवा?'' सुरुवातीला त्याला काहीच कळत नसे आणि मग माझी चिडचिड होई. पण जर मी 'ट'ला म्हटलं की, अमेरिकेच्या राष्ट्राध्यक्षांना फोन कर आणि त्यांची उद्याच्या भेटीसाठी वेळ मागून घे. तर मात्र मला खात्री असू शकायची की राष्ट्राध्यक्षांना तो संदेश इतका व्यवस्थित दिला गेला असेल की ते मला वेळ देत माझी उद्या वाटही बघत असतील. अशा कर्मचाऱ्यांसाठी हे आपण वेळ देऊन त्यांनी पार पाडलेली कामं ऐकून त्यांचं कौतुक करणं हे फार फार महत्त्वाचं असतं. त्यांना जर पोचपावतीसाठी संधी दिली नाही तर त्याना काम अर्धवटच झाल्याची बोच लागून राहते.

कर्मचारी हे चांगले किंवा वाईट नसतात

हे अगदी मूलभूत सत्य आहे की आपल्या बरोबरची माणसं, आपले वरिष्ठ, आपले सहकारी हे चांगले किंवा वाईट नसतात. आणि अशा प्रकारचं वर्गीकरण हे पूर्णतः एखाद्याच्या सापेक्ष असलं आणि ते सत्य जरा बाजूला ठेवलं तरी कुठलीही व्यक्ती ही तुमचं फक्त भलं चिंतत नाही किंवा तुम्हाला फक्त फसवत नाही. म्हणून मग प्रश्न उरतो की तुम्ही तुम्हाला भेटणारी प्रत्येक व्यक्ती ही तुम्हाला त्यांनी जसं असावं आसं वाटतं तशी स्वीकारणार की ती जशी आहे तशी स्वीकारणार? तुम्ही जर तसं करायला तयार नसाल तर जी व्यक्ती तुमच्या मनात 'चांगली' म्हणून नोंदली गेलीय ती कायम 'चांगली' म्हणूनच राहणार मग त्यांनी प्रत्यक्षात कसंही वागो. जर त्या व्यक्तीनं तुम्हाला फसवण्याचा प्रयत्न केला तर तुम्ही ती व्यक्ती तसं करणारच नाही याची शंभर कारणं शोधाल, तुम्ही दुसऱ्यांनाच जबाबदार धराल आणि सर्वकाही कराल जेणेकरून ते सत्य तुम्हाला मान्य करायला लागू नये! आणि सरतेशेवटी जेव्हा तुम्हाला ते कटू सत्य स्वीकारावंच लागेल तेव्हा त्या व्यक्तीला तुम्ही 'निराशा' ह्या गटात ढकलून पुढे कधीच तिला तुमच्या चांगल्या माणसांच्या यादीत येऊ देणार नाही.

याच न्यायाने एखाद्या सहकाऱ्याला तुम्ही जर 'अकार्यक्षम' म्हणून मनोमन शिक्का मारला असाल तर त्याचं तुम्ही काहीही ऐकण्याच्या मनःस्थितीत नसाल कारण त्यांनी काहीही केलं तरी ते तुमच्या लेखी 'चांगलं' नसणारच. आणि हे तुमच्या सहकाऱ्यांनाही लागू पडतं. अनेक मॅनेजर्स एखादा कर्मचारी विशिष्ट काम बरोबर करू शकत नसेल तर त्याच्यावर 'अकार्यक्षमते'चा शिक्का मारतात. आपल्या 'एन्कायरिडिअन' ह्या पुस्तकात एपिक्टिटसने लिहिलंय–

''एखादा माणूस चट्कन हात धूत असेल तर असं म्हणू नका की तो वाईट प्रकारे धुतो, इतकंच म्हणा की तो हात चट्कन धुतो. एखाद्याने जास्त वाइन प्यायली तर असं नका म्हणू की तो अट्टल वाइन पिणारा (दारुडा) आहे. इतकंच म्हणा की तो जास्त पितो. कारण जोपर्यंत तुम्ही हे ठरवलं नाहीये की तुमच्या कुठल्या समजुतीअनुसार तो तसं करतोय, तर तुम्हाला कसं कळलं की तो वाईटच वागतोय? मी म्हणतोय तसं तुम्ही केलंत, तर तुमचा तुमच्या साशंक समजुतीला दुजोरा असेल आणि दुसऱ्या कशालाही नाही.''

आणि म्हणून, त्या वरवर अकार्यक्षम भासणाऱ्या कर्मचाऱ्याच्या बाबतीत एपिक्टिटस म्हणाला असता, ''तो अक्षम आहे असं नका म्हणू, इतकंच म्हणा की अमुकअमुक कामासाठी तो योग्य किंवा अनुरूप नाही.'' शेवटी, कुणीही माणूस सर्वच प्रकारच्या कामांसाठी योग्य नसतो आणि त्याच वेळी, कुणी कुठल्याच कामाला योग्य नाही असंही नसतंच.

...आणि म्हणूनच हे फार महत्त्वाचं आहे की प्रत्येकाकडे नव्या दृष्टीनं, वस्तुनिष्ठपणे आणि कुठल्याही भावना मनात न ठेवता बघायला हवं. अगदी जी माणसं तुम्हाला समजत नसतील अशांनी जर सर्व कामांची वाट लावली असेल, जी कल्पनेत वाट लावू शकण्याजोगी असतील, तर ती माणसं त्या कामासाठी योग्यच म्हणायचाची!

सत्यावरून नजर ढळू देऊ नका

चिनी तत्वज्ञ चुअँगने म्हटलंय, ''पाण्यावरीन प्रवास करण्यासाठी बोटीसारखं दुसरं साधन नाही. कारण बोट पाण्यातून लीलया मार्ग काढते. पण तेच जर तुम्ही बोटीला जमिनीवरून पळवायचा प्रयत्न करा बरं; भलताच त्रास आणि परिणाम शून्य, तुम्ही जखमी होण्याव्यतिरिक्त!''

सत्य बघणे म्हणजे एक पाऊल मागे घेत माणसं आणि गोष्टी त्या क्षणी जशा आहेत तशा बघणे. तुम्हाला एखाद्या माणसाबद्दल काय वाटतं, तो तुम्हाला आवडतो की नाही याच्याशी त्या सत्याचं काहीही देणंघेणं नसतं. ज्यांना सत्य बघायचं नसतं ते स्वतःला असुरक्षित करतात आणि हल्ल्यासाठी उघडे पडतात.

कधीकधी आपल्याच समजुतींना आणि श्रद्धांना चिकटून राहणं हे सोपं आणि सोईस्कर असतं, पण नेमकं हेच टाळणं जरुरीचं. आणि हे तुमच्या कर्मचाऱ्यांच्या बाबतीतही लागू होतं. तुमचा आवडता कुणी कर्मचारी कामावर उशिरा आला तर त्याला आयत्या वेळी खूप अत्यावश्यक कॉल घेणं जरुरीचं असतं किंवा तसंच दुसरं काही उशीर होण्याचं कारण. पण तोच जर एखादा तुम्ही शत्रुपक्षात टाकलेला असला तर तुम्ही त्याचं प्रत्येक कारण ही एक सबब मानता आणि तुमची प्रतिक्रिया त्याला आरोपी ठरवण्याजोगी असणार. जरी दोन्ही प्रसंगी कर्मचारी उशिरा आला तरी तुमच्या भावना

त्या सत्याचं योग्य आकलन करत नाहीत, तोडमोड करतात आणि तुम्ही काहीतरी पाऊल उचलून बसता.

आणि त्याच वेळी, मॅनेजर्ससाठी त्यांच्या स्वतःच्या बाबतीतसुद्धा हे सत्य समजून घेणं आत्यंतिक महत्त्वाचं आहे. एखादं उत्पादन वाईट आहे म्हणून विकलं जात नसेल तर ते वाईट प्रॉडक्टच राहणार आणि हे मान्य केलं पाहिजे. मग तुम्ही किंवा तुमच्या सीईओ ने ते जातीनं स्वतःच्या देखरेखीखाली आराखड्याच्या पायरीपासून ते अगदी बाजारात उतरवेपर्यंत लक्ष का घातलं असेना! मग तशा बाबतीत 'साधलेली वेळ चुकीची होती' किंवा 'मार्केटिंग बरोबर होऊ शकलं नाही' वगैरे कारणं म्हणजे केवळ ऊर्जेचा अपव्यय! तीच ऊर्जा त्या उत्पादनाचा दर्जा सुधारण्याच्या कामी जास्त उपयोगी पडेल. इतकंच काय पण एखादा मॅनेजर चुकीचा वागला तर चुकीचा वागला! हेच सत्य. आणि ते तुम्ही मान्य करायला हवं निदान तुमच्यापुरतं. अन्यथा ती एक सवय बनून जाते.

नेहमी सर्वोत्कृष्ट मंडळींची प्रतिभा वापरा

ज्या सेनापतीला न लढता युद्ध जिंकायचं असतं तो त्या कामासाठी सर्वांत बलवान आणि उत्कृष्ट सैनिकच निवडतो. कागदोपत्री सिद्धान्तामधे जे सहजसाध्य वाटतं ते प्रत्यक्ष साकारताना नेहमीच तसंच उतरेल असं नसतं. बरेच बॉसेस आपल्या सहकाऱ्यांच्या खांद्याला खांदा लावून लढत नाहीत तर त्यांच्या विरुद्धच लढतात म्हणजेच शेवटी स्वतःविरुद्धच लढतात. मॅनेजर्सचा कल असतो असा विचार करण्याकडे- ''हा सहकारी या कामासाठी चांगला आहे. आणि या क्षेत्रात तर माझ्यापेक्षाही उजवा आहे. त्याला घेतलं या कामासाठी तर त्याचीच छाप पडून मग माझी जागा धोक्यात येईल. त्यापेक्षा मी जरा कमी कौशल्यवाल्या एखाद्याला घेईन जे माझ्यासाठी कमी जोखमीचं असेल.'' प्रत्येकाकडेच भावी स्पर्धक म्हणून बघितलं जातं ज्याला भविष्यात बॉस बनायचं असतं.

अगदी वरिष्ठ पातळीवरसुद्धा एक भय असतं की आपलाच कर्मचारी इथे मिळवलेलं ज्ञान वापरून बाहेर पडून स्वतःची कंपनी चालू करेल आणि आपलाच प्रतिस्पर्धी बनेल म्हणून! आणि अशा प्रकारचं भय हे तुमची ऊर्जा शोषण्याचं काम तर करतंच पण त्याचबरोबर मला तुम्हाला हेही

सांगायचंय की ही गोष्ट तुम्ही टाळूही शकत नाही. म्हणून, तुमची उद्दिष्टं गाठण्यासाठी, तुमच्याकडच्या सर्वांत कुशल माणसांच्या सर्वोत्कृष्ट क्षमतेचा उपयोग करून घ्या आणि कंपनीच्या भल्याकरिता त्यांना उत्तरोत्तर त्यांची गुणवत्ता वाढवण्याची संधी द्या.

अशा प्रकारचा निर्बंधात्मक मार्ग अवलंबण्याचा नकारात्मक परिणाम म्हणजे अत्यंत कमी ज्ञानाची देवाणघेवाण होते. आणि अशा प्रकारची प्रवृत्ती असणाऱ्या मॅनेजर्सच्या विभागांची कामगिरी द्रुत गतीनं खालावते. ज्ञानाची देवाणघेवाण आपल्या प्रतिस्पर्ध्यांबरोबर करण्यावर निर्बंध असणं हे चांगलंच पाऊल, पण आपल्याच कंपनीच्या लोकांवर तसे निर्बंध घालणं म्हणजे आपल्याच कंपनीवर फारच नकारात्मक परिणाम ओढवून घेणं. जरी तात्त्विकदृष्ट्या तुमच्या कंपनीतला प्रत्येक कामगार उद्या बाहेर पडून तुमचा प्रतिस्पर्धी बनू शकत असेल तरी ह्या क्षणी ते तसे नाहीयेत, ते तुमच्याच बरोबर आहेत.

सक्षम नेतृत्व म्हणजे आपण ज्यांचे नेते आहोत त्यांना बरोबर घेऊन आपलं ध्येय गाठणे. ह्याच ज्ञानाची शस्त्रं वापरून त्या तेरा साधूंनी, त्या पूर्ण सैन्याचा पाडाव केला. त्यांनी त्याहीपेक्षा बरंच काही मिळवलं – ह्या ज्ञानाच्या वापराने त्यांनी स्वतःला आणि शाओलिन मंदिराला अमर केलं.

स्वाध्याय

तुमच्या नेतृत्वगुणाची बलस्थानं ओळखा

१. असा विचार करा की तुम्ही एक व्यावसायिक ग्राफिक डिझाइनर आहात. एक दिवस तुम्हाला एका आंतरराष्ट्रीय कंपनीकडून त्यांचा लोगो आणि त्यांच्या ब्रँडची पूर्ण ओळख देणारं डिझाइन बनवण्याची संधी मिळते. तुमचं काम संपण्यापूर्वीच त्या कंपनीची व्यवस्थापनाची पूर्ण टीम बदलते आणि नवीन आलेल्या मंडळींना आता दुसरा ग्राफिक डिझाइनर हवा असतो. कंपनी तुम्हाला असा प्रस्ताव देते – कंपनी तुम्हाला ठरलेल्या रक्कमेच्या अर्धेच पैसे देईल आणि तुमचं डिझाइन जगभर वापरेल किंवा तुम्हाला ठरल्यापेक्षा दुप्पट रक्कम देईल आणि तुमचं डिझाइन कुठेही न वापरता कायमस्वरूपी कुलुपबंद केलं जाईल. आता तुम्ही या दोनमधला कोणता प्रस्ताव स्वीकाराल? जर –

(अ) तुम्ही स्वतंत्ररीत्या काम करणारे (फ्रीलान्स) ग्राफिक डिझाइनर असाल;

(ब) एका एजन्सीचे बॉस आहात आणि हाताखाली ५० माणसं काम करतायत. का?

२. तुम्ही एक मॅनेजर आहात आणि तुमच्या हाताखाली वेगवेगळ्या विभागांत काम करणारे अनेक कर्मचारी आहेत. तुम्ही किती चट्कन मला सांगू शकाल की त्या सर्व कर्मचाऱ्यांमधले

(अ) कोण संगणक हाताळण्यात कुशल आहेत?

(ब) उत्तम जाहिरातीसाठीची कॉपी लिहू शकतात?

(क) कंपनीच्या समारंभाच्या पार्टीची उत्तम व्हिडिओग्राफी करू शकतात?

३. तुमच्या ज्या ग्राहकाशी तुम्ही चांगल्या प्रकारे संबंध (रॅपो) ठेवत संवाद साधू शकला नाहीत, अशा ग्राहकाशी तुमचा कोणता सहकारी व्यवस्थित बोलून वाटाघाटी करू शकतो?

४. एका वादविवादप्रसंगी एक सहकारी उद्गारतो, ''तुम्ही विभागप्रमुख म्हणून कुचकामी आहात.'' तुम्ही काय प्रतिक्रिया द्याल जेव्हा तो सहकारी –

(अ) तुमचा वरिष्ठ आहे

(ब) तुमच्या हाताखाली काम करणारा आहे.

५. ज्याच्याविषयी तुम्ही 'काही उपयोगाचा नाही' असं ठरवून मोकळे झालाय अशा कुठल्या पदावर काम करणाऱ्या कर्मचाऱ्याने तुमच्या चमूला जिंकायला मदत केलीय?

६. तुमच्य कर्मचाऱ्यांपैकी कुणी अशा ठिकाणी काम करतायत का जिथे त्यांच्या ताकदीचा जास्तीतजास्त फायदा घेतला जात नाही? का?

७. तुम्ही एक खाजगी ग्राहक आहात आणि तुम्ही एका कंपनीकडनं काही वस्तू विकत घेतल्यात ज्या नादुरुस्त, खराब निघाल्यात. तुमची

त्याबद्दलची तक्रार अगदी योग्य आहे आणि त्या कंपनीनेदेखील मान्य ते केलंय पण त्या बाबतीत काही करायला नकार दिलाय. तुम्ही कोर्टात दाद मागायचं ठरवता, पण एक मित्र सांगतो की त्या कंपनीकडे तगड्या वकिलांची फौज आहे. ह्यामुळे कोर्टाकडे अर्ज करण्याच्या तुमच्या निर्णयावर काही परिणाम होतो का? (तुम्ही कोर्टात केस लढवायची नाही म्हणालात तर ती कंपनी लढाई न लढताच जिंकेल हे उघड आहे!)

८. तुमच्या रोजच्या नोकरीमधले असे पाच प्रसंग आठवा जेव्हा तुम्ही केवळ काहीही न करता जिंकू शकता?

९. असे पाच प्रसंग सांगा जेव्हा तुम्हाला सत्य काय ते कळून घेण्याची इच्छाच नसते.

१०. तुमच्या वहीमध्ये दोन कॉलम्स तयार करा. डाव्या स्तंभामधे एकाखाली एक अशी १० कौशल्यं लिहा जी तुमच्या स्वप्नातल्या टीमकडे हवीत. (उदा., एक चांगला आर्टिस्ट, एक चांगला वक्ता, चांगला रंगभूमी कलाकार...). कृपया तुम्हाला काय हवं त्यावरच लक्ष केंद्रित करा. आता उजवीकडच्या स्तंभात तुमच्या त्या सहकाऱ्यांकडे ती कौशल्यं असतील त्यांची नावं लिहा.

१०. तुम्हाला जे करायचं नाही नेमकं तेच करण्यासाठी ज्यांनी डिवचलं अशा मंडळीना सूट द्यायला तुम्हाला भाग पाडलं गेलंय?

उपसंहार

आपला एकत्र प्रवास इथे संपतोय आता. तुम्हाला जाणून घ्यायला आणि तुमच्या आयुष्यात डोकावून बघता आलं ह्याचा आनंद होतोय. तुम्ही एव्हाना लोकांबद्दल आणि स्वतःबद्दलही बरंच काही जाणलं असेल. तुम्ही ठामपणे उभं राहायला, लढायला शिकला असाल आणि आता जिंकायला शिकाल.

नेहमी ध्यानात ठेवा- आपला उद्देश ध्येयाकडे जाण्यापेक्षा त्या प्रवासाचा असू द्यावा. त्या टोकापर्यंत तुम्ही छान शांतचित्ताने आयुष्य जगा आणि प्रत्येक क्षण सजगतेने जगा. तुमच्या प्रतिस्पर्ध्याकडनं शिका आणि ह्याचं तर कायमच ध्यान असू द्या की सत्ता (शक्ती) ही तुम्हाला मिळणार नसते ती खेचूनच आणावी लागते. जेव्हा तुम्हाला तुमची खरी किंमत कळेल तेव्हा तुमचा तुमच्या सामर्थ्यावरचा विश्वास दृढ होईल. तुम्हाला जर स्वतःला नव्याने घडवायचं असेल, तर ते काम रोजच करावं लागेल.

शुभेच्छा!

बर्नहार्ड मोस्टल

शाओलिनने अनेक स्रोतांकडनं काही ना काही घेतलंय

बुद्ध

हे आता नेमकं सांगणं कठीण आहे की सिद्धार्थ गौतम ज्याने पुढे स्वतःला 'बुद्ध' म्हणवलं तो नक्की कधी होऊन गेला? सध्याचं संशोधन सांगतं की तो लुंबिनीमध्ये (आता नेपाळमध्ये) ख्रिस्तपूर्व ४५० वर्षांपूर्वी जन्मला.

आपल्या वडिलांच्या राजप्रासादात सुरक्षित छत्राखाली त्याचं बालपण गेलं. ते बाहेरच्या जगतातल्या दुःख, गरिबी हालअपेष्टा, आजारपण, वृद्धत्व वगैरेंपासून इतकं दूर ठेवण्यात आलं होतं की त्याला कधी बाहेर न्यायची वेळ येई तेव्हा रस्ते चकाचक केले जात आणि दूरपर्यंत नजरेच्या टप्प्यात दुःखद, वाईट काहीही दिसूच नये याचा बंदोबस्त करण्यात येई. पण तरीही त्याच्या नजरेला एकदा एक जराजर्जर, खंगलेला, पिचलेला म्हातारा माणूस येतो त्याला बघून आणि पुढे एका साधूला भेटून सिद्धार्थचं आयुष्य पूर्णतः बदलतं. साधारणपणे २९व्या वर्षी त्याला जाणवतं की संपत्ती, ऐश्वर्य, थाटमाट याने आनंद मिळतोच असं नाही. त्याला जाणीव होते की भोग, यातना, वृद्धत्व, मृत्यू हे सर्व जीवनाचाच भाग आहेत. मग तो राजप्रासाद सोडून मानवी आयुष्यातला खरा आनंद शोधायला बाहेर पडतो. आपली पत्नी, मुलगा, ऐश्वर्य आणि घरदार सोडून तो तपस्वी बनतो.

सहा वर्षं तो गंगेच्या तीरावरच्या दऱ्याखोऱ्यांत प्रवास करतो. सहा वर्षं तो धार्मिक गुरूंनी सांगितलेल्या कठिणातल्या कठीण आराधना करतो. त्यामुळे तो जवळपास मरणशय्येला लागलेला असतो पण आपला ध्यास सोडत नाही. सरतेशेवटी तो धर्माचा त्याग करून त्याला समजलेलं ज्ञान वापरून नवीन मार्ग तयार करतो.

पस्तिसाव्या वर्षी निरंजन नदीच्या तीरी बोधिवृक्षाखाली बसून ध्यानधारणा करत असताना त्याला दिव्य ज्ञान मिळतं. तो स्वतःला 'बुद्ध' म्हणवून घ्यायला सुरुवात करतो, बुद्ध म्हणजे खऱ्या अर्थानं 'जागृत' असणारा. त्याचे पाच अनुयायी त्याच्याकडून पहिलं प्रवचन (उपदेश) ऐकतात ज्यामध्ये ते चार थोर सत्य वचनं सांगतात.

चार थोर सत्य वचनं

साधू शिकतात ते पहिलं सत्य आहे 'दुःख किंवा पीडा'विषयक. *जीवनचक्रामध्येच* दुःखाचा अथवा पीडेचा समावेश आहे. दुःखाचं किंवा पीडेचं कारण दुसऱ्या सत्यात येतं ते म्हणजे तृष्णा (आणि अज्ञान).

तिसरं सत्य म्हणजे दुःखाचं अथवा पीडेचं निराकरण. म्हणजे त्या कारणांची आसक्ती सोडली (त्याग केला) तर त्यामुळे उत्पन्न होणारं दुःखसुद्धा संपतं.

चौथ्या सत्यामधे ती पीडा किंवा ते दुःख निवारणासाठी सदाचाराचा अष्टांग मार्ग सांगितला आहे. ते असे आहेत – सम्यक ज्ञान, सम्यक संकल्प, सम्यक वाचा, सम्यक कर्म, सम्यक उपजीविका, सम्यक प्रयत्न, सम्यक सजग मनोवस्था, सम्यक ध्यान.

त्या दिवसापासून पुढे पंचेचाळीस वर्षं बुद्धाने सर्व स्त्रीपुरुषांसाठी, राजामहाराजांसाठी, शेतकऱ्यांसाठी, धर्मगुरूंसाठी, वाळीत टाकलेल्या लोकांसाठी, सावकारांसाठी, भिकाऱ्यांसाठी, संतांसाठी, चोर-दरोडेखोरांसाठी. सर्वांसाठी ज्ञानप्रसाराचं काम केलं. त्याच्या मार्गाने जाणाऱ्या आणि त्याच्या विचाराने प्रेरित झालेल्या प्रत्येक स्त्रीपुरुषासाठी त्याचा उपदेश मुक्तपणे मिळत राहिला.

असं म्हणतात की वयाच्या ऐंशीव्या वर्षी अपचनाचं निमित्त होऊन बुद्धाला मरण आलं. जीवनाविषयी आणि जीवनातल्या दुःखाविषयीची त्याची शिकवण आणि सत्य वचनं त्याच्या अनुयायांनी मौखिक पद्धतीनं पुढे प्रचलित केली आणि पुढे ३०० वर्षांनंतर ती लिखित स्वरूपात सर्वांसाठी उपलब्ध झाली. आजरोजी बौद्धधर्म हा जगभर पसरला असून त्याचे ४० कोटींवर अनुयायी आहेत.

शाओलिन मठ

चीनमधल्या हेनान प्रांतामधे बीजिंग आणि हाँगकाँगच्या मधल्या भागात ज्याचं 'तरुण जंगलातलं मंदिर' असं वर्णन केलं जातं तो शाओलिनचा मठ वसलेला आहे. मठाचा इतिहास हा इसवी सन ४९५ सालापासूनचा आहे जेव्हा तिथल्या सम्राटाने भारतीय साधू ब्रह्मभद्र यांच्यासाठी हा मठ वसवला.

ध्यानधारणेचं एक अंग – मार्शल आर्ट्स

इ.स. ५२७ साली आणखी एक भारतीय साधू बोधिधर्म हा शाओलिनमधे आला आणि तिथल्या एका गुहेमध्ये नऊ वर्षं साधना केल्यावर त्याला दिव्य ज्ञानप्राप्ती झाली. त्याने तिथल्या साधूंना ध्यानधाराणा शिकवली.

तिथे झेन पंथाची म्हणजेच साक्षात्काराकडे नेणाऱ्या ज्ञानमार्गाची सुरुवात झाली. तिथे असताना बोधिधर्माला जाणवलं की ध्यानासाठी तासन्तास अवघडलेल्या अवस्थेत बसून तिथले साधू स्थूल होतायत. म्हणून त्याने हालचालीच्या तंत्रामधून ध्यानाचं महत्त्वं शिकवलं. बोधिधर्म स्वतः मार्शल आर्ट्स जाणत होता. तो सहिष्णू मठ लवकरच संपूर्ण साम्राज्यातून येणाऱ्या मार्शल आर्ट्स कलेत निष्णात असणाऱ्यांसाठी भेटण्याचं ठिकाण होऊन बसला. पुढल्या काळात तिथे शिकवलं जाणारं 'शाओलिन केम्पो' उर्फ शस्त्राविना लढण्याचं तंत्र अतिशय विकसित पावून अजोड म्हणून प्रसिद्ध पावलं.

साधू–सेना

इ.स.७२८ मधे तांग राजवटीने बंडखोरांच्या उठावाविरुद्ध मदत मागितल्यावर, शाओलिनमधल्या तेरा साधूंनी राजवटीला साहाय्य केलं. त्या तेरा साधूंनी ते बंड मोडून काढलं आणि त्यामुळे मठाला स्वतःचं सैन्य बाळगण्याची मुभा मिळाली. इ.स.१३६८ ते १६४४ मधल्या काळात शाओलिन मठामधली कुंग फू विद्या कळसाला पोहोचली होती. त्या काळात असाणाऱ्या मिंग राजवटीने मठाला आश्रय दिला आणि मठाकडे स्वतःची जवळ बाळगलेली २५०० साधूंची फोज होती. लवकरच मठाचा विस्तार वाढून चीनबरोबरच कोरिया, जपान आणि इतर शेजारी देशांत शाखा उघडल्या.

मठाला अनेकदा घावही सोसावे लागले. मठ उद्ध्वस्तही झाला आणि फिरून नव्या जोमात उभाही राहिला. १९२८च्या भल्यामोठ्या आगीमध्ये मंदिराचा बराच भाग जळून खाकही झाला होता.

पडझड आणि पुनर्बांधणी

१९४९ साली माओ त्से डाँगने पीपल्स रिपब्लिक ऑफ चायनाची (चिनी प्रजासत्ताक) स्थापना केली त्या वेळी काही काळ साधूंकडे दुर्लक्ष करण्यात आलं होतं, १९६६च्या सांस्कृतिक क्रांतीनंतर तर शाओलिनचं मंदिरही ध्वस्त करण्यात येऊन तिथल्या साधूंवर कारवाई केली जाऊन त्यांना हुसकावलं गेलं. पुढे अनेक वर्षं काही साधू तिथल्या भग्नावशेषांमधे राहत होते. १९८२ सालच्या 'शाओलिन टेम्पल' ह्या सिनेमामुळे पाश्चिमात्य जगाचं लक्ष मठाकडे गेलं आणि इथे पर्यटकांची वर्दळ वाढली.

दरम्यानच्या चिनी सरकारनं मंदिर पुन्हा नव्याने बांधलं आणि सरकारच्या धार्मिक उदारमतवादी धोरणांमुळे बौद्ध भिक्षूंना पुन्हा त्यांचे धार्मिक संस्कार साजरे करता येऊ लागले.

ताई ची च्युआन

चिनी शॅडो बाक्सिंग उर्फ ताई ची च्युआन (समोर कुणीही नसताना हवेत ठोसे मारत सराव) हा मार्शल आर्ट्सचा प्रकार. याची सुरुवात चिनी राजवटीत झाली.

आलीकडल्या काळात *ताई ची* अशा संक्षिप्त नावाने ओळखला जाणारा हा मुष्टियुद्धाचा प्रकार आता राष्ट्रीय खेळ बनला आहे. शहरांमधल्या उद्यानांमध्ये सकाळी सकाळी हजारो मंडळी याचा सराव करताना आढळतात.

अतिशय चपळ पण प्रवाही हालचाली

ताई ची खेळात महत्त्वाचं सार म्हणजे खेळाडूची हालचालींमधली लय आणि विविध फॉर्म्स (आकार रचना). या खेळामध्ये अतिशय बांधेसूद लयबद्ध प्रवाही हालचाली असतात. प्रत्येक फॉर्म किंवा आकार हा छोट्या छोट्या हालचाली आणि उभं राहण्याची ढब यांच्या सुंदर मिलापाने बनलेला असतो. त्यांना 'चित्रं' (पिक्चर्स) म्हटलं जातं. त्यांमुळे नवशिक्यांना ते

समजणं सोपं जातं. त्या चित्रप्रकारांना नावंही असतात जसं की – 'चंद्राकडे टक लावलेला गेंडा', 'चंद्राला आपल्या छातीत सामावून घेताना' किंवा 'डोंगरराजीतल्या झऱ्यावरनं उडी मारणारा रानटी घोडा' वगैरे...

बऱ्याच फॉर्म्सना (आकार रचनांना) त्यामध्ये शरीराच्या किती ढबी वापरल्या आहेत त्यांच्या संख्येवरूनही नावं ठेवली गेलीयेत. उदाहरणार्थ – '२४-फॉर्मचा ताई ची च्युआन' किंवा 'चेंग मा चिंग ३७ फॉर्म' वगैरे... मोठ्या फॉर्म्समध्ये (आकार रचनांमध्ये) १०० हून जास्त शरीराच्या ढबी किंवा पवित्रे असतात.

एकेका फॉर्म पूर्णपणे सादर होण्यासाठी काही मिनिटांपासून ते दीडेक तासांपर्यंत वेळ लागू शकतो. कारण त्यामध्ये शरीराच्या वेगवेगळ्या कोनांतनं वापरलेल्या ढबी आणि पवित्रे यांच्या लयबद्ध चपळ हालचालींबरोबरच्या मिलापामधून एकेक आवर्तन पूर्ण होत असतं. ताई चीमधले फॉर्म्स (आकाररचना) हे बहुधा आणि साधारणपणे हळुवार आणि सफाईदार पद्धतीनं साकारले जातात. सुरुवात हळुवार आणि सौम्य होत अचानकच झटका देत, आकस्मिक हालचाली केल्या जातात.

कन्फ्यूशिअस

मास्टर काँग फू झ(ई) ह्यांना ख्रिश्चन जगताकडून 'कन्फ्यूशिअस' असं नाव पडलं. यांचा जन्म ख्रिस्तपूर्व ५५१ वर्षांपूर्वी लू राज्यामधल्या एका उमराव घराण्यात झाला होता. ते तीन वर्षांचे असताना पित्याचं छत्र हरपलं आणि पुढे आईनेच सांभाळ केला.

अनुयायांनी शिकवणींचा संग्रह केला

जरी पुढे त्यांचं बालपण गरिबीत गेलं तरी त्यांनी धनुर्विद्या, रथविद्या, हस्ताक्षरकला, गणित, नृत्य आणि संगीत अशा सहा कला शिकल्या होत्या. त्यांचा विवाह १९व्या वर्षी झाला आणि ते लवकरच एका बाळाचे बापही बनले. त्यांनी सुरुवातीला धान्यकोठारात नोकरी केली आणि पुढे काही काळ मास्तरकीसुद्धा केली. ख्रिस्तपूर्व ५१६मध्ये त्यांना हद्दपार करण्यात आलं होतं. पुढे लू ला परतात आल्यावर त्यांना प्रशासन अधिकारीपद मिळालं आणि नंतर ते मंत्रीसुद्धा बनले. त्यांच्या सदाचार आणि नीतिमत्तेच्या आग्रहामुळे

आणि त्यांचा राजकीय क्षेत्रात अंमलबजावणी करण्याच्या प्रयत्नांमुळे वरिष्ठ त्यांच्यावर नाराज झाले आणि त्यांना नोकरी सोडावी लागली.

ख्रिस्तपूर्व ४७९ पर्यंत त्यांनी आपले विचार लेखांमध्ये शब्दबद्ध करण्याचं सातत्याने काम केलं. मात्र त्यांनी स्वतःहून स्वतःच्या शिकवणींवर कधी लिहिलं नाही त्यामुळे त्यांच्या शिष्यांनी त्यांच्या उपदेशांवर आणि शिकवणुकींवर आधारित संवादांचं संकलन केलं जे द *अनलेक्ट्स* (विश्लेषण/ स्पष्टीकरण) नावाने प्रसिद्ध आहे.

लाओ त्झू

'बुजुर्ग गुर' नावानं जे ओळखले जातात अशा लाओ त्झू यांची फार माहिती उपलब्ध नाही. ताओइझमचे प्रणेते लाओ त्झू यांचा जन्म ख्रिस्तपूर्व ६०० साली झाला असं मानतात. झ्हो राजवटीच्या लुओयाँग या ठिकाणच्या संदर्भ संग्रहालयात त्यांनी नोकरी केली. परंतु तिथला एकंदरीत गोंधळ आणि राजवटीची पडझड पाहून त्यांनी ते शहर सोडलं. आधुनिक चीनमधून प्रवास करता असताना त्यांना यीन सी भेटले आणि त्यांनी लाओ त्झू यांना त्यांचं ज्ञान इतरांपर्यंत पोहोचवण्याची विनंती केली. ती मान्य करून लाओ त्झू यांनी एक संग्रह प्रसिद्ध केला तो आज *ताओ ते चिंग* नावानं ओळखला जातो.

अशी दंतकथा सांगितली जाते की तो संग्रह प्रसिद्ध केल्यावर लाओ त्झू पुढे २०० वर्षांपर्यंत जगले आणि पश्चिम दिशेकडे अंतर्धान पावले. परंतु सध्या उपलब्ध असलेल्या तुटपुंज्या माहितीआधारे इतिहासतज्ज्ञ हेही ठामपणे मान्य करत नाहीत की लाओ त्झू खरोखर होऊन गेले की नाही ते!

सन त्झू

ची ह्या राज्यात ख्रिस्तपूर्व ५३० वर्षांपूर्वी जन्मलेल्या सन त्झू यांच्याविषयी अत्यल्प माहिती उपलब्ध आहे. ते एका उमराव घराण्यात जन्मले होते. एका राजासाठी त्यांनी लिहिलेल्या द *आर्ट ऑफ वॉर* (युद्धकला) ह्या करारसदृश ग्रंथामुळे ते प्रसिद्ध झाले.

एक दिवस राजाने त्यांना बोलावण पाठवलं. हेतू असा की त्यांच्याशी त्या ग्रंथसंबंधी चर्चा करणं आणि त्यांची परीक्षाही घेणं. त्याने त्यांना आदेश दिला की जनानखान्यातल्या १८० स्त्रियांना प्रशिक्षण देऊन सैनिक बनवा

म्हणून! सन त्झू यांनी त्या स्त्रियांना दोन समान गटांत विभागलं आणि राजाच्या दोन्ही आवडत्या दासींना त्या गटावर देखरेखीसाठी प्रमुख म्हणून नेमलं. त्यांनी जेव्हा सर्वांना कवायतीचा हुकूम दिला तेव्हा सर्व जणी हसायलाच लागल्या. जेव्हा दुसऱ्या वेळी हुकूम दिला तेव्हाही परत तेच घडलं. तेव्हा त्यांनी देखरेख करणाऱ्या दोन्ही दासींचा शिरच्छेद करवला. त्यानंतर मात्र सर्व जणी निमूटपणे त्याचे हुकूम पाळू लागल्या.

राजाने सन त्झूची क्षमता ओळखून त्यांना आपल्या सैन्याचा अधिपती बनवलं. पुढे सन त्झू हे ख्रिस्तपूर्व ४५० मध्ये मरण पावले. त्यानंतर त्यापुढे मात्र त्यांच्याविषयी फार माहिती मिळतच नाही.

मियामोटो मुसाशी

जपानमधल्या मियामोटो ह्या गावात १५४८ साली एका सामुराई योद्ध्याच्या घरी मियामोटो मुसाशी यांचा जन्म झाला. असं सांगितलं जातं की मियामोटो यांनी वयाच्या अवघ्या १३व्या वर्षी तलवार, भाल्याने शस्त्रसज्ज असणाऱ्या सामुराईला ठार मारलं होतं. प्रथम त्यांनी आपल्या प्रतिस्पर्ध्याला हवेत उडवून जमिनीवर आपटलं आणि नंतर त्याच्या डोक्यावर सोटक्याचा प्रहार केला.

आपल्या वयाच्या १६व्या वर्षी मियामोटो यांनी पूर्ण जुना जपान पिंजून काढण्यासाठी प्रयाण केलं होतं. त्यांनी सहा मोठ्या युद्धांत भाग घेतला अणि साठ द्वंद्व जिंकली. त्यांच्या वयाच्या विशीपर्यंत ते अजेय योद्धा बनले होते.

त्यानंतर मग ह्या सामुराईने आपली तलवार म्यान केली आणि तलवारबाजीमधल्या आपल्या अंतस्थ पिंडावर लक्ष केंद्रित केलं. त्यांनी सामुराइकडून आणि आपल्या गावात आलेल्या 'रानिन'कडूनही द्वंद्वाचं रीतसर प्रशिक्षण घेतलं. शेवटी त्यांनी आपली स्वतःची तलवारबाजीचं प्रशिक्षण देणारी *नितेन इचि* ह्यू ही शाळा सुरू केली. पुढे मुसाशी यांची ओळख एक कलाकार आणि कारागीर म्हणूनही जगासमोर आली. त्यांनी गुंडाळी होऊ शकणाऱ्या कागदावर चित्र रंगवली. त्यांनी सुंदर हस्ताक्षर कलेचे नमुने दाखवले आणि धातूंच्या मूर्तीसुद्धा बनवल्या.

मुसाशी यांनी आपल्या आयुष्याच्या अखेरीस, जगापासून दूर एका गुहेचा आश्रय घेतला आणि *गोरीन नो शो (बुक आफ फाइव्ह रिंग्ज)* हे पुस्तक लिहिलं. त्यानंतर काही आठवड्यांतच, १३ जून १६४५ रोजी आपला शिष्य तेराओ मागोनोजोच्या हातात ते हस्तलिखिताचं बाड ठेवून त्यांनी जगाचा निरोप घेतला.

आभार

बहुतेक पुस्तकांच्या मुखपृष्ठावर ज्यानं मूळ पुस्तक लिहिलंय त्याचंच फक्त नाव झळकलेलं आढळतं, जरी ते पुस्तक तयार होण्यात अनेकांचा हातभार लागलेला असतो आणि ज्यांच्या सहकार्याशिवाय तो पुस्तक-प्रकल्प सिद्धीस जाऊ शकणार नसतो!

मी या सर्वांचे मनापासून आभार मानतो - जीआन वँन्ग ज्यानं शाओलिनमधल्या साधूंशी माझी सर्वांत पहिल्यांदा भेट घडवली, ग्रँडमास्टर शी दे चेंग ज्यांनी अत्यंत संयम दाखवत मला शाओलिन कुंग फूची तत्त्वं समजून घ्यायला आणि आकळायला मदत केली, हाईडी मिशिंग्गार, मेरिआन मोहात्शेक, ईरीनी नेमेथ, आल्बर्ट क्लेबल, राईनाल्ड एडेल आणि मार्कस गालनर ज्यांनी माझ्या कल्पना समजून त्यावर चर्चा केली आणि अनेक वेळा माझं हस्तलिखित वाचलं. मला माझ्या आज्जीबद्दल एरिका मोसल्बद्दल कृतज्ञता व्यक्त कराविशी वाटतीये, जिनं मला आयुष्यातल्या कित्येक महत्त्वाच्या गोष्टी शिकवल्या, तसंच मी गेरार्ड कान्झलमन आणि कार्ल डाऊलरी यांचाही आभारी आहे, ज्यांनी माझ्या कल्पना ड्राउमर नार व्हर्लग या प्रकाशकापर्यंत पोहोचवल्या आणि सरतेशेवटी बेट्टिना ह्युबर, मेरीयन आनाडी आणि व्हेरोनिका प्राईस्लर यांचेही आभार, ज्यांनी मला जोरदार पाठिंबा दिला आणि या पुस्तकाचं इतकं सुंदर डिझाईन बनवून दिलं.

अनुवादक परिचय

जन्म – माहिम, मुंबई. आता पुण्यात स्थायिक.

मेकॅनिकल इंजिनियर. ओटीस एलेव्हेटर्स इंडिया लिमिटेड, शार्प इंडिया लिमिटेड, ब्रेम्बो ब्रेक इंडिया लिमिटेड यांसारख्या मेन्युफॅक्चरिंग कंपनींमध्ये 'प्राडक्शन प्लॅनिंग अँड कंट्रोल'मध्ये ३१ वर्षं सर्व्हिस करून निवृत्त.

मीडिया पोर्टलवर तीन वर्षं कंटेन्ट रायटिंगचा अनुभव.

'मला उमगलेला वुडहाउस' (कॉन्टिनेन्टल प्रकाशन) आणि 'प्रिन्स चार्मिंग' (कॉन्टिनेन्टल प्रकाशन) ही दोन पुस्तके याआधी प्रकाशित.